സ്മിത സി.

പാലക്കാട് ജില്ലയിൽ കുഴൽമന്ദത്ത് ജനനം.

അച്ഛൻ : ചെന്താമരാക്ഷൻ. അമ്മ : പ്രേമലത. വി. കെ.

അധ്യാപികയായി ജോലി ചെയ്യുന്നു.

ഭർത്താവ് : സി. എം. ജയപ്രകാശ്

മക്കൾ : ദിയ, ശ്രീയ, ധനഞ്ജയ് മാധവ്

പ്രസിദ്ധീകരിച്ച കൃതികൾ : മന്ദാരങ്ങൾ പൂവിട്ടപ്പോൾ (കഥാസമാഹാരം)

അവിചാരിതകളുടെ പരുദീസ, പദ്മദ്യുതം (നോവൽ)

Malayalam Language
Aindrikam
(Novel)
by
Smitha C.

♦

Published in September 2023
by Kairali Books Private Limited
Thalikkavu Road, Kannur.
Ph : 0497-2761200
E-Mail : kairalibooksknr@gmail.com

♦

Cover Design
Rajesh Chalode

♦

Illustrations
Dhanya Jayaprakash

♦

58/23-24/Sl.No.1483/300/NS 18.6
ISBN 978-93-5973-674-7

ഐന്ദ്രികം

സ്മിത സി.

കൈരളി ബുക്സ്

ആമുഖം

വായനയിൽ തുടങ്ങിയ അക്ഷരങ്ങളുമായിയുള്ള ചങ്ങാത്തം മൂന്നാ മത്തെ നോവലായ 'ഐന്ദ്രിക' ത്തിൽ എത്തി നിൽക്കുന്നു. അഷ്ടലക്ഷ് മികളെ പോലെ എട്ട് സ്ത്രീകഥാപത്രങ്ങളിലൂടെ സ്ത്രീകളുടെ പ്രശ്ന ങ്ങൾ പരമാവധി ഈ കഥയിലൂടെ പറയാൻ ശ്രമിച്ചിട്ടുണ്ട്. അതിലൂടെ പറയാതെ പറഞ്ഞു പോകുന്ന ഒരു സ്ത്രീകഥയും ഒരു പുരുഷന്റെ കഥ യും. വ്യക്തിത്വം ഏറ്റവും വലിയ ഒരു പ്രശ്നമാവുന്ന ഒരു സമൂഹത്തിൽ നിന്ന് കൊണ്ടു മറ്റുള്ളവരിൽ നിന്ന് സ്വന്തം സത്തയെ ചേർത്ത് പിടിച്ചു ജീവിക്കാൻ എത്ര പേർക്ക് സാധിക്കും. ഐന്ദ്രികം അങ്ങനെ കുറെ പേ രുടെ കഥയാണ്.

ഈ കഥ എഴുതുമ്പോൾ എനിക്ക് ഊർജവും വെട്ടവും നൽകിയ സുഹൃത്തുക്കൾ, ക്ഷമയോടെ എഡിറ്റിംഗ് നു സഹായിച്ച Dr. എലൈൻ. കൈരളിയിലേക്ക് എന്നെ പരിചയപെടുത്തിയ പ്രിയ കൂട്ടുകാരി വിനിത അനിൽ. കൈരളി കുടുംബത്തിലെ ഓരോ അംഗങ്ങളെയും സ്മരിക്കു ന്നു. അതുപോലെ എന്റെ എഴുത്തിനു കൂട്ട് ഇരുന്ന എന്റെ വീട്. എല്ലാ വരെയും ഈ വേളയിൽ സ്മരിക്കുന്നു.

സ്മിത. സി.

ഐന്ദ്രികം ഒരു യാത്രയാണ്

ഡോ. എലൈൻ

മനുഷ്യൻ ഉല്പത്തിയായ കാലം മുതലേ കഥകളും കഥപറച്ചിലുക ളും നമ്മോടൊപ്പം ഉരുവായി. ഭാഷകൾ ലിപികളിൽ എഴുതാനും അച്ച ടിക്കാനും തുടങ്ങിയതോടെ അവയ്ക്കു ലഭിച്ച സ്വീകാര്യത വളരെ വലു താണ്. അനേകം ഭാഷകൾ ഉള്ള ഭൂലോകത്തിൽ നമ്മുടെ കൊച്ചു കേര ളത്തിനെ അടയാളപ്പെടുത്താൻ നമ്മുടെ ഭാഷയും പങ്കെടുക്കുന്നു.

ഓരോ എഴുതുക്കാരാനും വായനക്കാരന് വേണ്ടി എഴുത്തിന്റെ വിശാ ലമായ ഭാവന ലോകം തുറന്നിടുന്നു. അങ്ങനെ ഒരു ലോകത്തു സ്ത്രീ കൾ പറഞ്ഞതും എന്നാൽ പറയാതെയും എഴുതി രേഖപ്പെടുത്താത്തെ യും ആത്മാംശം ഉള്ള കഥകൾ എണ്ണമില്ലാത്തവയാകും. കാലത്തെ വെ ല്ലുവിളിച്ചു കൊണ്ട് സ്ത്രീകൾ തങ്ങളുടെ കഥകൾ മെനയാൻ തുടങ്ങി. അവൾ പറഞ്ഞതിലും എഴുതിയതിലും അകം പൊരുൾ പോലെ അവ ളുമുണ്ട്. ഒരു പെൺകുഞ്ഞിന്റെ ജനനം മുതൽ മരണം വരെയോ ചില പ്പോൾ മരണത്തിനു ശേഷവും അവൾക്കു പൊരുതേണ്ടി വരുന്നു. ഓ രോ കാലഘട്ടവും അവകാശങ്ങൾക്ക് വേണ്ടി പോരാടാൻ സമൂഹം അ വളെ ബാധ്യസ്ഥയാക്കി പല പേരുകളിൽ മുദ്രകുത്തെപ്പെടുന്നു. ചില പ്പോൾ സ്വന്തം ഇഷ്ടങ്ങൾക്കായും, ചിലപ്പോൾ വ്യക്തിത്വത്തിനായും ത ന്റെ സ്വാതന്ത്ര്യത്തിനായും ഓരോ പെണ്ണും പോരാടുന്നു. അവൾ മൗ നം അവലംബിക്കുകയോ തോറ്റു കൊടുക്കുകയോ ചെയ്യാതെ മുന്നേ റാൻ ശ്രമിക്കുന്നു. സ്ത്രീകൾ തങ്ങളുടെ വ്യക്തിത്വത്തിലേക്കുള്ള പ്ര യാണത്തിൽ മുറിവേൽക്കുന്നത് സ്വാഭാവികമാണ്. ആ മുറിവുകൾ ആ രും കാണാറില്ല അല്ലെങ്കിൽ കാര്യമാക്കാറില്ല.

ജീവിതം എത്തിപ്പെട്ടു നിൽക്കുന്ന സാഹചര്യങ്ങളിൽ ഓരോ വേഷ വും മനോഹരമായി വിജയിപ്പിക്കാൻ അവർ ശ്രമിച്ചു കൊണ്ടേയിരിക്കു ന്നു. മേൽ പറഞ്ഞതിനോട് ചേർത്ത് പ്രണയം, സ്നേഹം, സൗഹൃദം, കുടുംബം, എന്നിങ്ങനെ വ്യത്യസ്ത തലങ്ങളിൽ അവൾ നേരിടേണ്ടി വ രുന്ന പ്രതിസന്ധികളെ കുറിച്ച് ഐന്ദ്രികം എന്ന ഈ നോവലിലൂടെ എഴുത്തുകാരി വരച്ചിടുന്നു. ലളിതമായ ഭാഷ എപ്പോഴും വായനയിലേ ക്ക് മനുഷ്യമനസ്സിനെ ചേർത്ത് നിർത്തുന്നതിൽ മുഖ്യപങ്കു വഹിക്കു

ന്നു. ഈ നോവലും അതിനു ഒരു നല്ല ഉദാഹരണം തന്നെയാകും. യാതൊരു മുഷിപ്പുമില്ലാത്താതെ സുഗമമായി വായനക്കാരനെ പിടിച്ചി രുത്തുന്നുണ്ട്.

ലളിതമായ ഭാഷകൊണ്ട് മാത്രം ഒരു നോവൽ വിജയിക്കുമെന്നു ഞാൻ കരുതുന്നില്ല. നോവൽ പറഞ്ഞു വയ്ക്കുന്ന വ്യക്തിഗതവും സാമൂഹിക വുമായ പരിതഃസ്ഥിതികൾ, കഥാപാത്രങ്ങളുടെ രാഷ്ട്രീയം എന്നിങ്ങനെ പലവിധചേരുവകൾ ഒരു നോവലിനെ വായനക്കാരനുമായി ബന്ധിപ്പി ക്കുന്നതിൽ പങ്കു വഹിക്കുന്നു. അത്തരം ചേരുവകകൾ ഉള്ള എട്ട് സ്ത്രീ കഥാപാത്രങ്ങളും അവരുടെ സംഘർഷങ്ങളും, അവർ ജീവിതത്തിൽ നേരിടുന്ന കാഴ്ചയും നോവലിലൂടെ നമുക്ക് കാണാം. അവയെ വ്യത്യ സ്തമായി അവതരിപ്പിക്കാൻ എഴുത്തുകാരി ഉപയോഗപ്പെടുത്തിയത് കത്തുകളിലൂടെയാണ്. വർഷങ്ങളുടെ അകലത്തിൽ കത്തുകൾ എത്തി ക്കുന്ന സന്ദേശങ്ങൾ ദേവാർച്ചയിലെ അഗ്രഹാരവീടുകളിൽ ഇന്ദുഗോ പൻ എത്തിക്കുമ്പോൾ ചുരുളഴിയുന്നത് പലരുടെയും ഭൂതവും വർത്ത മാനകാലങ്ങളുമാണ്. അവയിൽ നഷ്ടപ്പെട്ടുപോയ അനേകം സ്വപ്നങ്ങ ളും പ്രതീക്ഷകളുമുണ്ട്. എന്നാൽ കാലത്തിനു അതീതമായ ചില ആ നന്ദങ്ങളും നിഗൂഢതകളും കഥാപാത്രങ്ങളുടെ ഭാവി നിർണയിക്കുന്നു.

എട്ടു കത്തുകളിലൂടെ എഴുത്തുകാരി ചോദ്യം ചെയ്യുന്നത് സമൂഹ ത്തിൽ വേരോടിക്കൊണ്ടിരിക്കുന്ന എട്ടു അനീതികളുടെ നേർകാഴ്ചക ളെയാണ്. അവയിൽ നിന്നുമുള്ള മനുഷ്യജന്മങ്ങളുടെ അതിജീവനം പ റയേണ്ടത് വായനക്കാരോടുള്ള തന്റെ കടമയായി അവർ കാണുന്നു. അതിൽ ഏറ്റവും എടുത്തു പറയേണ്ടത് അച്ഛൻ ഔദ്യോഗിക ചുമതല യിൽ ബാക്കി വച്ച കത്തുകൾ ഉടമസ്ഥരെ ഏൽപ്പിക്കാൻ എത്തുന്ന ഇ ന്ദുഗോപനെ ആ കത്തുകളിൽ ഒന്ന് സ്വന്തം ജീവിതവുമായി കെട്ടുപി ണഞ്ഞ ഭൂതകാലത്തിലേക്ക് നയിക്കുന്നു. ഇന്ദുഗോപൻ ചോദ്യങ്ങളുടെ ഉത്തരം അന്വേഷിച്ചു എത്തിപ്പെട്ടത് ആ ഗ്രാമത്തിൽ അയാളെ കാത്തി രുന്ന ഐന്ദ്രികയുടെ മുന്നിലാണ്. ഒരു ഗ്രാമവും അവിടെ ഉറങ്ങിക്കിട ന്ന അനേകം ജീവിത കഥകളും ഇന്ദുഗോപനു മുന്നിൽ സ്നേഹം വിള മ്പുന്ന അഴകി പറയുമ്പോൾ അവർ അവനിൽ ഒരു മകനെ കൂടി കാ ണുകയായിരുന്നു. ആചാരങ്ങളും അനുഷ്ഠാനങ്ങളും ദേശവും കാഴ്ചക ളും വിവരിക്കുമ്പോൾ അവിടുത്തെ രുചിക്കൂട്ടുകൾ കൂടി വായനക്കാര ന്റെ ഹൃദയത്തോട് സംവദിക്കുന്നു. ദേവാർച്ചയിൽ ജീവിതങ്ങൾ പറഞ്ഞു തുടങ്ങിയെങ്കിലും അവയിലൂടെ മഹാഭാരത ഐതീഹത്തിലൂടെ ഇന്നി ന്റെ ലോകത്തു അർദ്ധനാരീശ്വര സങ്കൽപ്പവും ഈ കാലഘട്ടത്തിലെ

ത്തി നിൽക്കുന്ന അവരുടെ ജീവിത ഗതിവിഗതികളിലൂടെയും സമൂഹ
ത്തിനോട് പല ചോദ്യങ്ങളും, അവയ്ക്കുള്ള ഉത്തരങ്ങളും ഐന്ദ്രിക ന
മ്മുക്ക് മുന്നിൽ വെക്കുന്നു. എന്താണ് ഇന്ദുഗോപനായി ഐന്ദ്രിക പറ
യാൻ ബാക്കി വച്ച കഥ?

ഐന്ദ്രികം ഒരു യാത്രയാണ് ഇന്ദുഗോപന്റെ യാത്ര!

ഇനി ആ യാത്ര രസച്ചരടിലൂടെ വായനക്കാരായ നിങ്ങളുടേതും ആ
കട്ടെ എന്ന് ആശംസിക്കുന്നു.

ദേവാർച്ച

പുറത്തെ കാഴ്ചകളിലേക്ക് കണ്ണുടക്കി ഇരിക്കുമ്പോഴും ഇന്ദുഗോപ ന്റെ മനസ്സ് പ്രക്ഷുബ്ധമായിരുന്നു. ആ ജാലകക്കാഴ്ചകളൊക്കെയും അവയിലേക്ക് അവനെ ആകർഷിക്കുകയായിരുന്നു. അവൻ പാലക്കാടു നിന്ന് ബസ് കയറുമ്പോൾ ഇത്രയും നീണ്ട യാത്രയായിരിക്കുമെന്നു ക രുതിയില്ല, തന്നെയുമല്ല അവിടേക്കുള്ള അവന്റെ ആദ്യത്തെ യാത്രയാ ണ്. സന്ധ്യ മയങ്ങി ചുറ്റും ഇരുട്ട് വീണു തുടങ്ങിയിരിക്കുന്നു.

പാലക്കാടിന് പൊതുവെ നഗരത്തിന്റെ ഛായ കുറവും ഗ്രാമ്യാന്ത രീക്ഷം കൂടുതലുമാണ്. പാതയ്ക്ക് ഇരുവശവും പരന്നു കിടക്കുന്ന പാ ടങ്ങളും തല ഉയർത്തി നിൽക്കുന്ന കരിമ്പനകളും അതിന് മേമ്പൊടി യായി സ്നേഹത്തോടെ തലോടുന്ന പാലക്കാടൻ കാറ്റും.

അത് അവനെ കടന്നു പോയപ്പോൾ കണ്ണുകൾ താനെ അടഞ്ഞു പോയി. മണിക്കൂറുകൾ നീണ്ട തീവണ്ടി യാത്രയ്ക്ക് ശേഷം, വീണ്ടും ദൈർഘ്യമുള്ള ഒരു ബസ് യാത്ര അവനെ ക്ഷീണിപ്പിച്ചു. ഏതാനും മണിക്കൂർ കഴിഞ്ഞപ്പോൾ പതിയെ കണ്ണ് തുറന്നു.

ഇപ്പോൾ ബസ് ഏറെ കുറെ ഒഴിഞ്ഞിരിക്കുന്നു.

ദേവാർച്ച!

അവൻ തന്റെ മൊബൈലിൽ ഒന്ന് കൂടി നോക്കി, അതെ തെറ്റിയി ട്ടില്ല. അവിടേക്കാണ് തനിക്ക് പോകേണ്ടത്. ഇത് എന്തൊരു പേരാണ്. ആലോചിച്ചു നോക്കിയാൽ ഈ സ്ഥലപ്പേരിന് ദേവനെ അർച്ചന ചെയ്യു വാൻ ഒരുങ്ങുന്നത് എന്ന അർത്ഥം വരും!

ഇന്ദുഗോപൻ മനസ്സിലോർത്തു. അവൻ വീണ്ടും പുറത്തേക്ക് നോ ക്കി, പാതയ്ക്ക് ഇരുവശവും മരങ്ങളുടെ സാന്ദ്രത കൂടി കൂടി വരുന്നു തു കാരണം ഇരുട്ടിനു കനം വെച്ച് വരുന്നു. ഇടക്ക് ചിലയിടങ്ങളിൽ ഓരോ കവലകളും, അതിനടുത്തായി ചായക്കടയോ വായനശാലയോ കാണുവാൻ സാധിച്ചു. നേരം പോകുന്നത് അനുസരിച്ചു ഓരോ സ്റ്റോ പ്പിലും ആൾക്കാർ ഇറങ്ങിക്കൊണ്ടിരിന്നു. ഇനി ബസിൽ കുറച്ചു യാത്ര ക്കാരേയുള്ളൂ. അപ്പോൾ ബസ്സിലെ കണ്ടക്ടർ വിളിച്ചു പറഞ്ഞു,

"ആരാ അവിടെ ദേവാർച്ചയിൽ ഇറങ്ങണമെന്നു പറഞ്ഞിരുന്നത് അടുത്ത സ്റ്റോപ്പ് ആണ്."

ഇന്ദുഗോപൻ ഇറങ്ങുവാൻ തയ്യാറായി. വണ്ടി ഒന്ന് ഉലഞ്ഞു വഴി തീരെ മോശമാണ് എന്ന് തോന്നി, ഇന്ദുഗോപൻ ജനാലയിലൂടെ പുറ ത്തേക്ക് നോക്കി. ബസ് പാലം കടക്കുയാണ്. തീരെ ഉയരം കുറഞ്ഞ പാലം, നല്ല മഴ പെയ്താൽ കൈവരികളില്ലാത്ത ആ പാലം നിറഞ്ഞു കവിയുമെന്ന് ഒറ്റ നോട്ടത്തിൽ തന്നെ മനസ്സിലായി.

അറ്റവേനലിലും തെളിനീർ പോലെ ഒഴുകുന്ന ദേവനില. പുറത്തെ ഇരുട്ട് കാരണം വ്യക്തമായി കാണുവാൻ പറ്റിയില്ലെങ്കിലും എത്തി വലി ഞ്ഞു നോക്കി.

കർക്കിടകത്തിൽ മുടിയഴിച്ച് കോമരം തുള്ളുന്ന വെളിച്ചപ്പാടിന്റെ ചു വന്ന രക്തമിറ്റ് വീഴുന്ന നീളമുള്ള മുടി പോലെ നീണ്ടു കിടക്കുന്ന നദി എന്നും അച്ഛന്റെ സ്വപ്നങ്ങളിൽ വരാറുണ്ട്. ചുവന്ന രക്തമൊഴുകുന്ന

കൈവഴികളിൽ നിന്ന് രക്ഷനേടാൻ ശ്രമിക്കുന്നത് പോലെ ഇടക്കിടക്ക് മറവിയുടെ മാറാല തട്ടി മറിഞ്ഞുവീണിരുന്ന അച്ഛന്റെ ഓർമ്മകളിൽ പക്ഷേ ദേവനിള ഇടക്ക് മികവോടെ തെളിഞ്ഞുവരാറുണ്ട് എന്ന് അവ നോർത്തു.

ഒരു നൂലറ്റ പട്ടം പോലെ മനസ്സിന്റെ കെട്ടഴിച്ചു വിട്ടപ്പോൾ പറക്കു വാൻ തുടങ്ങി. കഥകളിൽ മാത്രം കേട്ടിരുന്ന ദേവനിള അവനിൽ ഏറെ ഓർമ്മകൾ നിറച്ചു.

അപ്പോഴേക്കും ബസ് പാലം കടന്നു വീണ്ടും റോഡിൽ കടന്നിരു ന്നു. വഴിവിളക്കുകൾ ഇരുട്ട് വീണ നിരത്തിലേക്ക് മിഴി തുറന്നു. ബസ്സി റങ്ങി അവൻ ചുറ്റും നോക്കി, ഇനി എങ്ങോട്ടേക്കാണ് തനിക്കു പോകേ ണ്ടത്.

അവിടെ ഒരു ചായക്കടയും പിന്നെ ഒരു പഴയ ബസ് സ്റ്റോപ്പ് എന്ന് വിളിക്കാവുന്ന ഒരു ഓലഷെഡ്ഡും കണ്ടു. ഇനി പോകേണ്ടയിടം ആരോ ടെങ്കിലും ചോദിക്കാമെന്നു കരുതി അങ്ങോട്ടേക്ക് നടന്നു. ആ ചെറിയ കവലയുടെ ഇരുവശവും ഇടതൂർന്ന മരങ്ങളുണ്ട്. വീടുകൾ നന്നേ കുറ വുമാണ്. ചായക്കടയിൽ അപ്പോഴും കുറച്ചുപേർ ഇരിക്കുന്നുണ്ട്. മുന്നോ ട്ടേക്കു നടന്നു തുടങ്ങിയപ്പോഴേക്കും പിന്നിൽ നിന്നൊരു വിളികേട്ടു.

"ഇന്ദുഗോപൻ..."

തിരിഞ്ഞു നോക്കുമ്പോൾ അരണ്ട വെളിച്ചത്തിൽ വെള്ളഷർട്ടും മു ണ്ടും ധരിച്ച് തന്റെ നേർക്ക് അല്പം ധൃതിയിൽ നടന്നു വരുന്നൊരാളെ കണ്ടു.

"ഗിരിയേട്ടൻ" അവന്റെ ചുണ്ടുകൾ മന്ത്രിച്ചു. അപ്പോഴേക്കും അയാൾ അടുത്ത് എത്തിയിരുന്നു. അവൻ ആഗതനെ നോക്കി ഒന്ന് പുഞ്ചിരിച്ചു.

മുടി അങ്ങിങ്ങായി നരച്ചു തുടങ്ങിയ ഒരു കുറിയ മധ്യവയസ്കൻ.

"ഇങ്ങ് എത്താൻ ഒരുപാട് ബുദ്ധിമുട്ടിയോ?" അയാൾ ചോദിച്ചു.

അവൻ ഉവ്വെന്നോ ഇല്ലെന്നോ മറുപടി പറഞ്ഞില്ല. അയാൾ മറുപടി പ്രതീക്ഷിച്ചതുമില്ല എന്ന് തോന്നുന്നു. കുറച്ചു തിരക്കുള്ളത് പോലെ അയാൾ പറഞ്ഞു,

"ഇനി വൈകിയാൽ അങ്ങോട്ടേക്കുള്ള ഓട്ടോ കിട്ടില്ല. വേഗം വരൂ."

അയാൾ മുന്നിൽ നടന്ന് അടുത്തുള്ളൊരു ഊട് വഴിയിൽ അപ്രത്യ ക്ഷമായി. പിന്നെ കേട്ടത് ഒരു പഴഞ്ചൻ ഓട്ടോറിക്ഷയുടെ ഇടവിട്ടുള്ള ശബ്ദമായിരുന്നു. ആ വഴിയിലൂടെ ഇറങ്ങി വന്ന ആ വാഹനത്തിൽ കയറി. പുറത്തു ഘനീഭവിച്ചിരുന്ന ഇരുട്ടിലും ഇന്ദുഗോപന്റെ മനസ്സ് പ്രക്ഷുബ്ധ മായിരുന്നു. വളഞ്ഞു പുളഞ്ഞു പോകുന്ന ദേവനിളയുടെ കൈവഴി പോ

ലെ നീണ്ട് നിവർന്നു കിടക്കുന്ന ചെമ്മൺ പാതയിലൂടെ അവരെയും വ
ഹിച്ചു കൊണ്ട് ആ ശകടം ആടിയാടി മുന്നോട്ടു പോയി. വഴിയിലെ നു
റുങ്ങു പ്രകാശം പരത്തുന്ന മിന്നാമിനുങ്ങുകളും നീട്ടിക്കൂവുന്ന രാക്കിളി
കളും, മരങ്ങൾക്കിടയിലൂടെ ഒളിച്ചു തെന്നിമറയുന്ന ചന്ദ്രനും ആ രാത്രി
യെ കൂടുതൽ മനോഹരമാക്കി. കയ്യിലുള്ള ബാഗ് അവൻ മുറുക്കെ പിടി
ച്ചിരുന്നു. ഗിരി അവനോട് എന്തൊക്കയോ ചോദിക്കുന്നുണ്ടായിരുന്നു.
അവയ്ക്കു മറുപടി പറയുമ്പോൾ അവന്റെ മനസ്സ് അസ്വസ്ഥമായിരു
ന്നു. ഏതാണ്ട് അര മണിക്കൂർ കഴിഞ്ഞപ്പോൾ അവർ ഒരു പഴയ ഓടിട്ട
വീടിന് മുന്നിലെത്തി. ഗിരിധരൻ ഇറങ്ങി മുന്നോട്ടു നടന്നു.

തന്റെ മടിയിൽ നിന്നൊരു താക്കോൽ എടുത്ത് അയാൾ വാതിൽ തു
റന്നു. സ്വിച്ചിട്ടപ്പോൾ പുറത്തുള്ള മഞ്ഞ വിളക്കുകൾ മിഴി തെളിഞ്ഞു.
ദീർഘകാലമായി ആരും താമസിക്കാത്തത് കൊണ്ട് അവിടം ഒരു കൊ
ച്ചു വനഭൂമി പോലെ ഉറങ്ങിക്കിടന്നു. ഏറെ ശൂന്യതയുള്ള ഒരു വീട്!
ആ വീട് മനുഷ്യസഹവാസത്തിനായി കാത്തിരുന്നത് പോലെ തോന്നി.
ഒരുപക്ഷേ ഇക്കാലമത്രയും ഈ വീട് അവനെ കാത്തിരുന്നതാവും. അ
ച്ഛൻ താമസിച്ചിരുന്ന വീട്!

"ഭാസ്കരൻ സാർ പോയതിന് ശേഷം ഈ വീട്ടിൽ ആരും താമസി
ച്ചിട്ടില്ല. പിന്നെ സാർ ഇവിടുന്ന് പോകുമ്പോൾ വീണ്ടും വരാം എന്ന് പറ
ഞ്ഞാണ് പോയത്. ഇപ്പോഴും സാറിന്റെ കുറേ സാധനങ്ങൾ ഇവിടെ
യുണ്ട്."

ഇന്ദുഗോപൻ അതിന് മറുപടിയൊന്നും പറഞ്ഞില്ല. അല്ലെങ്കിലും
എന്ത് ഉത്തരം പറയാൻ. ചില ചോദ്യങ്ങൾക്ക് ഉത്തരം ഉണ്ടാവാറില്ല.
ഇതും അതുപോലെയായിരിക്കും. ഇന്ദുഗോപൻ അയാൾക്ക് പുറകിലാ
യി നടന്ന് ചെറിയൊരു മുറിയിലേക്കു കടന്നു. അടുത്ത് ചെറിയ കിടപ്പു
മുറിയും പിന്നെ അതിനോട് ചേർന്ന് അടുക്കളയും. ഇതായിരുന്നു ആ
വീടിന്റെ ഉൾവശം. കിടപ്പുമുറിയിൽ ഒരു ചെറിയ കട്ടിലും ഒരു പഴകിയ
ചുമരലമാരയും ഉണ്ടായിരുന്നു. അടുക്കള ഉപയോഗശൂന്യമായി കിടക്കു
ന്നത് കണ്ട് അച്ഛൻ ഒരിക്കലും ഒരു ചുടുവെള്ളം പോലും അവിടെ തിള
പ്പിച്ചിട്ടില്ലെന്നു തോന്നി. അടുക്കളയുടെ ഒരു വശത്തായി ഒരു മേശയും
കസേരയും ഉണ്ടായിരുന്നു. അത് ഊണു മേശയായും എഴുത്തു മേശ
യായും അച്ഛൻ ഉപയോഗിച്ചിരിക്കുമെന്ന് അവൻ ഊഹിച്ചു. ഇന്ദുഗോ
പൻ മുൻവശത്തെ മുറിയിലേക്ക് നടന്നു. മുന്നിൽ അഴിയിട്ട ജനാലയു
ടെ വിരി കാറ്റത്തു പറക്കുന്നുണ്ടായിരുന്നു. വീടിന്റെ ഉൾവശം വൃത്തി
യാക്കി വെച്ചിരുന്നു. അവന്റെ നോട്ടത്തിന്റെ അർത്ഥം മനസ്സിലാക്കിയ

ഗിരി പറഞ്ഞു.

"ഭാസ്കരേട്ടന്റെ മോൻ വരുന്നെന്നു പറഞ്ഞപ്പോൾ അഴകി വന്നു ഇവിടം വൃത്തിയാക്കിയിട്ടു. രാവിലെ ഭക്ഷണവും കൊണ്ട് അവള് വരും. എല്ലാം പഴയപടിയെ നടക്കട്ടെ. ഭാസ്കരൻ സാർ ഉണ്ടായിരുന്നപ്പോൾ മുതൽ ഇവിടെ എല്ലാം ചെയ്തിരുന്നത് അവളായിരുന്നു. ഇനി ഇപ്പോൾ മറ്റൊരാളെ നോക്കേണ്ടല്ലോ എന്ന് ഞാനും കരുതി."

ഇന്ദുഗോപൻ അതിനും മറുപടി പറയാതെ ജനാലയിലൂടെ പുറത്തേ ക്കു കണ്ണുകൾ പായിച്ചു. വീണ്ടും എല്ലാം പുനർജ്ജനിക്കുമോ? അച്ഛ ന്റെ ജീവിതത്തിലെ നല്ലൊരു പങ്കും ഇവിടെയാണ് ചിലവഴിച്ചത്. ഇവി ടെ നിന്ന് തന്നെ തന്റെ ജീവിതവും തുടങ്ങണം എന്ന് നിർബന്ധമുണ്ടാ യിരുന്നു. ഇപ്പോൾ അത് ഒരു ഉത്തരവാദിത്തം കൂടിയായിരിക്കുന്നു. അ ല്പസമയത്തിനുള്ളിൽ ഗിരിയേട്ടൻ യാത്ര പറഞ്ഞിറങ്ങി.

ഇന്ദുഗോപൻ ഉമ്മറത്തെ വാതിലടച്ച് പതുക്കെ മുറിയിലേക്ക് നടന്നു. അച്ഛന്റെ സാന്നിധ്യമുള്ള വീട്!

ഒരുപക്ഷേ ഇതും തന്റെ നിയോഗമായിരിക്കാം. അവൻ വെളിച്ചം അണച്ചു ഒന്ന് ഉറങ്ങുവാൻ ശ്രമിച്ചു നോക്കി. അച്ഛന്റെ മരണശേഷം രാ ത്രിയുറക്കം അന്യം നിന്നു പോവുന്നു. ഓർമ്മകൾക്കു വസന്തമോ ശി ശിരമോ അല്ല മറിച്ചു കല്ലിൽ തട്ടി മുറിഞ്ഞ കാൽവിരലിന്റെ കൊളുത്തു ന്ന വേദനയാണ്. അവസാനമായി ഇവിടുന്ന് പോകുമ്പോൾ അച്ഛൻ തീ രെ വയ്യാതെയായിരുന്നു. കുടുംബത്തോടൊപ്പം താമസിച്ചാൽ ആ അവ സ്ഥയ്ക്ക് ഒരല്പം സമാധാനം കിട്ടുമെന്ന് പ്രതീക്ഷിച്ചു അച്ഛൻ ദീർഘ മായ ലീവ് എടുത്ത് വീട്ടിലെത്തി. രാത്രികാലങ്ങളിൽ തീരെ ഉറക്കമില്ലാ ത്ത അവസ്ഥയിലുള്ള അച്ഛനെ അവന് ഓർമ്മ വന്നു. അച്ഛന്റെ മനസ്സി നായിരുന്നു അസുഖം എന്ന് തിരിച്ചറിയാൻ പിന്നെയും ഒരുപാട് വൈകി.

ആദ്യമൊക്കെ അച്ഛൻ മിണ്ടാതെ ഒരു മുറിയിൽ ഇരിക്കുമ്പോൾ അമ്മ യോ മുത്തശ്ശിയോ അടുത്ത് ചെന്നാലും ഒന്നും പറയാറില്ലായിരുന്നു. ഒരു തരം സ്വയമേ സൃഷ്ടിച്ച ബന്ധനത്തിൽ അച്ഛൻ ഉഴറുന്നത് അവൻ കണ്ടി ട്ടുണ്ട്. പലതും പറയാനുണ്ടായിരുന്നിട്ടും പറയാനാവാതെ അച്ഛൻ പ്രയാ സപ്പെട്ടു. ആ വേദന അസഹ്യമാവുമ്പോൾ അച്ഛൻ കരഞ്ഞു നിലവി ളിച്ചു.

പിന്നീട് സംഭവിച്ചത് എല്ലാം ഒരു ദുഃസ്വപ്നമാണെന്ന് ഇന്ദുഗോപന് തോന്നി.

അച്ഛന്റെ ജല്പനങ്ങൾ വീടിന്റെ ഉറക്കം കെടുത്താൻ തുടങ്ങി. ഓ ന്നൊഴിയാതെ ഒന്നിടവിട്ട് പ്രശ്നങ്ങൾ വീട്ടിൽ തലപൊക്കി. എന്നും രാ

ത്രികാലങ്ങളിൽ അച്ഛൻ വിളിച്ചു കൂവി,
    "ദേവി എന്റെ ദേവി..."

അങ്ങനെ ഒരു നാൾ അച്ഛന്റെ ദേവി വിളിക്ക് ശമനമുണ്ടാക്കാൻ നാ
ട്ടിലെ ദേവി ക്ഷേത്രത്തിൽ ഭജനമിരിക്കാൻ പോകാം എന്ന് മുത്തശ്ശിയു
ടെ അഭിപ്രായം മാനിച്ചു അവിടേക്കു കൊണ്ട് പോയി. അമ്മയും മൂത്ത
ശ്ശിയും അച്ഛന്റെ ഇടവും വലവും ഇരുന്ന് ദേവി കീർത്തനങ്ങൾ പാടി.
അച്ഛന്റെ നിസ്സംഗമായ കണ്ണുകളും വീണ്ടും ചലിക്കാൻ ഒരുമ്പെടുന്ന
ചുണ്ടുകളും അവരിൽ ഭീതിയുണർത്തി. എങ്കിലും ഒരാഴ്ച കാലം വലി
യ സംഭവങ്ങൾ ഒന്നും ഇല്ലാതെ അവർ ഭജന പൂർത്തിയാക്കി വീട്ടിൽ
തിരിച്ചെത്തി. പിന്നെ കുറച്ചു കാലം എല്ലാം ശാന്തമായിരുന്നു. പക്ഷേ
പെട്ടെന്നൊരു നാൾ വീണ്ടും കാര്യങ്ങൾ കീഴ്മേൽ മറിഞ്ഞു. പകലെ
ന്നോ രാത്രിയെന്നോ വകഭേദമില്ലാതെ മുഴങ്ങിയ കരച്ചിലുകൾക്ക് അവ
ന്റെയും അമ്മയുടെയും ഹൃദയം കൊത്തി മുറുവേൽപ്പിച്ചിരുന്നത് അ
ച്ഛൻ അറിയുന്നുണ്ടായിരുന്നില്ല.

മഴയുള്ളൊരു രാത്രി മുറിയിൽ നിന്ന് കുതറിയോടാൻ ശ്രമിച്ച അച്ഛ
നെ പിടിച്ചു ഇറയത്ത് കിടത്തുമ്പോൾ അവന്റെ നെഞ്ചകം പൊള്ളുന്നു
ണ്ടായിരുന്നു. രക്തം കിനിഞ്ഞിറങ്ങുന്ന മുറിവുകൾ പോലെ വേദന അവ
രുടെയുള്ളിൽ രൂപപ്പെട്ടു.

മുന്നാത്മാക്കളുടെ ചൈതന്യം ആവാഹിച്ചെടുക്കുന്നത് പോലെ അ
ച്ഛൻ അവിടെ കിടന്നു ഭ്രാന്തമായ ആവേശത്താൽ നിലവിളിച്ചു.

    "എന്റെ ദേവി, ദേവി..."

വീണ്ടും ദേവി ക്ഷേത്രത്തിൽ ഒരു ഭജന ഇരിക്കാമെന്ന് പറയുവാൻ
തുനിഞ്ഞ മുത്തശ്ശിയോട് അച്ഛനെ ഡോക്ടറുടെ അടുക്കൽ കൊണ്ട് പോ
കാമെന്നു പറയുമ്പോൾ, അച്ഛന് ഇനിയൊരു തിരിച്ചു വരവു ഉണ്ടാകു
മെന്ന് അവന് ഉറപ്പില്ലായിരുന്നു.

എന്നാൽ രാവിലെ അച്ഛൻ അവനോടൊപ്പം പോകാൻ സമ്മതിച്ചു.
അതും ഒരു അനുഗ്രഹമായി അവൻ കണക്കാക്കി. ഡോക്ടറോട് അച്ഛ
ന്റെ രോഗാവസ്ഥയെ കുറിച്ചു അധികം പറയാൻ അമ്മയ്ക്കോ അവ
നോ സാധിച്ചില്ല. ജോലി സ്ഥലത്ത് അച്ഛന്റെ സ്വഭാവത്തിലുള്ള വ്യത്യാ
സം അറിയാനായിരുന്നു അന്ന് ആദ്യമായി അച്ഛന്റെ ഡയറിയിൽ നിന്ന്
തപ്പി എടുത്ത് ഗിരിധർ എന്ന ഗിരിയേട്ടന്റെ നമ്പറിലേക്ക് വിളിക്കുന്നത്.
അച്ഛൻ ഏറെ കാലമായി ദിവസങ്ങളോളം ജോലിക്കു പോവാതെ ലീവ്
എടുത്ത് വീട്ടിൽ തന്നെ കഴിച്ചു കൂട്ടിയ വിവരം ഗിരിധരനായിരുന്നു അവ
നോട് പറഞ്ഞത്. ഈ വിവരം വീട്ടിൽ ആർക്കും അറിയില്ലായിരുന്നു.

അമ്മയോട് പോലും അച്ഛൻ തന്റെ ഒരു കാര്യവും പങ്കുവെക്കാറില്ല എന്ന് മനസ്സിലാക്കിയപ്പോൾ അവരെ കൂടുതൽ വേദനിപ്പിക്കാൻ ഇന്ദുഗോപൻ തോന്നിയില്ല. പക്ഷേ അപ്പോൾ കൂടുതൽ അറിയാനോ അന്വേഷിക്കാനോ സമയവുമില്ലായിരുന്നു.

അച്ഛന് മരുന്നും മെഡിറ്റേഷനും ചെറിയ തോതിൽ ജോലിയും ചെയ്യുവാൻ ഡോക്ടർ നിർദ്ദേശിച്ചു. ജീവിതം വീണ്ടും കരയ്ക്കടുക്കുന്നു എന്ന് തോന്നിയ നിമിഷങ്ങളായിരുന്നു അവ. ആ ദിവസങ്ങളിൽ അച്ഛൻ പൂർണ്ണമായും സുഖപ്പെട്ട് വീണ്ടും ജോലിയിലേക്ക് പ്രവേശിക്കും എന്ന് തോന്നിയിരുന്നു. എന്നാൽ വിധി കാത്തു വെച്ചതു മറ്റൊന്നായിരുന്നു. ഒരു തണുത്ത പ്രഭാതത്തിൽ മഴക്കൊപ്പം വീണ്ടും മറ്റൊരു ദുരന്തം കടന്നു വന്നു. അച്ഛനെ പതിവ് പോലെ വിളിക്കാൻ മുറിയിലേക്ക് പോയ അമ്മയുടെ നിലവിളിയാണ് പിന്നെ കേട്ടത്.

ഉറങ്ങുന്ന പോലെ കിടക്കുന്ന അച്ഛനെ എടുത്ത് ഹോസ്പിറ്റലിലേക്ക് ഓടുമ്പോൾ കൈകളിലേക്ക് തരിച്ചിറങ്ങിയ തണുപ്പ് അവനോട് ആ സത്യം പറയുന്നുണ്ടായിരുന്നു. സത്യങ്ങൾ എന്നും കടുത്ത ദുഃഖം മാത്രമേ സമ്മാനിക്കാറുള്ളൂ.

അതിനോട് വൃഥാ കലഹിച്ചു കൊണ്ട് കയ്പായ സത്യത്തെ ഉൾക്കൊള്ളുവാൻ ഇന്ദുഗോപനും തയ്യാറായി.

അന്ന് വൈകിയിട്ട്, തൊടിയിലെ മാവിൻ ചോട്ടിൽ ഒരുങ്ങിയ ചിതയിൽ അച്ഛൻ എരിഞ്ഞൊടുങ്ങുമ്പോൾ അവൻ കരയാൻ കഴിയാത്തവിധം നിസ്സംഗനായിരുന്നു.

ഒരായിരം ചോദ്യങ്ങളൊന്നും ഉണ്ടായിരുന്നില്ല, അവന്റെ മനസ്സിൽ അച്ഛൻ ഒരു ചോദ്യം അവശേഷിപ്പിച്ചിരുന്നു.

കുറച്ചു നാൾമാത്രമാണെങ്കിലും ഭ്രാന്തമായ അവസ്ഥയില്ലാതെ അച്ഛനെ കണ്ടിട്ടില്ല. പിന്നെ ഒന്നുമവശേഷിപ്പിക്കാതെ എന്നന്നേക്കായി മറയുവാനുമാണോ അച്ഛൻ തങ്ങളുടെ അടുത്തേക്ക് വന്നത്. ഒരുതരം സംഭ്രമം നിറഞ്ഞ നിമിഷങ്ങളായിരുന്നു. അച്ഛന്റെ അസുഖവും അത് വരാനുള്ള കാരണവും അറിയാനുള്ള വഴിയും എന്നെന്നേക്കുമായി മറഞ്ഞു പോയെന്നു അവന്റെ മനസ്സ് പറഞ്ഞു.

അവൻ ഒരു ദീർഘ നിശ്വാസമെടുത്തു. പക്ഷേ തന്റെ നിയോഗത്തിന്റെ അവസാനം അവിടെ ആയിരുന്നില്ലെന്ന് കാലം അവനു കാണിച്ചു കൊടുത്തു. ഏതാനും ദിവസങ്ങൾക്കു ശേഷം അച്ഛന്റെ മുറി വൃത്തിയാക്കാൻ കയറിയ അമ്മ വിളിച്ചത് കേട്ട് മുറിയിൽ എത്തിയ ഇന്ദുഗോപൻ തരിച്ചു പോയി. അച്ഛന്റെ അവശേഷിപ്പുകൾ ഒതുക്കി വെക്കാൻ ശ്രമിച്ച

തായിരുന്നു അമ്മ. ജോലിസ്ഥലത്തും നിന്ന് അവസാനം വീട്ടിലേക്കു വ
ന്നപ്പോൾ അച്ഛൻ കൂടെ കൊണ്ട് വന്ന കുറച്ചു സാധനങ്ങൾ കട്ടിലിനടി
യിൽ വെച്ചിരുന്നു. ആ കൂട്ടത്തിൽ ഉണ്ടായിരുന്ന ഒരു പഴയ ബാഗിലെ
സാധനങ്ങൾ കണ്ടിട്ടാണ് അമ്മ അവനെ വിളിച്ചതു. അതിനുള്ളിൽ കെട്ടു
കളായി കുറേയേറെ കത്തുകൾ കുത്തി നിറച്ചിരുന്നു. സംഭ്രമത്തോടെ
ആ കെട്ടുകൾ വലിച്ചിടുന്ന അമ്മയുടെ അടുത്ത് ഇരിക്കുമ്പോൾ അതേ
അളവിൽ അവന്റെയുള്ളിലും വിഭ്രാന്തി ഉടലെടുത്തു. അവൻ പുറത്തേ
ക്ക് വീണ കത്തുകൾ ഓരോന്നായിയെടുത്ത് നോക്കി. മിക്കതും കാലപ
ഴക്കവും ഈർപ്പവും കാരണം നിറം മങ്ങി വായിക്കാൻ പറ്റാത്ത അവ
സ്ഥയിലായിരുന്നു. അമ്മയെ അവിടുന്ന് മാറ്റി നിർത്തി, ആ മുറി അട
ക്കുവാൻ ശ്രമിച്ചെങ്കിലും അവനെ ശക്തമായി എതിർത്ത് അവിടെത്ത
ന്നെ നിന്ന അമ്മയുടെ പ്രതികരണം അവനെ വീണ്ടും ഞെട്ടിച്ചു.

"മോനേ, നിന്റെ അച്ഛന്റെ അസുഖം ആയിരിക്കാം അദ്ദേഹത്തെ
കൊണ്ട് അത് ചെയ്യിപ്പിച്ചത്. ഒരിക്കലും സംഭവിക്കാൻ പാടില്ലാത്തതാണ്.
എത്രയോ പേർ ഈ കത്തുകൾക്കായി കാത്തിരുന്നിട്ടുണ്ടാകും ഇതിൽ
എത്ര മോഹങ്ങളും സ്വപ്നങ്ങളും ഉണ്ടാവും. ഒരുപക്ഷേ ഇത് കൈപ്പ
റ്റാത്തവർ ഈ കത്തുകൾക്കായി ഇന്നും കത്തിരിക്കുന്നുണ്ടാവും. അ
യ്യോ ഇത് പാപമാണ്   ഈ തെറ്റ് ഞാൻ എങ്ങനെ തിരുത്തും?"

വിലപിച്ചു തുടങ്ങിയ അമ്മയെ ഇന്ദുഗോപൻ സമാധാനിപ്പിക്കുവാൻ
ശ്രമിച്ചു. അച്ഛന്റെ മുപ്പതു വർഷത്തെ ഔദ്യോഗിക ജീവിതത്തിന്റെ ശേ
ഷിപ്പ് പോലെ ആ നിറം മങ്ങിയ കത്തുകൾ ആ മുറിയിൽ ചിതറി കി
ടന്നു.

ഉറക്കത്തിനിടയിലും അവന്റെ ചെവിയിൽ അമ്മയുടെ പതം പറച്ചിൽ
മുഴങ്ങി. അവർ ആ കത്തുകളെ നോക്കി ഭയന്നു നിലവിളിക്കുന്നത് അ
വൻ സ്വപ്നം കണ്ടു. തനിക്ക് ഇനി ഉറങ്ങാനാവില്ല എന്ന് ബോധ്യമായ
പ്പോൾ അവൻ കിടക്കയിൽ നിന്ന് എഴുന്നേറ്റു. തന്റെ പുതിയ വാസസ്ഥ
ലത്തിന്റെ ചുറ്റുപാടുമായി പൊരുത്തപ്പെടുവാൻ ശ്രമിച്ചുകൊണ്ട് അവൻ
സൂര്യനുദിക്കുവാൻ കാത്തിരുന്നു.

രാവിലെ തന്നെ കുളിച്ചു ഒരുങ്ങുവാൻ തുടങ്ങുമ്പോൾ വാതിലിൽ
മുട്ട് കേട്ടു. മുൻവശത്തെ വാതിൽ തുറക്കാനടുത്തപ്പോഴാണ് ഇന്ദുഗോ
പന് മനസ്സിലായതു കൊട്ട് മുൻവശത്തല്ല, പിൻവശത്തുള്ള വാതിലിലാ
ണെന്ന്. അവൻ അടുക്കള വാതിൽ തുറക്കുമ്പോൾ ഒട്ടും പരിചയമില്ലെ
ങ്കിലും ചിരിച്ച മുഖത്തോടെ അല്പം പ്രായമായൊരു സ്ത്രീ കയ്യിൽ
കുറച്ചു പാത്രങ്ങളുമായി നിൽക്കുന്നു.

"ഇന്നലെ എത്തുമ്പോൾ വൈകിയല്ലേ? ഗിരിയണ്ണൻ പറഞ്ഞിരുന്ന ത് കൊണ്ട് ഞാൻ വീട് മൊത്തം വൃത്തിയാക്കിയിരുന്നു. രാത്രിക്കു ഭ ക്ഷണം വേണോ എന്ന് ചോദിക്കാനായി ഒന്ന് രണ്ടു വട്ടം വന്നു പക്ഷേ അപ്പോഴും ആളെത്തിയില്ല. ഇനി എല്ലാ ദിവസവും ഞാൻ കൊണ്ട് വ ന്നു തരാം."

ഓരോന്ന് പറയുമ്പോഴും അവർ കൊണ്ട് വന്ന പാത്രങ്ങൾ ഒന്നൊ ന്നായി നിരത്തി കഴിഞ്ഞിരുന്നു. അതിൽ നിന്ന് ചൂടുള്ള ദോശയുടെയും മല്ലിയിട്ട് അരച്ച ചട്ണിയുടെയും ഗന്ധം മുറിയാകെ പരന്നു. അവർ ഓ രോന്ന് സംസാരിക്കുമ്പോഴും ഇന്ദുഗോപൻ അവരെ സാകൂതം നോക്കു കയായിരുന്നു. അതായിരുന്നു ഗിരിയണ്ണൻ പറഞ്ഞ അഴകി !

അഴകി എന്ന പേരിൽ നിറഞ്ഞിരുന്ന അഴകൊന്നും അവരിൽ അ വന് കാണുവാനായില്ല.

അവരുടെ കറുത്ത നിറവും ഉന്തി നിൽക്കുന്ന പല്ലും, മെലിഞ്ഞ ശരീ രവും അവനിൽ കൗതുകം ഉണർത്തി. അവർ കടുംനിറമുള്ള ചേലചുറ്റി, മുടി മുകളിലേക്ക് കെട്ടിവെച്ചു അതിൽ കുറച്ചു മുല്ല പൂക്കളും തിരുകി വെച്ചിരുന്നു അവർ അത്യധികം വൃത്തിയും വെടിപ്പുമുള്ളതായി അവ നു മനസ്സിലായി. മാത്രമല്ല തന്റെ രൂപത്തിലും കഴിവിലും അപാരമായ വിശ്വാസമുണ്ടെന്നു അവരുടെ രീതികൾ വിളിച്ചു പറഞ്ഞു. തന്നെ നോ ക്കി നിൽക്കുന്ന ഇന്ദുഗോപനെ കണ്ടപ്പോൾ അവൾ തന്റെ മുഴുവൻ പല്ലു കൾ വെളിപ്പെടുന്നൊരു ചിരിയോടെ പറഞ്ഞു,

"ഓ എന്നെ മനസ്സിലായി കാണില്ല ല്ലേ? ഞാൻ അഴകി. ഗിരിധരൻ പറഞ്ഞിരിക്കും എന്നാ ഞാൻ കരുതിയെ. ഞാൻ തന്നെയാണ് ഭാസ്ക രേട്ടൻ ഉണ്ടായിരുന്നപ്പോൾ ഇവിടുത്തെ ജോലിയൊക്കെ ചെയ്തു കൊ ടുത്തിരുന്നത്. ഇനിതൊട്ട് ഞാൻ എല്ലാം ചെയ്യാം."

അഴകിയുടെ വാക്കുകൾ കേട്ട് ഇന്ദുഗോപൻ പതിയെ ചിരിച്ചു. അല്ലെ ങ്കിലും സംസാരിക്കുമ്പോൾ അഴകി തിരിച്ചു മറുപടിയൊന്നും പ്രതീക്ഷി ക്കുന്നില്ലെന്ന് അവനു തോന്നി. അപ്പോഴേക്കും അവൾ അടുക്കള ജോ ലി ആരംഭിച്ചിരുന്നു. അവിടെ നിന്നും വരുമ്പോൾ അവരുടെ കയ്യിൽ ഒ രു മൊന്ത നിറയെ വെള്ളം ഉണ്ടായിരുന്നു.

ഇന്ദുഗോപൻ കഴിക്കാനായി കൈ കഴുകി ഇരുന്നു. അഴകി തൂശനി ലയിട്ട് അതിലേക്ക് ആവി പറക്കുന്ന ദോശയും ചമ്മന്തിയും വിളമ്പി. അ വൾ കയ്യിൽ കരുതിയ ഓട്ടു മൊന്തയിൽ നിന്ന് കാപ്പിയും ഒരു ഗ്ലാസിൽ ഒഴിച്ചു അവിടെ വെച്ചു. അഴകിയുടെ കൃത്യതയുള്ളതും വാത്സല്യത്തോ ടെയുള്ള പെരുമാറ്റവും കരുതലും കണ്ടപ്പോൾ ഇന്ദുഗോപൻ ഒരു നിമി

ഷം അമ്മയെ ഓർത്തു, പിന്നെ സാവധാനം പ്രാതൽ കഴിച്ചു.

അഴകി പിന്നെ അവിടെ നിന്നില്ല, അവൾ സ്ഥിരം ചെയ്യുന്ന പണിക ളിൽ മുഴുകി.

അവൻ അവരെ ശ്രദ്ധിക്കാതെ ഭക്ഷണത്തിൽ മാത്രം ശ്രദ്ധിച്ചു. ത ലേദിവസത്തെ ക്ഷീണവും ഭക്ഷണമില്ലായ്മയും അവനെ തളർത്തിയി രുന്നു. രാവിലെ തന്നെ സ്വാദിഷ്ടമായ ഭക്ഷണം അവന് ഉന്മേഷം നൽ കി. ഇല മടക്കി എഴുന്നേൽക്കുമ്പോഴേക്കും അഴകി ഉമ്മറത്തെ മുറി അ ടിച്ചു തുടച്ചു കഴിഞ്ഞിരുന്നു.

അവൻ കൈ കഴുകി പുറത്തേക്ക് നോക്കി, വീടിന് കുറച്ചു ദൂരത്താ യി കുറേയധികം വീടുകൾ കണ്ണിൽപെട്ടു.

അവൻ തിരിഞ്ഞു അഴകിയെ തിരയുവാൻ തിരിയുമ്പോഴേക്കും അ വൾ മുൻവശത്ത് മുറ്റമടിച്ച് വൃത്തിയാക്കുന്നുണ്ടായിരുന്നു. അവൻ ദൂരേ ക്ക് നോക്കുന്നത് കണ്ടപ്പോൾ അവൾ ചിരിച്ചു കൊണ്ട് പറഞ്ഞു,

"അത് അഗ്രഹാരമാണ്, പട്ടന്മാർ താമസിക്കുന്ന ഗ്രാമം. അതിനുള്ളി ലൊരു ദേവി ക്ഷേത്രവും അടുത്ത് തന്നെ വലിയ കുളവുമുണ്ട്. "

അഴകി പറഞ്ഞ ആ വാക്കുകൾ അവന്റെ ഉള്ളിൽ പതിഞ്ഞു, അഗ്ര ഹാരത്തിലെ ദേവി ക്ഷേത്രം അതായിരിക്കും ചിലപ്പോൾ അച്ഛന്റെ ദേവി! പിന്നെയും അവൾ പറയുന്നതൊന്നും അവൻ കേട്ടിരുന്നില്ല. അവന്റെ കണ്ണുകൾ അവിടെ നിന്ന് നോക്കിയാൽ കാണാവുന്ന ദൂരത്തുള്ള ഗ്രാമ ത്തേക്ക് ആയിരുന്നു.

ഗ്രാമം ഉണർന്നിരിക്കുന്നു. പഞ്ചായത്ത് റോഡിനു ഇരുവശവും പഴ യകാലപ്രതാപം വിളിച്ചോതുന്ന വീടുകൾ അടുത്തടുത്തായുണ്ട്. ഒരു ചുമരിന് ഇരുവശത്തായി രണ്ടു കുടുംബങ്ങൾ താമസിക്കുകയാണ് പ തിവ്. രാവിലെ ആറ് മണിയാകുമ്പോഴേക്കും നിരത്തിലൂടെ ആൾ സ ഞ്ചാരം തുടങ്ങും. ഒരു വളവ് കഴിഞ്ഞ് അങ്ങോട്ടേക്കു തുടങ്ങുന്ന വീതി യേറിയ വീഥിക്ക് ഇരുവശവും കുറച്ചു വീടുകൾ അവന് കാണാം.

അപ്പോഴേക്കും അഴകി മുൻവശത്ത് ചാണകമെഴുകി കോലമെഴുതി ക്കഴിഞ്ഞിരുന്നു, ആ ചെറിയ വീടിന് ഐശ്വര്യം നിറഞ്ഞത് കണ്ടു ഇന്ദു ഗോപന് വല്ലാത്ത സംതൃപ്തിയും സന്തോഷവും തോന്നി. ഇത്രയും ദൈവീകമായ ഒരു സാഹചര്യത്തിൽ വന്നു താമസിച്ചിട്ടും അച്ഛന് ഈ ഗതി വന്നല്ലോ എന്നവൻ ഒരു നിമിഷം ചിന്തിക്കാതിരുന്നില്ല.

വീട്ടിനുള്ളിൽ തിരികെ കയറുമ്പോൾ അഗ്രഹാരത്തിലേക്ക് പോക ണമെന്നു അവൻ നിശ്ചയിച്ചു. അപ്പോഴേക്കും പണികൾ തീർത്തു അഴ കി പാത്രങ്ങളുമായി നടന്ന് കഴിഞ്ഞിരുന്നു. പോസ്റ്റ് ഓഫീസ് ഏഴര മു

തൽ ഉച്ച വരെയാണ് പ്രവർത്തനസമയമെന്നും ഒരു മണിയാകുമ്പോൾ വീട്ടിൽ എത്താനും പറഞ്ഞേൽപ്പിച്ചാണ് അഴകിപോയത്. ഉച്ചക്ക് അവ നെത്തുമ്പോൾ എത്താം എന്ന് പറഞ്ഞു അവർ നടന്നു. അവർ ഇപ്പോഴും അച്ഛനോടുള്ള അവരുടെ കടമ നിർവ്വഹിക്കുകയാണെന്ന് അവന് തോന്നി.

പെട്ടെന്ന് തന്നെ ഇന്ദുഗോപൻ വസ്ത്രം മാറി പോസ്റ്റ് ഓഫീസിലേ ക്ക് പോകുവാൻ ഇറങ്ങി. ആദ്യ ദിവസം നടന്നു പോകുവാനാണു തീരു മാനിച്ചതെങ്കിലും, ആ സമയത്തു വീടിന്റെ മുന്നിൽ ഗിരിയേട്ടൻ !

"ആദ്യ ദിവസമല്ലേ, വഴി അറിയാതെ ബുദ്ധിമുട്ടേണ്ട ഞാനും വരാം കൂടെ."

അതും പറഞ്ഞു അയാൾ മുന്നിലേക്ക് കയറി നടന്നു.

"കുറച്ചധികം നടക്കാനുണ്ട്, വന്ന വഴി മുന്നോട്ടു പോകണം. പിന്നെ വലത്തോട്ട് തിരിഞ്ഞാൽ ഒരു ഊട് വഴിയിലെ ആദ്യത്തെ കെട്ടിടത്തി ലാണ് പോസ്റ്റ് ഓഫീസ്, വാ നടക്കാം."

നാലടി നടന്നപ്പോൾ മുന്നിൽ ഒരു ഓട്ടോ ആളെ ഇറക്കി പോകു ന്നത് കണ്ടപ്പോൾ ഗിരിധരൻ ഓട്ടോ തടുത്ത് കയറി. ഒരുപാടൊന്നും വീ തി ഇല്ലാത്ത ചെറിയ പഞ്ചായത്ത് റോഡിലൂടെ പതുക്കെ പോകുന്ന ഓ ട്ടോയിലിരുന്ന് അവൻ ആ ചുറ്റുപാട് മുഴുവൻ നോക്കി കണ്ടു. റോഡിനു ഇരുവശം പാടങ്ങളും, ചെറുതും വലുതുമായ തൊടികളും അങ്ങിങ്ങായി നിൽക്കുന്ന കരിമ്പനകളും ചെറു കാടുകളും എങ്ങും ഹരിതകമ്പളം വി രിച്ചിരുന്നു. അവന്റെ കണ്ണും മനസ്സും നിറഞ്ഞു. ഇടക്കിടക്ക് ദൃശ്യമാ കുന്ന ഓടിട്ട വീടുകളും ചുറ്റും യഥേഷ്ടം മേയുന്ന ആടുകളും പശുക്ക ളും അവരുടെ കന്നുകാലിസമ്പത്ത് വിളിച്ചോതുന്നുണ്ടായിരുന്നു. തെ ക്കൻ ജില്ലകളിൽ നിന്ന് പാലക്കാട് തികച്ചും വ്യത്യസ്തമായിരുന്നു. തി കച്ചും ലളിതവും സുന്ദരവുമായ നാടും നാട്ടുകാരും. തലേന്ന് രാത്രി വ ന്നിറങ്ങിയതിന് ശേഷം കണ്ട രാത്രി കാഴ്ചയിൽ നിന്ന് ഏറെ വ്യത്യസ് തമായിരുന്നു പകൽ നേരത്തുള്ള ദേവാർച്ച !

തലേന്നു രാത്രി ദേവാർച്ച എന്ന് പറഞ്ഞു അവനിറങ്ങിയ ആ സ്ഥല മെത്തി വീണ്ടും കുറച്ചു ദൂരം മുന്നോട്ടു ചെന്ന് ഓട്ടോ ഒരു ചെറിയ ഊട് വഴിയിലൂടെ കടന്നു രണ്ടാമത്തെ കെട്ടിടത്തിന് മുന്നിൽ നിന്നു. ഇന്ദു ഗോപൻ ഇറങ്ങി, മുന്നിലേക്ക്നോക്കിയപ്പോൾ ചുവന്നക്ഷരത്തിൽ അവി ടെ പോസ്റ്റ് ഓഫീസ് എന്ന് എഴുതിയിരിക്കുന്ന ഓടിട്ട ചെറിയൊരു കെട്ടി ടം കണ്ടു. പോസ്റ്റ് ഓഫീസിലെ ജോലിയിൽ ഇരിക്കുമ്പോഴായിരുന്നു അച്ഛന്റെ മരണം അതുകൊണ്ടു അച്ഛന്റെ ജോലി ഇന്ദുഗോപന് കിട്ടി.

ഓട്ടോയിൽ നിന്നിറങ്ങി ഗിരിധരനും അവനും കൂടി ഉള്ളിലേക്ക് നടന്നു. അകത്തേക്ക് കടക്കുമ്പോൾ മുൻവശത്ത് ഒരു ചെറിയ മുറി അതിൽ അത്യാവശ്യം എഴുതുവാനുള്ള മേശയും ബെഞ്ചും ഇട്ടിരിക്കുന്നു. പിന്നെ ഉള്ളിലേക്ക് ഒരു വലിയ മുറി, അവിടെ നാല് പേർക്ക് ഇരിക്കാവുന്ന തര ത്തിൽ ഉയരമുള്ള മേശ ഇട്ടിരിക്കുന്നു അതിൽ മൂന്ന് കസേരയിലും ആ രൊക്കയോ ഇരിക്കുന്നു, പിന്നെ പോസ്റ്റ് മാസ്റ്ററിന്റെ കസേരയിൽ കുറ ച്ചു പ്രായമായ ഒരാൾ ഇരിക്കുന്നു. ഗിരിധരൻ പരിചയഭാവത്തോടെ അവ രോട് ചിരിച്ച് അവനെ അവർക്ക് പരിചയപ്പെടുത്തി.

കയ്യിലുള്ള അപ്പോയ്ന്റ്മെന്റ് ലെറ്റർ പോസ്റ്റ് മാസ്റ്റർക്ക് കൈമാറു മ്പോൾ മനസ്സിൽ അച്ഛൻ തെളിഞ്ഞു വന്നു. പോസ്റ്റ് മാസ്റ്റർ അവിടെ ര ജിസ്റ്ററിൽ അവന്റെ പേര് എഴുതി ചേർക്കുന്നത് അവൻ നിർവ്വികാരത യോടെ നോക്കി കണ്ടു.

എങ്കിലും ആ നനുത്ത പ്രഭാതം പോലെ എന്നെന്നും മനസ്സിലെ കുളിരു പോലെ അച്ഛന്റെ ഓർമ്മകൾ ഉറങ്ങുന്ന ആ നാട്ടിലെത്തിയത് വെറും യാദൃശ്ചികതയല്ല എന്ന് അവന്റെ ഉള്ളിൽ ആരോ പറയുന്നുണ്ടാ യിരുന്നു, ഇത് ഒരു നിയോഗമാണ് ഒരുപക്ഷേ അച്ഛൻ പൂർത്തീകരിക്കാ തെ പോയ പല കർത്തവ്യങ്ങളും പൂർത്തികരിക്കുവാൻ കൂടി ഈ കാല ഘട്ടം സഹായകമാവും. ഗിരിധരൻ അവനെ അവിടെ ആക്കി പുറത്തേക്ക് നടന്നു. ഇന്ദുഗോപൻ അവിടെ എല്ലാവരെയും പരിചയപ്പെട്ടു.

അവിടെ എല്ലാവർക്കും അവൻ ഭാസ്കരേട്ടന്റെ മോൻ ആയിരുന്നു. ആദ്യ ഘട്ടം എന്ന നിലയിൽ അവൻ പോസ്റ്റ്മാന്റെ ഒഴിവിലാണ് ജോലി ക്ക് കയറിയത്. കുറച്ചു കാലം കൊണ്ട് അവിടെ മുഴുവൻ അവന് പോ കാനാവും ഓരോ വീടും പരിചിതമാകും എന്നയറിവ് അവനു ആശ്വാ സം നൽകി.

അവിടെയുള്ള ക്ലാർക്ക് രാധാമണി ഇന്ദുഗോപന് അവിടെയുള്ള ഭൂ പ്രദേശവും അവിടെയുള്ള മൊത്തമാളുകളുടെ വിവരങ്ങളും അവർക്ക് വരാവുന്ന എഴുത്തുകളുടെ എണ്ണവും പറഞ്ഞു കൊടുത്തു. അന്ന് കൊ ണ്ട് വന്ന കത്തുകൾ തരം തിരിക്കുമ്പോൾ ദേവാർച്ചയിലെ ഓരോ മു ക്കും മൂലയും അവന് അവർ പരിചയപ്പെടുത്തുകയും ചെയ്തു.

ഏതാണ്ട് ഇരുപത് ഇരുപത്തഞ്ച് കത്തുകളെ ഒരു ആഴ്ച വരികയു ള്ളൂ. അത് ചിലപ്പോൾ പത്ത് കത്തിലേക്ക് ചുരുങ്ങും. ചിലപ്പോൾ ക ത്തുകൾ നാമമാത്രമേ ഉണ്ടാവുകയുള്ളൂ. ദേവാർച്ച പോലെ ഒരു ഉൾപ്ര ദേശത്ത് കത്തുകളുടെ എണ്ണത്തിലെ കുറവ് ഇത് സാധാരണമാണെന്ന് രാധാമണി അവന് വിവരിച്ചു കൊടുത്തു.

അല്ലെങ്കിലും അവിടെ ഗൾഫിലും പട്ടാളത്തിലും ജോലിയുള്ള മക്ക
ളും ഭർത്താക്കന്മാരുമുള്ള വീടുകൾ വിരലിൽ എണ്ണാവുന്നതെ ഉണ്ടായി
രുന്നുള്ളു. അന്നത്തെ കത്തുകളുടെ തരംതിരിവ് കഴിഞ്ഞു എഴുത്തുമാ
യി അവൻ പുറത്തിറങ്ങുവാൻ തുടങ്ങുമ്പോൾ പോസ്റ്റ് ഓഫീസിൽ സ
ഹായിയായി നിൽക്കുന്ന മണികണ്ഠൻ അച്ഛന്റെ പഴയ സൈക്കിളുമാ
യി മുന്നിലെത്തി. ഒരു നിമിഷം ഒന്നും പറയാകാനാവാതെ അവൻ വിറ
ങ്ങലിച്ചു നിന്നു പോയി. പതുക്കെ ആ സൈക്കിളിൽ തൊട്ടപ്പോൾ ഒരാ
യിരം ഓർമ്മകളും വികാരങ്ങളും അവന്റെ മനസ്സിലേക്ക് പാഞ്ഞെത്തി.
ഒരു ദീർഘനിശ്വാസത്തോടെ അവൻ മുൻപോട്ടേക്ക് സൈക്കിൾ ചവിട്ടി.
രാധാമണിയും മണികണ്ഠനും പറഞ്ഞു കൊടുത്ത വഴികളും നിരത്തും
പിന്നിട്ടു അവൻ മുന്നോട്ട് പോയി. ബാഗിലുള്ള കത്തുകൾ അതിന്റെ
മേൽവിലാസക്കാരനെ കാത്തിരിക്കുന്നു എന്ന ചിന്ത ദേവാർച്ചയിലൂടെ
അവന്റെ യാത്രയ്ക്ക് തീവ്രത കൂട്ടി.

ഇന്ദുഗോപൻ ആദ്യത്തെ കത്ത് കൊടുക്കുവാൻ പ്രധാന നിരത്ത്
കഴിഞ്ഞ് അടുത്തുള്ള വീട്ടിലേക്ക് കയറി. പടി കടന്ന് ഉള്ളിലേക്ക് കയ
റി ചെന്നതും അവിടെ ഉള്ളവർ പഴയ പോസ്റ്റ്മാൻ മാറി പുതിയ ആളെ
കണ്ടതിലുള്ള ആശ്ചര്യം വ്യക്തമാക്കി ചിരിച്ചു കൊണ്ട് അവനെ വരവേ
റ്റു. ഒരുപക്ഷേ തന്റെ നിയോഗത്തിന്റെ മഹത്വം അവൻ മനസ്സിലാക്കി
യത് പോലും അപ്പോഴാണ്. ഭാസ്കരേട്ടൻ പോയതിന് ശേഷമുള്ള കാലം
പോസ്റ്റ്മാൻ ഇല്ലാതെ മണികണ്ഠനായിരുന്നു കത്ത് വിതരണം ചെയ്
തിരുന്നത്.

അതാവട്ടെ കത്ത് വിതരണം അവന്റെ സൗകര്യാർത്ഥമായിരുന്നു.
അതിൽ ഭൂരിഭാഗം ജനങ്ങളും അതൃപ്തരായിരുന്നു. ആ അവസ്ഥയിൽ
നിന്ന് സ്ഥിരമായ ഒരു പോസ്റ്റ്മാൻ അവരുടെ പോസ്റ്റ് ഓഫീസിൽ ജോ
ലിക്ക് കയറി എന്നറിഞ്ഞതിലുള്ള സന്തോഷം അവർ വ്യക്തമാക്കി. ചി
ല സ്ഥലത്ത് അവനു അറിയാത്ത വീട് ആയിരുന്നു എങ്കിൽ മുന്നിലുള്ള
ആളുകളോട് ചോദിച്ചും ചിലത് സ്വയം കണ്ടെത്തുകയും ചെയ്തു ആ
ദിവസത്തെ ജോലി അവൻ പൂർത്തീകരിച്ചു.

ഉച്ച ആയപ്പോഴേക്കും അവൻ അന്നത്തെ കത്തുകൾ കൊടുത്തു തിരി
ച്ചു പോസ്റ്റ് ഓഫീസിലെത്തി. പോസ്റ്റ് മാഷ് ബാലഗോപാലൻ അവനോട്
വീട്ടിലേക്ക് പോയ്ക്കൊള്ളാൻ പറഞ്ഞു. രണ്ടു മണിക്ക് വീട്ടിൽ എത്തി
യപ്പോൾ അഴകി കോലായിൽ ഇരിപ്പുണ്ടായിരുന്നു. അകത്തു കടന്ന് ക
യ്യും കാലും കഴുകി വന്നപ്പോഴേക്കും അഴകി മേശമേൽ ഇലയിട്ട് ചോറ്
വിളമ്പി കഴിഞ്ഞിരുന്നു. അവർ ചൂട് ചോറും അതിലേക്ക് പുളിശ്ശേരിയും

അവിയലും വെണ്ടയ്ക്ക ഉപ്പേരിയും വിളമ്പി ഒരു ചെറിയ മൊന്തയിൽ സംഭാരവുമെടുത്തു വെച്ചിരുന്നു. അവൻ കൈകഴുകി ഊണ് കഴിക്കാൻ ഇരിക്കുമ്പോൾ ചെറിയൊരു വാഴയില പൊതിയഴിച്ച് പല തരത്തിലുള്ള കൊണ്ടാട്ടങ്ങൾ വെച്ചു. അരി, മുളക് പിന്നെ വട്ടത്തിലുള്ള ഏതോ പച്ച ക്കറിയുടെയും. അവൻ അത് ഒന്നെടുത്തു വായിൽ വെച്ചു എന്തൊരു സ്വാദ്! 'ഇത് ഏത് പച്ചക്കറിയാണ്', അവൻ വീണ്ടും അടുത്ത കഷണ മെടുത്ത് വായിൽ ഇട്ടുകൊണ്ടു ചോദിച്ചു.

അത് കണ്ടപ്പോൾ അഴകി പെട്ടെന്ന് ചിരിച്ചു കൊണ്ട് പറഞ്ഞു:

"അച്ഛനും ഇത് വലിയ ഇഷ്ടമായിരുന്നു. ഇത് താമര വളയം കൊണ്ട് ഉണ്ടാക്കുന്ന കൊണ്ടാട്ടമാണ്. ഈ ഗ്രാമത്തിൽ ഏത് കാലത്തും കൊ ണ്ടാട്ടങ്ങൾക്ക് പഞ്ഞമില്ല."

അതും പറഞ്ഞു അവർ കഴുകുവാനുള്ള തുണികൾ നോക്കിയെടു ത്ത് പുറത്തേക്ക് പോയി.

അവന്റെ ദിനചര്യകൾക്കു കോട്ടം വരാതെ അവിടുത്തെ പണികൾ ഓരോന്നായി അവർ ചെയ്തു കൊണ്ടിരുന്നു. അവൻ ഭക്ഷണം കഴിച്ചു മുന്നിലെ കോലായിലേക്ക് വന്നതുകണ്ട് അഴകി അകത്തു ചെന്ന് ഇ ലയും പാത്രങ്ങളും മാറ്റി മേശ തുടച്ചു വൃത്തിയാക്കി.

വൈകുന്നേരം വരാമെന്നു പറഞ്ഞു നടക്കാൻ തുടങ്ങിയപ്പോൾ അവ രെ തടഞ്ഞുകൊണ്ട് അവൻ പറഞ്ഞു,

"വേണ്ട, ഞാൻ ചായയൊ കാപ്പിയോ കുടിക്കാറില്ല. ഇനി രാത്രി ഭക്ഷ ണം മതിയാവും."

"അപ്പോൾ പശുവിൻ പാൽ കുടിക്കുമോ, ഒന്നും കുടിക്കാതെ ഇരി ക്കരുത് അത് ശരീരത്തിനു ദോഷം ചെയ്യും."

ഇത്രയും പറഞ്ഞു അവന്റെ മറുപടിക്കു കാക്കാതെ അവർ മൺപാ തയിലേക്കു ഇറങ്ങിനടന്നു. നടവഴിയിൽ അവരുടെ കടുംനിറത്തിലുള്ള ചേല അവന്റെ ശ്രദ്ധയാകർഷിച്ചുകൊണ്ട് ദൂരേക്ക് നീങ്ങി. അവർ നട ന്നു പോയ ഗ്രാമത്തിലേക്കുള്ള ആ വഴിയിലേക്ക് അവൻ നോക്കി. ഒരു പക്ഷേ അവിടെയും ഏതെങ്കിലും വീടുകളിൽ സഹായിക്കുന്നുണ്ടാവു മെന്ന് അവൻ കരുതി. കുറച്ചു ഏറെ നേരം പിന്നെയും ആ വഴിയിലേ ക്ക് നോക്കി നിന്നു. ഒറ്റയ്ക്ക് ആയതും അവന്റെ മനസ്സ് പിടഞ്ഞു.

ദേവാർച്ചയിൽ എത്തി, ജോലിക്കും ചേർന്നു. ഇനി എത്രനാൾ താൻ ആ ഭാരം ചുമക്കും, ഏറി വന്നാൽ കുറച്ചു ദിവസം എന്നാൽ അത് ക ഴിഞ്ഞു തനിക്ക് സമാധാനം കിട്ടുമോ?

അച്ഛന്റെ ആത്മാവിന് മനഃശാന്തി ലഭിക്കുവാൻ ഒരു മകൻ എന്ന

നിലയിൽ ചെയ്യേണ്ടതെല്ലാം ചെയ്യാൻ അവൻ മനസ്സാൽ സന്നദ്ധനായി രുന്നു. എന്നാൽ ആ കാര്യനിർവഹണത്തിനായി ഇറങ്ങിത്തിരിക്കുമ്പോൾ എന്തൊക്കെ അഭിമുഖീകരിക്കേണ്ടി വരുമെന്ന് അവന് നിശ്ചയമില്ലായി രുന്നു.

അമ്മേ...

അവൻ മനസ്സിൽ അറിയാതെ വിളിച്ചു പോയി. കാതങ്ങൾക്കപ്പുറം ഉ ള്ള തന്റെ അമ്മയെ ആണോ അതോ ദേവാർച്ചയുടെ മണ്ണിലെ ദേവിയെ യാണോ അച്ഛൻ വിളിച്ചതെന്നു അവന് നിശ്ചയമില്ലായിരുന്നു. അവൻ ചിന്തകളുടെ അസ്വസ്ഥതയോടെ വീടിനുള്ളിലേക്ക് നടന്നു. അലമാര യുടെ അടിയിൽ വെച്ചിരിക്കുന്ന ബാഗെടുത്ത് അതിന് മുകളിൽ വെച്ചി രിക്കുന്ന തുണികൾ മാറ്റി.

അതിന് ഏറ്റവും അടിയിൽ വെച്ചിരുന്ന ഒരു കവറിൽ വൃത്തിയായും ശ്രദ്ധയോടെയും അടുക്കി വെച്ചിരിക്കുന്ന കുറേ പഴയ കത്തുകളെടു ത്തു. ഒരു പത്ത് വർഷത്തിന്റെയൊ പതിനഞ്ചു വർഷത്തിന്റെയൊ പഴ ക്കം കാണുമായിരിക്കും. കാലപ്പഴക്കം കാരണം ഇൻലൻഡിന്റെ നീല നിറം മാറി വെള്ള നിറമായിരിക്കുന്നു. മങ്ങിതുടങ്ങിയ അക്ഷരങ്ങൾ കാ രണം കുറേയേറെ വാക്കുകൾ എഴുതിയത് വായിക്കാൻ അവനേറെ ബു ദ്ധിമുട്ടിയിരുന്നു. അവൻ ഓരോ കത്തും എടുത്ത് അതിലെ വീട്ടുപേരും ഉടമസ്ഥന്റെ പേരും വായിക്കുവാൻ ശ്രമിച്ചു. ചില മേൽവിലാസങ്ങൾ കുറച്ചു ശ്രമകരമായി വായിച്ചെടുക്കുവാൻ കഴിഞ്ഞു. അതുകൊണ്ടു ത ന്നെ അവ യഥാർത്ഥ ഉടമസ്ഥന്റെ കയ്യിൽ എത്തണം എന്ന് അവന് നിർ ബന്ധമുണ്ടായിരുന്നു. അവന്റെ അമ്മയും അതുതന്നെയാണ് ആഗ്രഹി ച്ചത്. കുറച്ചു വായിച്ചപ്പോൾ അവന് കുറച്ചെല്ലാം മനസ്സിലായി ദേവാർച്ച യിലെ തെരുവുകളും വളവുകളും അവൻ ഒരുനിമിഷം മനസ്സിലോർത്തു. ഒരു നോട്ട് പുസ്തകത്തിൽ അവൻ ഓരോന്നായി പകർത്തി തുടങ്ങി. സന്ധ്യയ്ക്ക് അഗ്രഹാരത്തിൽ നിന്ന് ദേവി സഹസ്രനാമം കേട്ടു തുട ങ്ങും വരെ അവൻ ആ കത്തുകളുമായി മല്ലിട്ടു. തന്റെ ഉദ്യമം ഒരു പരി ധിവരെ വിജയിച്ചതിൽ അവൻ സന്തോഷിച്ചു. ഒരു ദീർഘനിശ്വാസത്തോ ടെ അവൻ ആ കത്തുകൾ ഭദ്രമായി അടുക്കി ആ ബാഗിൽ വെച്ചു. പിന്നെ ആ നോട്ട് ബുക്കുമായി മുന്നിലേക്ക് ചെല്ലുമ്പോൾ ഉമ്മറത്ത് അഴകി ഒ രു മൊന്തയും കൈയിൽ പിടിച്ച് നിൽപ്പുണ്ടായിരുന്നു. അതിൽ നിന്ന് പാൽ ഒരു ഗ്ലാസ്സിലേക്ക് പകർന്നു അവൾ മുന്നിലെ മുറിയിൽ വിളക്ക് തുടക്കുവാൻ ആരംഭിച്ചു. ഒന്നും പറയാനില്ല എന്ന് മനസ്സിൽ തോന്നിയ ത് കൊണ്ട് അവൻ മിണ്ടാതെ അത് കുടിച്ചു. ആ പാലിന് നല്ല സ്വാദായി

രുന്നു. ഒരുപക്ഷേ അതിലിട്ടിരിക്കുന്ന കൃത്യമായ അളവിലുള്ള പഞ്ച സാരയുടെയും ഏലയ്ക്കപൊടിയുടെയും കുറച്ചു കുങ്കുമപൂവിന്റെയും സാന്നിധ്യം അതിന്റെ രുചി കൂട്ടിയെന്ന് അവന് മനസ്സിലായി.വിളക്ക് വെ ച്ച് അഴകി പോകാനിറങ്ങുമ്പോൾ ഇന്ദുഗോപൻ തന്റെ പെട്ടിയിൽ നിന്ന് കുറച്ചു രൂപയെടുത്തു അഴകിയുടെ കയ്യിൽ വെച്ചു കൊടുത്തു.

"അയ്യോ ഇത് വേണ്ട. ഇത്രയൊന്നും ചിലവില്ല." എന്ന് പറഞ്ഞു അ വന് മുന്നിൽ പരുങ്ങി. ഒടുവിൽ അച്ഛൻ തന്നിരുന്ന പണം മതി എന്ന് അ ഴകി നിർബന്ധം പിടിച്ചപ്പോൾ ഇന്ദുഗോപൻ സ്നേഹപൂർവ്വം ആ തുക അവരുടെ കയ്യിൽ വെച്ചുകൊടുത്തു,

"ഇനി പോരെങ്കിൽ പറയണം അഴകിയമ്മ." എന്ന് പറഞ്ഞു. അഴകി കണ്ണുനീർ കൊണ്ട് മൂടിയ കണ്ണുകൾ വീണ്ടും ഒരു വട്ടം കൂടി ചിമ്മിതു റന്നു. നിറഞ്ഞ കണ്ണുകൾ തുടച്ചു കൊണ്ട് അവർ പുറത്തേക്കിറങ്ങി. സന്ധ്യക്ക് അഗ്രഹാരം തയ്യാറെടുത്തു തുടങ്ങിയിരുന്നു. ദേവി സ്തുതി യും കലപില ബഹളവും ഇവിടെ വരെ കേൾക്കുന്നത് പോലെ അവന് തോന്നി. ഉമ്മറത്തു വന്ന് നിന്നപ്പോൾ തെരുവിന് ജീവൻ വെച്ചത് പോലെ തോന്നി. ചുവപ്പിന്റെയും പച്ചയുടെ വിവിധ രാശികൾ അങ്ങിങ്ങായി തെളി യുന്നു. എത്രനേരം അങ്ങനെ അവിടെ നിന്നുവെന്നറിയില്ല ദീപാരാധന യുടെ മണിയൊച്ചയും കർപ്പൂരത്തിന്റെയും സമ്പ്രാണിയുടെയും ഗന്ധം അവനു ചുറ്റും പരക്കുന്നതറിയാൻ കഴിഞ്ഞു. അത്രയും ദൂരത്തു നിന്ന് ആ ഗന്ധം ഒരിക്കലും എത്തുകയില്ല എന്ന് അവനറിയാമായിരുന്നെങ്കി ലും അദൃശ്യമായ അമ്പലത്തിലെ ഗന്ധം അവനെ ചുറ്റി നിൽക്കുന്നതാ യി തോന്നി. അവന്റെ മനസ്സ് അഗ്രഹാരത്തിലേക്കു പോകണമെന്ന് അ തിയായി മോഹിച്ചു. പെട്ടെന്ന് അവനെന്തോ ഓർത്ത് ഉള്ളിലേക്ക് പോ യി ചുമരലമാരയിൽ വെച്ചിരിക്കുന്ന നോട്ട് പുസ്തകമെടുത്ത് പരിശോ ധിച്ചു. ഉണ്ട് അതിൽ അഗ്രഹാരത്തിന്റെ പേര് അവൻ വായിച്ചു ദേവനില അഗ്രഹാരം വടക്കേഗോപുരം, കിഴക്കേഗോപുരം, പടിഞ്ഞാറേ ഗോപു രം അവന്റെ കണ്ണുകൾ താഴേക്ക് പരതി, അതിലുള്ളതെല്ലാം അഗ്രഹാര ത്തിലേക്കുള്ള എഴുത്തുകൾ ആണ് ദേവി സ്തുതിയുടെ ഈരടികൾ ഇ ങ്ങ് ഒഴുകിയെത്തി.. രാവിലെയും വൈകുന്നേരവും കേൾക്കുന്ന ദേവി സ്തുതി ഇന്ദുഗോപനിൽ ഭക്തിഭാവവും സ്നേഹവുമുണർത്തി.

'ഐയിഗിരി നന്ദിനി നന്ദിതമേദിനി
വിശ്വവിനോദിനി നന്ദനുതേ
ഗിരിവര വിന്ധ്യശിരോധിനി വാസിനി
വിഷ്ണുവിലാസിനി ജിഷ്ണുനുതേ

ഭഗവതി ഹേ ശിതികണ്ഠ കുടുംബിനി
ഭൂരി കുടുംബിനി ഭൂരികൃതേ
ജയ ജയ ഹേ മഹിഷാസുരമർദ്ദിനി
രമ്യകപർദ്ദിനി ശൈലസുതേ...'

അഗ്രഹാരത്തിനു വെളിയിലേക്കും നീണ്ടു വരുന്ന ആ ശബ്ദവീചി കൾ കേട്ട് പെൺകിടാങ്ങൾ കടും ചുവപ്പും പച്ചയും വർണ്ണങ്ങളിലുള്ള ദാവണിയിൽ തലയിൽ നിറയെ മുല്ലപൂവും ചൂടി അങ്ങോട്ട് പോകുന്ന തു ഇന്ദുഗോപൻ കുറേ നേരം നോക്കിനിന്നു. ദേവാർച്ചയിലെ സന്ധ്യ കൾ ഭക്തി സാന്ദ്രവും പലവിധ നിറങ്ങളാൽ ശോഭിതവുമായിരുന്നു. ഈ നിറങ്ങളിൽ എവിടെയെങ്കിലുമായിരിക്കുമോ അച്ഛന്റെ മനസ്സ് തെറ്റിയത് എന്ന് അവൻ ആലോചിച്ചു. എന്തു കൊണ്ടാണ് അങ്ങനെ ശക്തമായൊ രു തോന്നൽ ഉണ്ടായതെന്ന് അവന് ഉറപ്പില്ലായിരുന്നു. ഉരുക്കഴിക്കുന്ന മ ന്ത്രധ്വനി പോലെ അത് മനസ്സിൽ കിടന്ന് കറങ്ങി. ദിവസങ്ങൾക്ക് മുൻപ് വീട്ടിലെ മുറിയിൽ നിന്നുള്ള ആ നിലവിളി അവന്റെ കാതുകളിൽ മുഴങ്ങി

"ദേവീ"

അതേതായാലും ദേവാർച്ചയിലെ ദേവിയല്ല എന്ന് അവന് തോന്നി.

അൽപസമയത്തിനുള്ളിൽ ദീപാരാധനയുടെ മണിയൊച്ചയും കീർ ത്തനങ്ങളുടെ ബാഹുല്യവും നിലച്ചു, എല്ലാം ശാന്തമായി. കുറച്ചു നേ രം കഴിഞ്ഞപ്പോൾ മടക്കയാത്രയുടെ ആരവമായിരുന്നു. കടും നിറങ്ങൾ വായുവിൽ ഉരസി താളാത്മകമായി തിരികെ പോകുന്നതും അവരിൽ ചിലർ അവന്റെ വീട്ടിലേക്ക് നോക്കി കൈ ചൂണ്ടുകയും സംസാരിക്കുക യും ചെയ്യുന്നത് അവൻ കണ്ടു. അവനും അവരെ സാകൂതം നോക്കി. ഇഴഞ്ഞു നീങ്ങുന്ന സമയം പോലെ നിരത്തും ഒഴിഞ്ഞു തുടങ്ങി. ഒടു വിൽ അവിടെ അവൻ മാത്രമായി. പതിവ് പോലെ അഴകി ഭക്ഷണവു മായി വന്നു.

ചപ്പാത്തിയും കുറുമയും കുറച്ചു പൊങ്കലുമുണ്ടായിരുന്നു. ഊണു മേശയിൽ വിളമ്പി വെച്ച് അവൾ പതിവ് പോലെ ഉണങ്ങാനിട്ട തുണിക ളും മറ്റും എടുത്ത് വെച്ചു.

മുറികൾ വൃത്തിയാക്കി പിന്നെ അഴകി അവൻ കഴിക്കുന്നതിനടുത്ത് വന്ന് നിന്നു.

അപ്പോഴേക്കും ഇന്ദുഗോപൻ ചപ്പാത്തി തീർത്ത് പൊങ്കൽ കഴിക്കാൻ എടുക്കുകയായിരുന്നു. ആദ്യമായി രുചിക്കുന്ന ഒരു ഭക്ഷണമായത് കൊണ്ട് അവന് കുറച്ചു മടിയോടെയാണ് അത് കയ്യിലെടുത്ത്. ചെ റിയ പാത്രത്തിൽ വാഴയില വെച്ച് അതിൽ അരിയും പയറും ശർക്കര

യിൽ വേവിച്ച് പായസപരുവത്തിലായ പൊങ്കൽ വിളമ്പിയിരിക്കുന്നു. മുക ളിൽ നിറയെ അണ്ടിപരിപ്പും ഉണക്ക മുന്തിരിയും ഇട്ടിട്ടുണ്ട്, പിന്നെ നെ യ്യിന്റെ മനംമയക്കുന്ന ഗന്ധവും. അവനെ അത് കഴിക്കാൻ പ്രേരിപ്പിച്ചു. അവന് അത് പായസം പോലെ തോന്നി.

"അഴകിയമ്മേ, ഇത് എന്താണ്?"

"ഇതോ, ഇതാണ് ചക്കര പൊങ്കൽ. ഇവിടെ കോവിലിൽ ഉണ്ടാക്കി യതാണ്. കഴിച്ചു നോക്കൂ." തന്റെ സ്വതസിദ്ധമായ ശൈലിയിൽ തമിഴ് ഈണം കലർത്തി അവർ മലയാളത്തിൽ പറഞ്ഞു.

മടിയോടെയാണ് കഴിക്കാൻ തുടങ്ങിയതെങ്കിലും അവൻ അത് മുഴു വൻ രുചിയോടെ കഴിച്ചു തീർത്തു. പാലക്കാടൻ ഭക്ഷണം അവന് വല്ലാ തെ ഇഷ്ടപ്പെട്ടു തുടങ്ങിയിരിക്കുന്നു. ഓരോ ദിവസവും അഴകി ഓരോ ന്നായിരുന്നു കൊണ്ട് വന്നിരുന്നത്. വിവിധ തരം ചമ്മന്തികളും, കൊ ണ്ടാട്ടങ്ങളും മുറുക്കുകളും ഇലയടയും എല്ലാം അവനൊരുപാട് ഇഷ്ടമാ യി. അഴകി അവന്റെ മനമറിഞ്ഞു ഭക്ഷണം കൊടുത്തു.

ദേവാർച്ചയിൽ വന്നിട്ട് രണ്ടാഴ്ചയായിരിക്കുന്നു. അവൻ കഴിഞ്ഞ ആഴ്ച തന്നെ അമ്മയ്ക്ക് കത്തെഴുതിയിരുന്നു. അതിൽ ദേവാർച്ചയും അവിടുത്തെ ആളുകളും പിന്നെ അഴകിയും അവർ കൊടുക്കുന്ന തമിഴ് ബ്രാഹ്മണരുടെ ഭക്ഷണത്തെപ്പറ്റിയുമൊക്കെ വിശേഷങ്ങൾ ഉണ്ടായിരു ന്നു. കൂടെ ദേവനില അഗ്രഹാരവും അവിടുത്തെ ക്ഷേത്രവും പ്രാധാന്യ ത്തോടെ അവൻ വർണ്ണിച്ചിരുന്നു. കത്തയച്ചു ഒരാഴ്ച കഴിഞ്ഞതും അ വന് അമ്മയുടെ മറുപടിയും കിട്ടി. അവന്റെ സന്തോഷത്തിൽ അവർ അനുതാപം പ്രകടിപ്പിച്ചുവെങ്കിലും ആ കത്തുകളുടെ കാര്യം അവർ അവനെ ഒരിക്കൽ കൂടി ഓർമിപ്പിച്ചു,

"ഇനിയും വൈകിക്കൂടാ കുട്ടാ, ആ കത്തുകളിൽ ഒരുപക്ഷേ ഒരുപാ ട് പേരുടെ സ്വപ്നങ്ങളും ജീവിതങ്ങളും കുരുങ്ങി കിടക്കുന്നുണ്ടാവും. വൈകിക്കരുത്." ഇങ്ങനെയാണ് അമ്മയുടെ കത്ത് അവസാനിച്ചത്. അമ്മ യുടെ ഉത്കണ്ഠയും അമർത്തിയ തേങ്ങലുകളും, കത്തിൽ അവന് മാ ത്രം മനസിലാവുന്ന ഭാഷയിൽ പങ്കു വെച്ചിരുന്നു. ഇന്ദുഗോപന് വല്ലാ തെ വീർപ്പു മുട്ടി. എങ്കിലും അവനൊരു തീരുമാനമെടുത്തു. അച്ഛനാ യിട്ട് വരുത്തിയ തെറ്റ് മകനായിട്ട് തിരുത്തും. ഇത്രയും വലിയൊരു തെറ്റ് തിരുത്തപ്പെടാനാവാത്തതാണ്. പക്ഷേ തിരുത്തിയേ പറ്റൂ. ഒരറ്റത്തു നി ന്ന് തുടങ്ങാം.

അവൻ മനസ്സിൽ കണക്കുകൂട്ടി.

അന്നൊരു വെള്ളിയാഴ്ച ആയിരുന്നു. ജോലിയ്ക്ക് കയറി അത്രയും

ദിവസത്തിനു ശേഷം ആദ്യമായി അവന് ദേവനില ആഗ്രഹാരത്തിലേ
ക്ക് ഒരു കത്ത് ലഭിക്കുന്നത്.

ശങ്കരി അമ്മാൾ,

ഡോർ നമ്പർ 14,

ദേവനില അഗ്രഹാരം,

ദേവാർച്ച.

ഇതു ദൈവമായിട്ട് തനിക്ക് തന്ന ഒരവസരമാണ് എന്ന് അവൻ മന
സ്സിൽ കണക്കുകൂട്ടി. മറ്റുള്ളവർക്ക് കൊടുക്കുവാനുള്ള എഴുത്ത് എടു
ത്ത് അവൻ രാവിലെ തന്നെ ഇറങ്ങി.

കയ്യിലുള്ള എഴുത്തുകളെല്ലാം കൊടുത്തു ഉച്ചയ്ക്ക് അവൻ വീട്ടിലെ
ത്തി. അവൻ പെട്ടിത്തുറന്ന് വിറയാർന്ന കൈകളാൽ ആ കെട്ടിലെ ആ
ദ്യം കണ്ട കത്തെടുത്തു ബാഗിൽ നിക്ഷേപിച്ചു. മേശയിൽ വെച്ചിരിക്കു
ന്ന ജഗ്ഗിൽ നിന്ന് കുറച്ചു വെള്ളമെടുത്ത് കുടിച്ചു പുറത്തേക്ക് നടന്നു.
ഇന്ദുഗോപൻ വീടിന്റെ വാതിലടച്ചു മുന്നിലെ വഴിയിലേക്ക് കടന്നു. കു
റച്ചു ദൂരം പോയപ്പോൾ തന്നെ ഒരു ചെറിയ വളവിന്റെ തുടക്കത്തിൽ
അഗ്രഹാരത്തിന്റെ വീടുകൾ ആരംഭിച്ചു.

ഒരു ദിവസം അവൻ അഴകിയോട് ചോദിച്ചിരുന്നു, അഴകിയമ്മാ ഈ
അഗ്രഹാരം എന്നാൽ എന്താണ് അർത്ഥമെന്ന്. അന്ന് അഴകി അവന്റെ
മുന്നിൽ പുരാണങ്ങളുടെ ഭാണ്ഡക്കെട്ട് തന്നെ തുറന്നു വെച്ചു. ഓരോ
കഥ പറയുന്ന കൂട്ടത്തിൽ അഗ്രഹാരങ്ങളുടെ ഉത്ഭവ കഥയും അഗ്രഹാ
രം എന്ന പദത്തിന്റെ അർത്ഥം 'വീടുകളുടെ പൂമാല' എന്നാണെന്നും
അവർ പറഞ്ഞു കൊടുത്തു.

അവൻ അവിടെയുള്ള വീടുകളും ആ ക്ഷേത്രത്തിലെ ദേവി പൂജ
യും കാണാൻ എന്നും ആഗ്രഹിച്ചിരുന്നു. ഇന്നാണ് അവിടെ വരാൻ പ
റ്റിയുള്ളൂ. ഇന്ദുഗോപൻ അപ്പോഴാണ് ആ വീടുകളുടെ പൂമാല നേരിട്ട്
കാണുന്നത്. അഗ്രഹാരത്തിൽ സാധാരണ കാണാറുള്ളത് പോലെ റോ
ഡിന്റെ ഒരു വശത്തോടു ചേർന്ന് നിരയായി വീടുകൾ ഉണ്ടായിരുന്നു.
ഈ നിരയുടെ ഒത്ത നടുവിൽ ഒരു അമ്പലവും ഉണ്ടായിരുന്നു. ഈ
അമ്പലത്തിനു ചുറ്റും ഒരു പൂമാലപോലെ വീടുകൾ നിരന്നു നിൽക്കു
ന്നതു കൊണ്ടാണ് അഗ്രഹാരത്തിനു ഈ വിധം ഭംഗിയും ഓജസ്സും
കൈവന്നത് എന്നാണ് ഇന്ദുഗോപന് തോന്നിയത്. ദൈവികമായ ഈ
ചുറ്റുപാടിൽ നിന്നും അച്ഛന് ദൈവവിളി ഉണ്ടായതായിരിക്കുമോ? അവ
ന്റെയുള്ളിൽ സംശയങ്ങൾക്ക് ഇടതടവില്ലായിരുന്നു. ഉത്തരമില്ലാത്ത കു
റേയേറെ ചോദ്യങ്ങൾ മനസ്സിൽ സ്വരുക്കൂട്ടി വെച്ച് അവൻ നടന്നു. ഓ

രോ വാതിലിനും അക്കങ്ങൾ ഉണ്ട്.

ഇന്ദുഗോപൻ ഡോർ നമ്പർ 14 ലെ ശങ്കരി അമ്മാളിനു കത്ത് നൽകി തിരിഞ്ഞുനടന്നു.

അടുത്ത ദൗത്യത്തിലേക്ക് ഉള്ള പ്രയാണം അത്ര എളുപ്പമായിരുന്നില്ല.

നൂറായിരം ചോദ്യങ്ങളും അവയുടെ ഉത്തരം എന്തായിരിക്കും എന്ന ആശങ്കയും അവനെ വൃഥാ അലട്ടിക്കൊണ്ടിരുന്നു. വിറയാർന്ന കൈ കൾ കൊണ്ട് ആ കത്ത് ബാഗിൽ നിന്നുമെടുത്ത് നിറം മങ്ങിയ അറ്റം കീറി തുടങ്ങിയ ആ കത്തും കൊണ്ട് അവൻ മുന്നോട്ടു നടന്നു, ഇനി അമ്പലത്തിനു അടുത്തേക്കാണ് ചെല്ലേണ്ടത് അവൻ പതുക്കെ നീങ്ങി അതെ വാതിൽ നമ്പർ 20 തന്നെ അവിടേക്കാണ് ആ കത്ത് കൊടുക്കേ ണ്ടത്. അവൻ ഉമ്മറത്തെ കാളിങ് ബെല്ലിൽ കൈ വെച്ചു. അകത്ത് കി ളി നാദം മുഴങ്ങി. ഒരു വയസ്സായ സ്ത്രീ വന്ന് കത്ത് കൈപ്പറ്റി ഉള്ളിലേ ക്ക് തിരിച്ചു നടന്നു.

പെരുമ്പറ കൊട്ടുന്ന ഹൃദയവുമായി അവൻ അവിടുന്ന് തിരിച്ചു ന ടന്നു.

പത്മനയന

ഉമ്മറത്തു കാളിങ് ബെൽ അടിക്കുന്നത് കേട്ടിട്ടാണ് മീനാക്ഷിയമ്മ പുറത്തേക്ക് വന്നത്.

പോസ്റ്റ്മാൻ പുറത്ത് നിൽക്കുന്നു. പുതിയ ആൾ ആണെന്ന് തോന്നുന്നു. അയാൾ നീട്ടി പിടിച്ചിരിക്കുന്ന കത്ത് ഒരു പുഞ്ചിരിയോടെ വാങ്ങി അവർ ഉള്ളിലേക്ക് നടന്നു. ഉള്ളിലെത്തി കത്ത് നോക്കിയപ്പോൾ വല്ലാതെ പഴകിയ ഇൻലൻഡിൽ കത്തെഴുതിയത് പോലെ മീനാക്ഷിയമ്മയ്ക്കു തോന്നി. അവർ കണ്ണട എടുത്ത് വെച്ചു കത്ത് വായിക്കുവാൻ.

നയനയാണ്..

ഇത്രയും വർഷങ്ങൾക്ക് ശേഷം അവൾ കത്തെഴുതിയത് എന്തിനാണ് എന്നവർ ആലോചിച്ചു. തിരക്കുകളിൽ നിന്ന് തിരക്കിലേക്ക് ഓടുന്ന ഡോക്ടറാണ് പദ്മനയന.

പണ്ട് അവൾ ഈ അഗ്രഹാരത്തിന്റെ നയന ആയിരുന്നു. കോവിലിലേക്കുള്ള പൂമാല കെട്ടുകയും ഒരു ദീപാരാധന പോലും മുടക്കാതെ തൊഴുതിരുന്ന കുസൃതിയായിരുന്നു അവൾ.

മീനാക്ഷിയമ്മയുടെ കണ്ണുകൾ നിറഞ്ഞു. കത്തിന്റെ ആദ്യവാചകങ്ങൾ തന്നെ അവരുടെ ഹൃദയത്തിൽ കൊത്തി വലിച്ചു.

"അമ്മേ മാപ്പ്...

ഇത്രയും കാലം അങ്ങോട്ട് വരാതെ ഇരുന്നതിന് മാപ്പ്. എനിക്ക് അങ്ങോട്ട് വരാനാവുന്നില്ല അമ്മാ. നമ്മുടെ കുടുംബത്തിൽ സംഭവിച്ചത് എല്ലാവർക്കും അറിയാം. പക്ഷേ മറ്റുള്ളവരെ പോലെ അല്ലല്ലോ അമ്മയും അപ്പയും. ഞാൻ ചെയ്തത് ഒരു പ്രായശ്ചിത്തമില്ലാത്ത തെറ്റ് തന്നെയാണ്. എന്റെ പ്രവൃത്തിയെ തെറ്റ് എന്ന് പറയുന്നത് പോലും ശരിയാണോ എ ന്നറിയില്ല. എങ്കിലും മാപ്പ് പറയാതെ വയ്യ.

അമ്മേ.. ആർക്കു മനസ്സിലായില്ലെങ്കിലും അത് അമ്മയ്ക്ക് മനസ്സിലാവും. അടുത്ത മാസം ഞാൻ അമേരിക്കയിലേക്ക് പോവുകയാണ്. ഇനി ഒരു കൂടിക്കാഴ്ച ഉണ്ടാവുമോ എന്നറിയില്ല. അങ്ങോട്ടേക്കു വരണമെന്നും അമ്മയെ കാണണമെന്നും അതിയായ ആഗ്രഹമുണ്ട്. പക്ഷേ ഞാൻ

എങ്ങനെ അപ്പയെ അഭിമുഖീകരിക്കും? വൃന്ദാവനോട് ഞാൻ എന്ത് പറ
യും. എന്റെ മകൾ ശ്രുതിമേഘയോട് ഞാൻ എങ്ങനെ നീതി പുലർ
ത്തും?

ബന്ധങ്ങളുടെ അർത്ഥം തന്നെ മാറി പോകുന്നു. എല്ലാവരോടും മറ
യ്ക്കാം പക്ഷേ അമ്മയുടെ മുന്നിൽ എനിക്ക് മറയ്ക്കാനാവില്ല. എല്ലാവ
രുടെയും മുന്നിൽ ഞാൻ തെറ്റുകാരിയാണ്. മാപ്പർഹിക്കാത്ത തെറ്റാണ്
ഞാൻ ചെയ്തത്. എങ്കിലും.. മാപ്പ്.

കത്ത് വായിച്ചു അവരുടെ കണ്ണുകൾ സജലമായി ശരീരം വിറങ്ങലി
ച്ചു നിന്നു പോയി. പണ്ടെങ്ങോ നടന്ന ഒരു തെറ്റിന്റെ പ്രായശ്ചിത്തമെ
ന്നോണം ആ കത്ത് മേശ പുറത്ത് കിടന്നു. ഒരുപക്ഷേ ഈ കത്ത് കുറ
ച്ചു തെറ്റുകൾക്ക് മുന്നിൽ ഒരു മറയായി മാറുമോ അതോ തുറന്നെഴു
ത്ത് ഇനി എന്ത് ഗുണം ചെയ്യാനാണ്. അവർ ആർത്തലച്ചു വന്ന കര
ച്ചിൽ അപ്പാടെ വിഴുങ്ങി. ജീവിതത്തിൽ ഇനിയെന്ത് നേടാനാണ്?

നഷ്ടങ്ങളുടെ പട്ടികയിൽ പുതിയതൊന്നു കൂടി ചേർക്കാം. മീനാക്ഷി
യമ്മയുടെ ഓർമ്മകൾ വർഷങ്ങൾ പിന്നിൽ സഞ്ചരിച്ചു.

വിവാഹം കഴിഞ്ഞു രണ്ട് വർഷങ്ങൾക്ക് ശേഷമാണ് മീനാക്ഷി അ
മ്മാളിനും നാരായണ അയ്യർക്കും സന്താന ഭാഗ്യമുണ്ടായത്. ഒരു വയ
സ്സിനു വ്യത്യാസത്തിൽ അവർക്കു രണ്ട് പെൺകുട്ടികൾ പിറന്നു. മൂത്ത
വൾ പത്മരാഗിണി, ഇളയവൾ പത്മനയന. പിന്നീട് അങ്ങോട്ട് തിരക്ക്
പിടിച്ച ദിനങ്ങൾ ആയിരുന്നു മീനാക്ഷിക്ക്. രണ്ട് കുഞ്ഞുങ്ങളുടെ വളർ
ച്ചയും അവരുടെ കളിയും ചിരിയും എല്ലാം നിറഞ്ഞു നിൽക്കുന്ന ഗൃ
ഹാന്തരീക്ഷത്തിൽ സമയം പെട്ടെന്ന് കടന്നു പോകും. വളരും തോറും
അവരിലെ വ്യത്യാസങ്ങളും പുറത്തേക്ക് വന്നു. മൂത്ത മകൾ പത്മരാഗി
ണി പഠിക്കാൻ അത്ര മിടുക്കിയെന്നും ആയിരുന്നില്ല. അവളെ കാണാ
നും അത്ര ആകർഷണം ഉണ്ടായിരുന്നില്ല. രാഗിണിക്ക് നല്ല പൊക്കവും,
ആണുങ്ങളുടേത് പോലെ വീതിയേറിയ തോളും, ഉയർന്ന മൂക്കും, ഇടു
ങ്ങിയ കണ്ണുകളും, മൂക്കിനു താഴെ ക്രമാതീതമായി വളർന്ന് നിൽക്കു
ന്ന മീശരോമങ്ങളും, എല്ലാം ഒരു ആണിന്റെ രൂപഘടനയായി തീർന്നി
രുന്നു. ചേച്ചി എത്രത്തോളം അനാകർഷ ആയിരുന്നൊ, അത്രയും ആ
കർഷകയായിരുന്നു അനുജത്തി പത്മനയന. വെളുത്ത നിറവും, വിടർ
ന്ന കണ്ണുകളും ഒതുങ്ങിയ ശരീരവും, ആകർഷകമായ രൂപ ഘടനയും
അവളെ അതീവസുന്ദരിയാക്കി. അനുജത്തിയുടെ സൗന്ദര്യം ചേച്ചിയെ
തികച്ചും അപ്രസക്തയാക്കി. നയന പത്മരാഗിണിയെ ആരും കേൾക്കാ
തെ പത്മരാജൻ എന്നായിരുന്നു വിളിച്ചിരുന്നത്. തമാശയ്ക്ക് തുടങ്ങിയ

ആ വിളി രാഗിണിയിൽ ഏല്പിക്കുന്ന ആഘാതം വലുതായിരുന്നു. മീ നാക്ഷിയമ്മയുടെ മുന്നിൽ പരാതിയുമായി രാഗിണിയെന്നും എത്തുന്ന തും അത് തീർക്കാനായി ന യനയെ ശകാരിക്കുമ്പോഴും അവർക്ക് വ രാനിരിക്കുന്ന ദുരന്തം മുൻകൂട്ടി കാണുവാനായില്ല.

നയന പഠിക്കാനും മിടുക്കിയായിരുന്നു. അച്ഛനും അമ്മയ്ക്കും മക്ക ളുടെ ഈ രൂപവ്യത്യാസം നല്ലവണ്ണമറിയാവുന്നതു കൊണ്ട് നന്നായി പഠിക്കുന്ന നയനയെ തുടർ പഠനത്തിന് അയക്കാൻ തീരുമാനിച്ചു. പ്രീ ഡിഗ്രി കഴിഞ്ഞ് എൻട്രൻസ് ക്ലിയർ ചെയ്ത് അവൾ മെഡിസിൻ പഠി ക്കാൻ പോയി. പഠിക്കാൻ മിടുക്കുള്ളവർ പഠിക്കട്ടെ എന്നായിരുന്നു നാ രായണ അയ്യർ പറഞ്ഞത്.

പ്രീഡിഗ്രിയോടെ പഠനം നിലച്ചപ്പോൾ രാഗിണിയെ വേഗം കല്യാ ണം കഴിപ്പിച്ചയക്കാനുള്ള തീരുമാനമെടുത്തു. അതിന് പിന്നിൽ മറ്റൊ രു ഭയവും അവർക്ക് ഉണ്ടായിരുന്നു ഇനി ചേച്ചിയേ പെണ്ണുകാണാൻ വ ന്നവർ അനുജത്തി മതി എന്ന് പറയരുതല്ലോ. നയനയെ കോഴിക്കോട് മെഡിക്കൽ ഹോസ്റ്റലിൽ നിർത്തി പഠിപ്പിക്കാൻ തീരുമാനിച്ചതോടെ അ വളുടെ കാര്യത്തിനൊരു തീരുമാനമായി.

നയന ഇനി ഡോക്ടർ പത്മനയനയായിട്ടേ തിരിച്ചു വരൂ. അഞ്ചു വർ ഷങ്ങൾക്ക് ശേഷം മാത്രമേ നയനയുടെ കാര്യം നോക്കാനുള്ളൂ. അങ്ങി നെ രാഗിണിയുടെ വിവാഹം നടത്താനുള്ള എല്ലാ തയ്യാറെടുപ്പും അമ്മ മീനാക്ഷി ഭംഗിയാക്കി. നയനയെ കോഴിക്കോട് പറിച്ചു നട്ട ശേഷം രാഗി ണിയ്ക്ക് തിരക്കിട്ടു വിവാഹാലോചന നടത്തിയെങ്കിലും ഒന്നും ഒത്തു വന്നില്ല. രാഗിണിയുടെ വിവാഹം കഴിയുന്നത് വരെ വീട്ടിൽ നിന്നു ബോ ധപൂർവം മാറ്റി നിർത്തിയതിന്റെ ശാപമാണോ എന്നു പോലും അമ്മക്ക് ആ കാലത്ത് തോന്നി.

മൂന്ന് വർഷങ്ങൾ അങ്ങനെ കഴിഞ്ഞു പോയി നാലാമത്തെ വർഷമാ യപ്പോഴാണ് ഊട്ടിയിലെ ടീ എസ്റ്റേറ്റ് മുതലാളിയായ ശങ്കരിന്റെ ആലോ ചന രാഗിണിക്ക് വരുന്നത്. പെണ്ണുകാണാൻ വന്നപ്പോൾ തന്നെ കുടും ബപരമായി പരസ്പരം ഇരുകൂട്ടർക്കും ഇഷ്ടമായി അങ്ങനെ ആ വിവാ ഹം ഉറപ്പിച്ചു. വിവാഹമുറപ്പിക്കലിനു നയനയ്ക്ക് വരാൻ പറ്റിയില്ല, അ വസാനവർഷ പരീക്ഷകളും മറ്റുമായി തിരക്കിലായിരുന്നു അവൾ. അ ങ്ങിനെ അവളുടെ സൗകര്യം കൂടി കണക്കിലെടുത്ത് ഒരു വർഷം കഴി ഞ്ഞാണ് വിവാഹത്തിനു തീയ്യതി കുറിച്ചത്.

ശങ്കരിന്റെ ലണ്ടനിലുള്ള സഹോദരനും അപ്പോഴാണ് ലീവ് കിട്ടുക, അതും ഒരു കാരണമായി. അങ്ങിനെ ഒരു കൊല്ലം കഴിഞ്ഞു വിവാഹം

നടത്താമെന്നു തീരുമാനിച്ചു.

വിവാഹം തീരുമാനിക്കപ്പെട്ടപ്പോൾ തന്നെ അഗ്രഹാരത്തിലുള്ള അമ്മാളുമാർ അത്ഭുതം കൂറി. രാഗിണിക്കും ചെറുക്കനെ കിട്ടിയോ.

വിവാഹം ഉറപ്പിച്ചത്തോടെ വിളറിയ കവിളുകളുള്ള രാഗിണിയുടെ കവിളുകളിൽ ശോണിമ പരന്നു, ആകെ പൂത്തുലഞ്ഞ പോലെ അവളിലും പ്രകൃതി കരവിരുത് കാട്ടി.

ആഴ്ചയിലൊരിക്കൽ ഊട്ടിയിൽ നിന്ന് വരുന്ന ട്രങ്ക് കാളും അതിലൂടെ പകർന്നു കിട്ടുന്ന സ്നേഹമന്ദാരങ്ങൾ അവളിലും അത്ഭുതങ്ങൾ സൃഷ്ടിച്ചു. അവളിലും സ്ത്രൈണ സൗന്ദര്യം പൂത്തുലഞ്ഞു. അത് കണ്ടു മീനാക്ഷി അമ്മാൾ അഗ്രഹാരത്തിലെ കീഴ്കാവിലെ ദേവിക്ക് മാലയും വിളക്കും കൊടുത്തയച്ചു.

"എന്റെ ദേവീ എല്ലാം മംഗളമായി തീരട്ടെ."

അവർ മനമുരുകി പ്രാർത്ഥിച്ചു.

കീഴ്കാവിൽ മാല കൊടുത്തയക്കുന്നത് സാധാരണമാണ്. മംഗല്യവതികളും വിവാഹപ്രായമെത്തിയ പെൺകുട്ടികളും സൗന്ദര്യം ജ്വലിപ്പിക്കുവാൻ കീഴ്കാവിലെ അമ്മയ്ക്ക് ചുവന്ന ചെമ്പരത്തി മാല അർപ്പിക്കുന്നത് സാധാരണമാണ്. എന്നാൽ അഗ്രഹാരത്തിലെ കാരണവന്മാർ അതിനെ എന്നും എതിർത്തിരുന്നു. എങ്കിലും ഒളിച്ചും പാത്തും മാല വഴിപാട് നിരുപാധികം തുടർന്നു. കീഴ്കാവിൽ മീനാക്ഷിയമ്മ കൊടുത്തയച്ച മാലകളുടെ പ്രഭാവമാണോ എന്നറിയില്ല പത്മരാഗിണി ശോഭിച്ചു, അവളും സുന്ദരിയായി എന്ന് തോന്നിപ്പിക്കുന്ന വിധം അവളിലെ ആത്മാവുണർന്നു.

ഒരു വർഷം കഴിഞ്ഞു വിവാഹദിനം വന്നടുത്തു. പത്ത് ദിവസം നീണ്ടു നിൽക്കുന്ന വിവാഹ ആഘോഷത്തിന് ഒരുങ്ങി. വിവാഹത്തലേന്ന് മാത്രമാണ് നയനയക്ക് എത്തുവാൻ സാധിച്ചത്. മണ്ഡപത്തിലേക്ക് വധുവിനെ ആനയിക്കുമ്പോളാണ് നയന ശങ്കറിനെ ആദ്യമായി കണ്ടത്. ആറടി പൊക്കമുള്ള ഗോതമ്പിന്റെ നിറമുള്ള അതിസുന്ദരനും പുരുഷ ഗുണങ്ങൾ തികഞ്ഞതുമായ ശങ്കറിനെ കണ്ടപ്പോൾ നയന അതിശയിച്ചു പോയി. രാഗിണിയെ ശങ്കർ എങ്ങനെ ഇഷ്ടപ്പെട്ടു എന്നവൾ അതിശയിച്ചു. ചേച്ചിയുടെ മുഖത്ത് ഓളം വെട്ടുന്ന സന്തോഷവും ചൈതന്യത്തിന്റെ കാരണവും അപ്പോഴാണ് അവൾക്ക് മനസ്സിലായത്.

അവൾ അതിശയത്തോടെ അയാളെ നോക്കി.

വിവാഹമണ്ഡപത്തിൽ വെച്ചാണ് ആദ്യമായി ശങ്കർ വധുവിന്റെ സുന്ദരിയായ അനുജത്തിയെ കാണുന്നത്. ആദ്യ കാഴ്ചയിൽ തന്നെ ശങ്ക

റിന് മതിഭ്രമമുണ്ടായി എന്നത് സത്യമായിരുന്നു. പത്മരാഗിണിക്ക് ഇത്ര യും സുന്ദരിയായ അനുജത്തിയോ?

രാഗിണിയും നയനയും തമ്മിലുള്ള അന്തരം അത്രമാത്രമായിരുന്നു. ശങ്കർ രാഗിണിക്ക് പുടവ കൊടുത്തു വിവാഹ ചടങ്ങുകൾ സമാപിച്ചു. ചടങ്ങിന്റെ ആദ്യാവസാനം മുഴുവൻ നിറഞ്ഞു നിന്നത് നയനയായിരു ന്നു. തന്റെ സൗന്ദര്യത്തിന്റെ ആകർഷകത്വം മുഴുവൻ വാരി വിതറി അ വൾ വിവാഹ മണ്ഡപമാകെ തന്റെ സാന്നിധ്യം അറിയിച്ചു.

ശങ്കറിന്റെ കണ്ണുകളിൽ അവൾ ഉടക്കി നിന്നു. അയാളിൽ നിന്നും ഒ രു ദീർഘ നിശ്വാസമുയർന്നു. "ഞാൻ നിന്റെ ചേച്ചിയേ കാണാൻ വന്ന പ്പോൾ, നിന്റെ വീട്ടുകാർ നിന്നെ എവിടെയാ ഒളിപ്പിച്ചു വെച്ചത്?" എന്ന് അയാളുടെ കണ്ണുകൾ നിശ്ശബ്ദമായി അവളോട് ചോദിച്ചു. എത്ര അട ക്കിയിട്ടും അയാൾ നയനയോട് ചോദിച്ചു പോയി,

"നിശ്ചയത്തിനു എന്തേ വന്നില്ല?" അവളുടെ ചിരിയും മറുപടിയും അയാൾ കേട്ടോ എന്ന് സംശയമായിരുന്നു... ആ ബഹളത്തിനിടയിൽ അത് മുങ്ങിപ്പോയി.

വിവാഹത്തിരക്കുകൾ എല്ലാം കഴിഞ്ഞു. വധൂവരന്മാർ ഊട്ടിയിലേ ക്കും, നയന ഗൈനോക്കോളോജിയിൽ ഹൗസ് സർജൻസി ചെയ്യാനാ യി കോഴിക്കോട്ടേക്കും പോയി.

അങ്ങിനെ ഒരു കൊല്ലത്തെ പഠനത്തിനു ശേഷം നയന തിരിച്ചെ ത്തി. രാഗിണി അപ്പോഴേക്കും ഗർഭിണിയായി. ഛർദിയും തലകറക്കവും മൂലം അവൾ അവശയായിരുന്നു. അതുകൊണ്ട് ഡോക്ടർ കൂടിയായ നയനക്ക്, ഊട്ടിയിലേക്ക് പോകാൻ നറുക്ക് വീണു. അച്ഛനും അമ്മയും നയനയും ഊട്ടിയിലേക്ക് തിരിച്ചു.

രാഗിണിയുടെ അവസ്ഥ തികച്ചും പരിതാപകരമായിരുന്നു. തീർത്തും അവശയായ അവൾക്ക് മാതാപിതാക്കളുടെയും അനിയത്തിയുടെയും സാമീപ്യവും പരിചരണവും നവോന്മേഷം പകർന്നു. സന്തോഷകരമാ യ ദിനങ്ങൾ കൊഴിഞ്ഞു വീണു. പക്ഷേ വീണ്ടും ചില ബുദ്ധിമുട്ട് തല പൊക്കി. ഊട്ടിയിലെ തണുപ്പ് അവരുടെ അച്ഛന്റെ ആരോഗ്യം കുഴപ്പ ത്തിലാക്കി, അതുകൊണ്ട് നയനയെ ചേച്ചിയുടെ അടുത്താക്കി അവർ മടങ്ങി.

അപ്പോഴേക്കും രാഗിണിക്ക് ഏഴാം മാസം തുടങ്ങിയിരുന്നു. ഡോക്ടർ പൂർണ്ണ വിശ്രമം നിർദേശിച്ചിരുന്നതിനാൽ നയന ചേച്ചിയുടെ പൂർണ്ണ ഉത്തരവാദിത്തം ഏറ്റെടുത്തു.

വീടിന്റെ കാര്യങ്ങൾ കൂടി നയനയുടെ ചുമലിലായി. ശങ്കറിന്റെയും

ചേച്ചിയുടെയും കാര്യങ്ങൾ പരിപൂർണ്ണ ചുമതലാബോധത്തോടെ അ
വൾ നിറവേറ്റി. അങ്ങിനെ ഒൻപതാം മാസമായി, പ്രസവത്തിനായി നാ
ട്ടിലേക്ക് കൊണ്ട് പോകാൻ അച്ഛനും അമ്മയും വരുവാൻ തുടങ്ങിയ
പ്പോൾ ശങ്കർ തടഞ്ഞു. ഊട്ടിയിലെ ആശുപത്രിയിലെ സൗകര്യങ്ങൾ
പറഞ്ഞു അയാൾ അവരെ സ്നേഹപൂർവ്വം നിരുത്സാഹപ്പെടുത്തി.

കൂടുതലായി ഒന്നും പറയാതെ അവർ അയാളുടെ ആഗ്രഹത്തിനു
വഴങ്ങി. വളക്കാപ്പും മറ്റു ചടങ്ങുകളും ഊട്ടിയിലേ എസ്റ്റേറ്റ് വീട്ടിൽ വെച്ച്
ആഡംബരപൂർവ്വം നടത്തി.

അത് കണ്ടു മകളുടെ ഭാഗ്യത്തിൽ അവർ ആനന്ദിച്ചു.

രാഗിണിയുടെ പ്രസവ സമയം അടുത്തപ്പോൾ കുറെ കൂടി ശ്രദ്ധ
വേണമെന്നത് കൊണ്ട് അപ്പോൾ പ്രത്യേക മുറിയിലേക്ക് മാറിയ രാഗി
ണിയുടെ കൂടെ നയന കൂട്ടു കിടന്നു. നയനയുടെ പരിചരണവും, ശങ്ക
റിന്റെ ശ്രദ്ധയും രാഗിണിയുടെ ഗർഭകാലം സ്വർഗ്ഗതുല്യമാക്കി. ഒരു രാ
ത്രി രാഗിണിക്ക് വേദന വന്നു. നയനയും ശങ്കറും അവളെ ഉടനെ ആശു
പത്രിയിൽ എത്തിച്ചു. അവിടെ വെച്ച് അവൾ ഒരു ആൺകുട്ടിയെ പ്രസ
വിച്ചു. പിന്നീടുള്ള ദിവസങ്ങൾ ചിറക് വെച്ചത് പോലെ പറക്കുകയായി
രുന്നു.

കുഞ്ഞു വന്നതോടെ രാഗിണി മുഴുവൻ സമയവും കുഞ്ഞിനെ പരി
ചരിക്കുന്നതിലും നയന പ്രസവശുശ്രൂഷയുമായി തിരക്കിലായി. ഇതി
ന്റെ ഇടയിൽ ശങ്കറിന്റെ എല്ലാ കാര്യങ്ങളും നോക്കേണ്ട ചുമതല നയ
നയുടേതായി. രാവിലെ എഴുന്നേറ്റാൽ ബെഡ് കോഫി മുതൽ രാത്രി
കിടക്കാൻ പോകുമ്പോൾ മുറിയിൽ ജീരകവെള്ളം വെക്കുന്നതു വരെ
യുള്ള കാര്യങ്ങൾ നയന ചെയ്യേണ്ടി വന്നു. രാത്രി കാലങ്ങളിൽ കു
ഞ്ഞു ഉണർന്നു കരയുമെന്നതിനാൽ രാഗിണിയും മോനും മറ്റൊരു മുറി
യിലാണ് കിടക്കുന്നത്. അവരെ ബുദ്ധിമുട്ടിക്കാതെ ശങ്കറും അവർക്ക്
വേണ്ടതെല്ലാം ചെയ്ത് കൊടുത്തു അവർക്കരികിൽ നിന്നു.

എസ്റ്റേറ്റിൽ ആ സമയത്ത് കൂലി കൂട്ടി കൊടുക്കുന്നതിനെപ്പറ്റിയുള്ള
പ്രശ്നം സംബന്ധിച്ച് സമരം നടക്കുന്ന സമയമായിരുന്നു. ഒരു രാത്രി
കനത്ത മഴയും ഇടിവെട്ടും, കറന്റ് പോയ സമയമായിരുന്നു. കുഞ്ഞു
എഴുന്നേറ്റു കരയുവാൻ തുടങ്ങിയപ്പോൾ രാഗിണി മെഴുകുതിരി എടു
ക്കാൻ മുൻവശത്തെ മുറിയിൽ ചെന്നപ്പോൾ ശങ്കറിന്റെ മുറിയിൽ എ
ന്തോ ശബ്ദം കേട്ടു. അവൾ അത് നോക്കാൻ ചെന്നപ്പോൾ മെഴുകുതിരി
യുടെ അരണ്ട വെളിച്ചത്തിൽ ശങ്കറിനെയും ഒരു കറുത്ത തമിഴത്തിയേ
യും മുറിയിലെ തന്റെ കട്ടിലിൽ കണ്ടു. മനോനില തെറ്റിയ രാഗിണി

ഭ്രാന്തമായ ആവേശത്തിൽ മുൻ വശത്തെ മുറിയിൽ ചെന്ന് അവിടെ വെച്ചിട്ടുള്ള ഇരട്ടക്കുഴൽ തോക്കെടുത്തു അവൾ മുന്നിലെ മുറിയിലേക്ക് ചെന്നു. അപ്പോൾ തോന്നിയ തിരസ്കരണത്തിന്റെയും അവഗണനയു ടെയും വേദന അവളെ ഒരു വിഭ്രാന്തിയുടെ വക്കിലെത്തിച്ചിരുന്നു. അ വൾ അവർക്ക് നേരെ നിറയോഴിച്ചു.

കറുത്ത തമിഴത്തിയെ വെടി വെക്കുവാൻ ശ്രമിച്ചപ്പോൾ അത് ഉന്നം തെറ്റി ശങ്കറിന്റെ നെഞ്ചിലാണ് കൊണ്ടതെന്നു പിന്നീട് അറിഞ്ഞു. ഒന്ന് ഞരുങ്ങുക പോലും ചെയ്യാതെ അയാൾ മരിച്ചു വീണു. ഭയന്നു വിറച്ച് നിലവിളിച്ച തമിഴത്തി ജനാലയിലൂടെ ചാടി പുറത്തു പോയി. രാഗിണി തന്റെ കൈ കൊണ്ട് സംഭവിച്ച അനർത്ഥത്തിന്റെ ഗാംഭീര്യം മനസ്സിലാ യപ്പോൾ തലതല്ലി കരയാൻ തുടങ്ങി.

അവസാനം സ്വന്തം നെഞ്ചിലേക്കും അവർ വെടി വെച്ചു ആത്മഹ ത്യക്ക് ശ്രമിച്ചു.

വെടിയൊച്ചകളുടെ ശബ്ദം കേട്ട് കുഞ്ഞു മോൻ ഉണർന്നു കരഞ്ഞു. മോന്റെ കരച്ചിൽ കേട്ട് വന്ന നയനയും പരിചാരികകളും രക്തത്തിൽ കുളിച്ചു കിടക്കുന്ന ശങ്കറിനെയും രാഗിണിയെയും കണ്ടു. ഉടനെ ത ന്നെ പോലിസിനെ വിവരം അറിയിച്ചു. പോലീസ് വരുമ്പോഴും രാഗി ണിക്ക് ജീവനുണ്ടായിരുന്നു മരണമൊഴി രേഖപ്പെടുത്തി കുറച്ചു കഴി ഞ്ഞപ്പോൾ അവൾ അന്ത്യ ശ്വാസം വലിച്ചു. വിവരമറിഞ്ഞ് എത്തിയ മീ നാക്ഷിയമ്മാളും നാരായണയ്യറും കണ്ടത് മാസങ്ങൾ മാത്രം പ്രായമു ള്ള കുഞ്ഞിനെ കൈലെടുത്ത് കരഞ്ഞു കൊണ്ട് നിൽക്കുന്ന നയനയെ യാണ്. അന്ത്യസമയത്ത് നയന മാത്രമേ അവിടെ ഉണ്ടായിരുന്നുള്ളൂ. അവളും വല്ലാത്തൊരു സ്തംഭനാവസ്ഥയിലായിരുന്നു. പിന്നീട് അച്ഛനും അമ്മയും രാഗിണിയുടെ മോനെയും കൊണ്ട് തിരിച്ചു പോയി. പക്ഷേ നയന അവിടുന്ന് ദേവർച്ചയിലേക്ക് തിരിച്ചു വന്നില്ല. പിന്നീട് ഒരിക്കലും അവൾ ദേവർച്ചയിലേക്ക് വന്നില്ല. ഇന്ന് ഇത്രയും വർഷങ്ങൾക്ക് ശേ ഷം അവളുടെ കത്ത് വന്നിരിക്കുന്നു.

വൃന്ദാവൻ, അവനിന്ന് പത്ത് വയസ്സ് കഴിഞ്ഞിരിക്കുന്നു. അവനോട് എന്താണ് പറയേണ്ടത്? മീനാക്ഷി ആ കത്ത് ഒരാവർത്തി കൂടി വായി ച്ചു. വാക്കുകൾക്കിടയിൽ നയന പറയാത്ത എന്നാൽ അവൾ പറയുന്ന കാര്യങ്ങൾ അവർ പെട്ടെന്ന് മനസ്സിലാക്കി. പത്ത് വർഷങ്ങൾക്ക് മുൻപ് ഊട്ടിയിലെ ആ മരണവീട്ടിൽ നിന്ന് ഇറങ്ങിയ നയന പിന്നീട് ഒരിക്കൽ പോലും തങ്ങളെയോ മോനെയോ കാണുവാൻ വന്നില്ല. പക്ഷേ അവ ളുടെ കൂടെ പഠിച്ച ഡോക്ടർ പ്രഥ ഒരിക്കൽ മീനാക്ഷിയെ കാണാൻ വ

ന്നിരുന്നു. അവരിൽ നിന്നാണ് നയനക്ക് ഒരു മകളുണ്ട് എന്നത് അവർ മനസ്സിലാക്കുന്നത്. തുടക്കം മുതൽ തന്നെ ചെറിയ സംശയങ്ങൾ മീനാ ക്ഷിക്കുണ്ടായിരുന്നു. പ്രഥ നയനയുടെയും ഒരു കൊച്ചു പെൺകുഞ്ഞി ന്റെയും ചിത്രം കൂടി കാണിച്ചു കൊടുത്തിരുന്നു.

ശ്രുതിമേഘ എന്ന ആ കുഞ്ഞ് അമ്മയുടെ തനി പകർപ്പായിരുന്നു, ആരു കണ്ടാലും അത് നയനയുടെ മകളാണ് എന്ന് പറയും. പക്ഷേ അ വളുടെ മറ്റു ചില ഭാവങ്ങളും ഛായയും അവരിൽ വേറെ ആരുടെയോ ഓർമ്മകൾ ഉണർത്തി. വിവാഹിതയല്ലാത്ത മകളുടെ വിവാഹത്തിനു വിളിച്ചില്ലല്ലോ എന്ന പരാതിയുമായി നീറുന്ന മനസ്സുമായി അവർ നി ന്നു. അന്ന് നാരായണനയ്യരെ ഒന്നും അറിയിക്കാതെ അവിടുന്നു ഒരുത രത്തിൽ പറഞ്ഞാൽ രക്ഷപെട്ടു വരികയായിരുന്നു. ഇത്രയും വർഷം പി ന്നെ ഒന്നും അറിഞ്ഞില്ല, അല്ല അറിയാൻ ശ്രമിച്ചില്ല. സത്യത്തെ അഭിമു ഖീകരിക്കാൻ അവർക്ക് പേടിയായിരുന്നു. അവർക്ക് അവിടുന്ന് അപ്പോൾ ഉറക്കെ ഉറക്കെ പറയുവാൻ തോന്നി,

"നയനേ, അന്ന് ശങ്കറിന്റെ മുറിയിൽ കണ്ട തമിഴത്തി നീയായിരു ന്നു. ആർക്കും സത്യം മനസ്സിലായില്ലെങ്കിലും ഞാൻ അത് മനസ്സിലാ ക്കിയിരുന്നു. രാഗിണി മരണത്തിലും നിന്നെ രക്ഷിച്ചു. അവൾ നിന്നെ കാട്ടി കൊടുത്തില്ല. പക്ഷേ നീ..."

ആർത്തലച്ചു വന്ന കണ്ണുനീരിൽ ആ പഴകിയ എഴുത്ത് കുതിർന്നു. ഇത്രയും കാലത്തിനു ശേഷം നീ എന്തിനാണ് ഇപ്പോൾ ഇങ്ങനെ ഒരു എഴുത്ത് എഴുതിയത്. അവർ വീണ്ടും കണ്ണുനീരിലേക്ക് കൂപ്പുകുത്തി. അവിടെ നിന്ന് ഉയർന്ന മീനാക്ഷിയമ്മയുടെ ഓരോ നിലവിളിയും തന്റെ രണ്ട് മക്കളുടെ ചിത ദഹിപ്പിക്കുവാൻ മാത്രം പോന്നതായിരുന്നു.

"വൃന്ദാവൻ"

അവനിതൊന്നും അറിയാതെ വളരട്ടെ. അച്ഛനും അമ്മയും ഏതോ അപകടത്തിൽ മരിച്ചു എന്നും, ചിറ്റ ദൂരെ ജോലി ചെയ്യുന്നു എന്നുമേ അവനോട് പറഞ്ഞിട്ടുള്ളു. അവന്റെ ഓർമ്മകളിൽ ആർക്കും മങ്ങലേൽ ക്കാതെ ഇരിക്കട്ടെ. മീനാക്ഷി തൊഴുതു.

അമേരിക്കയിലേക്ക് പോകുന്നതിന് മുൻപ് നയന എന്നോട് പറയാൻ ആഗ്രഹിച്ചത് ഇപ്പോഴാണ് കിട്ടിയത് എന്ന് മാത്രം. അവർ ആ കത്ത് തി രിച്ചും മറിച്ചും നോക്കി.

വേനൽകാലത്ത് കാലം തെറ്റിവന്ന മഴ പോലെ ആ കത്ത് മീനാക്ഷി യമ്മാളിന്റെ മുന്നിൽ കിടന്നു.

ഏതാണ്ട് ഒരാഴ്ച കഴിഞ്ഞാണ് അഗ്രഹാരത്തിലേക്ക് ഉള്ള ഒരു ക

ത്ത് വീണ്ടും ഇന്ദുഗോപന് കിട്ടുന്നത്. ഇത്തവണ വീണ്ടും അങ്ങോട്ടേ
ക്ക് പോകാൻ അവനൊരു പേടി ഉണ്ടായിരുന്നു. ആദ്യത്തെ തവണ കൊ
ടുത്ത എഴുത്തിനെ ചൊല്ലി എന്തെങ്കിലും പ്രശ്നമോ ചോദ്യങ്ങളോ ഉ
ണ്ടാവുമോ എന്ന് അവന് ഭയപ്പെട്ടിരുന്നു. പക്ഷേ ഒരാഴ്ച ആയിട്ടും ഒന്നും
കാണാതെയായപ്പോൾ ഇന്ദുഗോപന് സമാധാനമായി. ഇപ്പോൾ കിട്ടിയ
എഴുത്തുമായി വീണ്ടും അവിടേക്ക് കടന്നു ചെല്ലാൻ പറ്റാത്ത മാനസ്സി
ക പ്രയാസം അവനനുഭവിച്ചില്ല എന്ന് പറയുന്നത് വ്യർത്ഥമാണ്. എഴു
ത്തു കൊടുത്തതിന്റെ പിറ്റേന്ന് വീട്ടിലേക്ക് വരുന്ന വഴിയിലെ ആളുക
ളെ അവൻ ഭീതിയോടെ വീക്ഷിച്ചു.

പക്ഷേ ആരും തന്നെ അവനെ അന്വേഷിച്ചു വന്നില്ല അത് അവനിൽ
ആശ്വാസമേകി. അഗ്രഹാരത്തേക്ക് വീണ്ടുമൊരു പോക്ക്! അവൻ കുറ
ച്ചേറേ ആകുലതയോടെ തന്റെ രണ്ടാമത്തെ കത്ത് നൽകുവാൻ മനസ്സു
കൊണ്ട് തയ്യാറെടുത്തു. ഉച്ചവരെയുള്ള ജോലി കഴിഞ്ഞ് അവൻ വീട്ടി
ലെത്തി പെട്ടിയുടെ അറയിൽ നിന്ന് മറ്റൊരു കത്ത് എടുത്തു.

വാതിൽക്കൽ നിൽക്കുന്ന അഴകിയോട് കത്ത് കൊടുത്തിട്ട് വരാമെ
ന്നു പറഞ്ഞ് അവൻ അഗ്രഹാരത്തിലേക്കു പോയി. വളവു തിരിഞ്ഞ്
അടുത്ത നേർപാതയിലേക്ക് കടന്നു ആദ്യത്തെ വീട്ടിൽ കയറി കത്ത്
കൊടുക്കുവാനായി ബെല്ലടിച്ചു. ഉള്ളിൽ നിന്ന് ഒരു ചെറുപ്പക്കാരി വന്ന്
കത്ത് കൈപ്പറ്റി.

കത്ത് കൊടുക്കുമ്പോൾ അവൻ ഡോർ നമ്പർ 11 എവിടെയാണെന്ന്
ചോദിച്ചു.

മുന്നിലേക്ക് കൈചൂണ്ടി വീട് കാണിച്ചു കൊടുത്തു. അവൾ വീ
ട്ടിലേക്ക് കയറിപ്പോയി.

അവിടുന്ന് ഇറങ്ങുമ്പോൾ അവൻ വീണ്ടും ബാഗിൽ നിന്നും കത്തെ
ടുത്തു മാഞ്ഞു തുടങ്ങിയ അക്ഷരങ്ങൾ പെറുക്കി വായിച്ചു തുടങ്ങി.

"സുബ്രഹ്മണ്യ അയ്യർ

ഡോർ നമ്പർ : 11

ദേവനില അഗ്രഹാരം

ദേവാർച്ച

ഒരുപാട് ഉള്ളിലേക്ക് പോകേണ്ടി വന്നില്ല. അതെ നിരയിൽ ഉള്ള പതി
നൊന്നാമത്തെ വീട് അവൻ പെട്ടെന്ന് കണ്ടുപിടിച്ചു. പതിവിന് വിപരീ
തമായി പാവാടയും ബ്ലൗസുമിട്ട ഒരു പെൺകുട്ടി ഉമ്മറക്കോലായിൽ
നിന്ന് അവനെ ഉറ്റുനോക്കുന്നുണ്ടായിരുന്നു. ഇന്ദുഗോപൻ അവിടേക്കു
നടന്നടുക്കുമ്പോൾ ആ പെൺകുട്ടി മുന്നിലേക്ക് വന്നു. അവൻ സുബ്ര

ഫണ്യഅയ്യർ എന്ന് ചോദിച്ചപ്പോൾ അവൾ തലയാട്ടിക്കൊണ്ടു കത്തി നായി കൈനീട്ടി. അത് കണ്ടപ്പോൾ അവന് സമാധാനമായി, അവൻ ആ കത്ത് അവളുടെ കയ്യിൽ കൊടുത്തു തിരിഞ്ഞു നടന്നു.

നിലാവ്

ഉച്ചക്ക് ഊണ് കഴിഞ്ഞിരിക്കുമ്പോഴാണ് ഉമ്മറത്ത് പോസ്റ്റ്മാൻ വരു ന്നത് നിലാവ് കണ്ടത്. പുതിയ പോസ്റ്റുമാൻ ആണ്. അപ്പാവോടെ പേരു ള്ള ഒരു കത്ത് കൊണ്ടാണ് അയാൾ വന്നത്. അവൾ അത് വാങ്ങി തിരി ച്ചും മറിച്ചും നോക്കി. അവൾ ആ കത്ത് അമ്മയെ ഏൽപ്പിച്ചു.

മേൽവിലാസം എഴുതിയതും കത്തിലെ പിറകു വശത്തുള്ള പേരും ഏറെക്കുറെ മാഞ്ഞുപോയിരിക്കുന്നു. വളരെ സൂക്ഷിച്ചു നോക്കിയാലേ അത് വായിക്കുവാൻ സാധിക്കുകയുള്ളു. കത്തിലെ മാഞ്ഞ് പോയിരി ക്കുന്ന അക്ഷരങ്ങളെ പറ്റി അവൾ അമ്മയോട് പറയുകയും ചെയ്തു.

"അമ്മാ, ഇത് എന്താ പഴയ ഇൻലാൻഡ് ആണോ? എല്ലാമേ മാ ഞ്ചു പോച്ച്. ഇതിലൊക്കെ എഴുത്ത് എഴുതിയത് ആരാവും?"

"പോയിരുന്നു പഠിക്ക്. അപ്പാവുക്ക് തന്നെ ലെറ്റർ വന്നത്. അവർ നോക്കും. നീ പോ"

അവർ അവളെ അവിടുന്ന് പറഞ്ഞയക്കാൻ പാടുപെട്ടു. തെല്ലു മുഖം കറുപ്പിച്ച് അമ്മയെ നോക്കി. അവൾ തന്റെ മുറിയിലേക്ക് പോകുന്നതും നോക്കി അവർ പുഞ്ചിരിച്ചു. ഇളയവൾ അവിടെ നിന്ന് ഇതെല്ലാം കണ്ടു ചേച്ചിയെ നോക്കി ആംഗ്യം കാണിച്ചു, അവളെ കളിയാക്കിയപ്പോൾ. നി ലാവ് അവളെ തല്ലാനായി പുറകെ ഓടി.

സുബ്രഹ്മണ്യ അയ്യർക്കും മാലതിക്കും രണ്ട് പെൺകുട്ടികളാണ്. മൂത്തത് നിലാവും ഇളയവൾ സന്ധൂരിയും. പേര് പോലെ തന്നെ നിലാവ് ധവളവർണ്ണമുള്ളവളായിരുന്നു. സന്ധൂരി ശ്യാമവർണ്ണമുള്ളവളും.

അച്ഛനും അമ്മയ്ക്കും കറുത്ത കുഞ്ഞുണ്ടായതിൽ നാട്ടുകാർക്കും വീട്ടുകാർക്കും അതീവ ദുഃഖമുണ്ടായിരുന്നു അവർ അത് പലപ്പോഴായി മാലതിയോട് ഒളിഞ്ഞും തെളിഞ്ഞും സൂചിപ്പിച്ചു.

പക്ഷേ അതൊന്നും തന്നെ ബാധിക്കാത്ത മട്ടിൽ അവർ നിശ്ചിന്ത രായി ഇരുന്നു. പക്ഷേ ആരും കാണാതെ അവർ ഭർത്താവിനോട് മാത്രം തന്റെ മനസ്സിലെ ആകുലതകൾ പങ്കു വെച്ചു. രണ്ട് മക്കളിൽ ഒരുവൾ പകൽ പോലെയും മറ്റവൾ അമാവാസി പോലെയും ആകുമ്പോൾ ഏ

തൊരു അമ്മയും അനുഭവിക്കുന്ന മനോവേദന അവരും അനുഭവിച്ചിരു
ന്നു. പക്ഷേ അവർ അതൊരിക്കലും തന്നെ ബാഹ്യമായി പ്രകടിപ്പിച്ചിരു
ന്നില്ല. അതുകൊണ്ട് തന്നെ ആ വീട്ടിൽ നിറമൊരു പ്രശ്നമായിരുന്നില്ല
എന്ന് കരുതി ജീവിതം മുന്നോട്ടു പോയിരുന്നു. പക്ഷേ സന്തൂരി വളരും
തോറും അവളിലെ ശ്യാമപ്രഭ നിലാവിനെ വല്ലാതെ അലോസരപ്പെടു
ത്തുന്നുണ്ടായിരുന്നു. അഗ്രഹാരത്തിലെ പാട്ടിമാർ അവളിലെ കറുപ്പിൽ
ഏഴഴക് തേടിയപ്പോൾ, നിലാവിന്റെ മനസ്സിനെ പോറലേൽപ്പിക്കുമോ
എന്ന് മാലതിയ്ക്ക് വിഷമമമുണ്ടായിരുന്നു. ഒരു ദിവസം അവർ സുബ്രഹ്മ
ണ്യ അയ്യരോട് കീഴ്ക്കാവിലേക്ക് മാലയും വിളക്കും നിലാവിനു വേണ്ടി
നേരുവാനുള്ള അനുവാദം ചോദിച്ചു. നേരിയ ഭയപ്പാടോടെയാണ് അ
വൾ ചോദിച്ചതെങ്കിലും. അവളുടെ മനസ്സിലെ വിങ്ങലും ആധിയും മുഖ
ത്ത് പ്രകടമാവുന്നത് കണ്ടപ്പോൾ അയ്യർ ഒന്നും പറഞ്ഞില്ല. പക്ഷേ മാ
ലതി മറ്റാരോടും പറയാതെ രഹസ്യമായി തന്നെ പോകാൻ തീരുമാനി
ച്ചു. താലത്തിൽ പട്ടും പൂവും വിളക്കുമായി താഴെ കാവിലേക്ക് പോകു
മ്പോൾ അവളുടെ ഹൃദയമിടിപ്പ് കൂടിയിരുന്നു. തലതാഴ്ത്തി അവർ അ
ഗ്രഹാരവഴി താണ്ടി വേഗം നടന്നു. ഹൃദയതാളം കൊട്ടിപ്പാടുന്ന മറ്റേതു
ഈരടികൾക്കും മീതെയായിരുന്നു അവർ അപ്പോൾ അനുഭവിച്ച വേദ
നയും ഭയവും.

വിശ്വാസങ്ങളുടെ നൂല് കെട്ടിയ പട്ടം പോലെ ജീവിതം ചിറക് വിരി
ച്ച് ഉയർന്നുപറന്നു. കീഴ്ക്കാവിലേക്ക് പിന്നേയും പല തവണ മാലതി
പോയപ്പോഴും അവരുടെ മനസ്സിന് അതേ ദ്രുത ചലനമായിരുന്നു. വിശ്വാ
സങ്ങളുടെ അഭേദ്യബന്ധനങ്ങൾ പൊട്ടിച്ചെറിയാനാവാതെ ഓരോരുത്ത
രും ഈ ലോകത്തിൽ ഉഴറി നടക്കുന്നുവെന്ന് ആരും മനസ്സിലാക്കുന്നി
ല്ല. അമ്മയുടെ നേർച്ചകളും വഴിപാടും അഗ്രഹാരത്തിനപ്പുറത്തേക്ക് നീ
ണ്ടപ്പോൾ നിലാവിലും ജിജ്ഞാസ ഉണർന്നു.

പക്ഷേ ഈ പൂജയും വഴിപാടും തന്നിലെ കറുപ്പ് കുറക്കുവാനും,
അതുപോലെ സൗന്ദര്യം വർദ്ധിപ്പിക്കുവാനുള്ള അമ്മയുടെ ഒരുക്കങ്ങ
ളാണെന്ന് അവൾ അറിഞ്ഞില്ല.

അമ്മയുടെ ആവശ്യാനുസരണം അവൾ ക്ഷേത്രത്തിലേക്ക് മാലകെട്ടി
കൊടുക്കുകയും തേങ്ങയും പണവും തലച്ചുറ്റി കൊടുക്കുകയും ചെയ്
തു. അമ്മ അവിടുന്ന് കൊണ്ട് വരുന്ന രക്തവർണ്ണത്തിലുള്ള കുറി അവൾ
ചന്ദനത്തിനു മീതെ ഇട്ടു നടക്കുകയും ചെയ്തു. അമ്മയുടെ മനസ്സിലെ
ആഗ്രഹം പോലെ അവൾ വെളുത്തില്ലെങ്കിലും പൂമരം പോലെ പൂത്തു
ലഞ്ഞു. താഴെയുള്ള സന്തൂരി തന്റെ മയിൽപീലി ചിറകുകൾ വീശി

വളർന്ന് വന്നു. മാലതിയും അയ്യരും അവർക്ക് ചിറക്ക് വിരിച്ചു പറക്കാ നുള്ള പുതിയ ആകാശം തേടുന്ന തിരക്കിലായിരുന്നു.

സന്തൂരിയുമായുള്ള വഴക്കിടലും കഴിഞ്ഞു ഒന്ന് അടുക്കളയിൽ ക യറിയപ്പോൾ കിട്ടിയ ഉണ്ണിയപ്പവും കടിച്ചു കൊണ്ട് നിലാവ് പുറത്തേക്ക് വന്നു. അപ്പോഴാണ് അവിടെ ടേബിളിൽ വെച്ചിരിക്കുന്ന കത്ത് കണ്ടത്. അമ്മ ആ കത്ത് അവിടെ വെച്ചിട്ട് പോയിരിക്കുന്നു. എന്തോ ആ കത്ത് അവളെ വല്ലാതെ ആകർഷിച്ചു. തികച്ചും നിരുപദ്രവമായ ഒരാഗ്രഹം. അതിനെതിർത്ത് നിൽക്കാനാവാതെ അവൾ പതുക്കെ അങ്ങോട്ടേക്ക് നീങ്ങി. പതുക്കെ അടുത്തെത്തി കത്തിൽ കൈ വെച്ചു എന്നായപ്പോഴാ ണ് ആ സ്വരം അവളുടെ കാതിൽ വീണത്.

"നിലാ, എന്ന പണ്ണീട്ടിറുക്കേൻ ? ഇങ്കെ വാ."

കത്ത് കണ്ട് അങ്ങോട്ടേക്ക് നീങ്ങുന്ന തന്നെ അമ്മ വിലക്കിയതാ ണോ എന്ന് അവൾക്ക് സംശയമായി.

അപ്പോഴേക്കും അടുത്ത അശരീരി മുഴങ്ങി.

"നിലാ അന്ത എഴുത്ത് അപ്പാവുടെ ടേബിൾ മേലെ വയ്യ്."

തമിഴ് കലർന്ന മലയാളത്തിൽ അമ്മയുടെ വാക്കുകൾ കൂടി കേട്ട പ്പോൾ അവൾക്ക് തന്റെ സംശയം ശരിയാണെന്ന് മനസിലായി. ആ ക ത്തെടുത്ത് നിലാവ് മനസ്സില്ലാമനസ്സോടെ അച്ഛന്റെ ടേബിളിൽ കൊണ്ട് വെച്ചു. അമ്മ അത് അവളിൽ നിന്ന് മാറ്റുന്നത് പോലെ തോന്നിയപ്പോൾ സ്വാഭാവികമായും ആ കത്തിലെന്താണ് എന്ന് അറിയുവാൻ അവൾക്ക് അതിയായ ആഗ്രഹം തോന്നി. കത്ത് അവിടെ കൊണ്ട് വെച്ച് അവൾ തിരിഞ്ഞു നോക്കി തിരിഞ്ഞു നോക്കി മുന്നോട്ടു നീങ്ങി.

ഉണ്ണിയപ്പം കഴിച്ചു കഴിഞ്ഞു സന്തൂരിയുമൊത്ത് വൈകുന്നേരം ആ രതി തൊഴാൻ അവൾ ഒരുങ്ങുവാൻ പോയി. അഗ്രഹാരത്തിൽ രാവിലെ യും വൈകുന്നേരവും ക്ഷേത്രദർശനം നിർബന്ധമാണ്. ജീവിതത്തിലെ ഒരു ഭാഗമാണ് ക്ഷേത്രദർശനം. അത് ചിട്ടയോടെ എല്ലാവരും പാലിച്ചു പോരുകയും ചെയ്തു. ജീവവായു പോലെയാണ് അഗ്രഹാരത്തിലെ കോ വിലിലെ ദീപാരാധന തൊഴലും പിന്നെ നാമം ജപിക്കലും. അത് അവർ മുറതെറ്റാതെ ചെയ്തു വന്നു. ഇപ്പോഴും അതിന്നൊന്നും മാറ്റം വന്നി ട്ടില്ല.

മാറ്റങ്ങൾക്ക് മാറ്റം വരുന്ന കാലത്ത് ചിലത് മാറാതെ നിൽക്കുമ്പോൾ അത് ജനജീവിത സംസ്കാരമായി പരിണമിക്കുന്നു.

നിലാവും സന്തൂരിയും അമ്മയോടൊപ്പം കോവിലിലേക്ക് നടന്നു. ചുവ ന്ന പാവാടയിൽ അതിമനോഹരിയായ സന്തൂരിയുടെ ഉജ്ജ്വല രൂപത്തി

നോടൊപ്പം കറുത്ത നിറത്തിൽ പൂക്കൾ പുത്തു നിൽക്കുന്ന പോലെ നി ലാവും ചമഞ്ഞൊരുങ്ങി. രണ്ട് പേരെയും കണ്ടപ്പോൾ മാലതിയുടെ ഉള്ളിൽ ഒരു നിമിഷം സന്തോഷവും ആകുലതയും ഒപ്പം നുരഞ്ഞു പൊന്തി. കോവിലിലെ പാട്ടിമാരുടെ വായ തുന്നി കെട്ടാൻ പറ്റില്ലല്ലോ.

വളർന്ന് വരുന്ന സന്തൂരിയുടെ സൗന്ദര്യം നാൾക്കു നാൾ കൂടി വരു ന്നു. അവളുടെ മുന്നിൽ നിലാവിന്റെ ശ്യാമവർണ്ണം എടുത്തു കാട്ടുന്നത് പോലെ തോന്നി.

"നിലാ അന്ത മഞ്ച പട്ടു പാവാടെ ഇട കൂടാതാ, ഉനക്ക് അത് റൊ മ്പ ചേർച്ചയാക്കും."

പറയുന്നില്ല എന്ന് കരുതിയിട്ടും മാലതിയുടെ വായിൽ ആ വാചകം വന്നു പോയി. നിലാവ് മുഖം വക്രിച്ച് അവളെ നോക്കി.

"അമ്മ എപ്പോതും മഞ്ച പട്ട് പാവാടെ താൻ ഇടവേണമാ   എന ക്ക് വേറെ നിറം യേതും ഇട വേണ്ടാമാ.. എപ്പോതും ഒരു മഞ്ച കളർ"

അവൾ പിറുപിറുത്തു കൊണ്ട് തന്റെ ചുവന്ന പാവാട ഒന്ന് കൂടി വി ടർത്തി അവൾ മുന്നോട്ടു ഇറങ്ങി. പിന്നെ മാലതി ഒന്നും പറഞ്ഞില്ല. അവർ നടന്ന് കോവിലിൽ എത്തി ദീപാരാധന തൊഴാൻ നിൽക്കുമ്പോൾ അവളിലെ നിലാവിന്റെ ശ്യാമവർണ്ണത്തിനു ആയിരം പൂർണ്ണചന്ദ്രൻ ഉദി ച്ചപോലെ തോന്നി. അന്നും അഗ്രഹാരത്തിലെ എല്ലാവരും ദീപാരാധന തൊഴുതു പ്രസാദം വാങ്ങുവാനായി അവിടെ നിൽക്കുമ്പോഴാണ് സര സ്വതി പാട്ടി തന്റെ അഭിപ്രായം പറഞ്ഞത്.

"എന്ന മാലതി, നീ അവള്ക്ക് സൊല്ലി കൊടുക്ക വേണ്ടിയത് താനേ. നിലാവുക്ക് പച്ച പുടവ അത്തന മാച്ച് ആവാത്. നീ അവളുക്ക് മഞ്ച അ ല്ലാട്ടി മസ്റ്റർഡ് കളർ പാവാട ശട്ടെ സെഞ്ചു കൊട്. അത് നല്ലായിരു ക്കുമേ. എതുക്ക് സന്തൂരി മാതിരി പിന്നെയും ഇന്ത ശട്ടെ പൊട്ട് വന്തി ട്ടേ..."

സരസ്വതി പാട്ടി അങ്ങനെ പരസ്യമായി ഇങ്ങനെയൊരു അഭിപ്രാ യം പറയുമെന്ന് ആരും കരുതിയില്ല. മാലതി നിന്ന നിൽപ്പിൽ ഉരുകു വാൻ തുടങ്ങി. ഇതെല്ലാം കേട്ടു ചിരിക്കുന്ന മറ്റു സ്ത്രീജനങ്ങളും അതി നിടയിൽ വിളറി നിൽക്കുന്ന നിലാവും.

തനിക്ക് മാത്രം ഏത് നിറവും ചേരില്ല എന്ന് പറയുന്നതിൽ എന്താ ണ് കാര്യമെന്ന് അവൾ ചിന്തിക്കാതേയിരുന്നില്ല. കരിമ്പച്ച പട്ടുപാവാട യും ചുവന്ന ജരികയുമുള്ള പാവാട അവൾക്ക് വലിയ ഇഷ്ടമായിരുന്നു. ഇന്ന് കോവിലിലേക്ക് വരുമ്പോൾ പാവാടയും ബ്ലൗസുമിട്ട് കണ്ണാടിയിൽ തിരിച്ചും മറിച്ചും നോക്കി അവൾ അതിസുന്ദരിയായിരുന്നു എന്നാണ്

അവൾക്ക് സ്വയം തോന്നിയത്. എന്നിട്ട് ഇപ്പോൾ സരസ്വതി പാട്ടി വെറു
തെ ഓരോന്ന് പറയുന്നു, നിറങ്ങളോട് എന്നും പാട്ടിക്ക് അസൂയയാണ്.
ഇത്രയും കുട്ടികൾ ഉണ്ടായിട്ടും തന്നോട് മാത്രം ഇത് പറഞ്ഞത് താൻ
കറുത്തവളായത് കൊണ്ടല്ലേ. അവൾക്ക് കോപം വന്നു   ഇതൊക്കെ
കേട്ടിട്ടും അമ്മ ഒന്നും പറയാതെ നിൽക്കുന്നതിലായിരുന്നു അവൾക്ക്
വിഷമം.

നിറഞ്ഞു വന്ന കണ്ണ് തുടച്ചു പ്രസാദം പോലും വാങ്ങാൻ നിൽക്കാ
തെ അവൾ വേഗം പുറത്തേക്കു പാഞ്ഞു.

"ഇനി ഇന്ത പട്ടു പാവാടൈ മട്ടും നാൻ ഇടമാട്ടേൻ. ഒരു കളറും എ
നക്ക് സേരാത്. നാൻ കറുപ്പ് ആക്കും   ല്ലെ? നീങ്ക എല്ലാരുമേ വെള്ളെ
നിറം താനെ."

സ്വയം ഇതൊക്കെ പറഞ്ഞു അവൾ വീട്ടിലെക്ക് നടന്നു. മുൻവശ
ത്തെ ഓടാമ്പൽ നീക്കി അവൾ ഉള്ളിൽ കയറി ഇരുപ്പായി. മനസ്സിലെ
സങ്കടവും വെപ്രാളവും സംഘർഷവും അതിന്റെ പാരമ്യതയിലാണ്. കുറ
ച്ചു നേരം ഒന്നടങ്ങിയപ്പോൾ അവൾ പോയി ഉടുപ്പ് മാറ്റി വന്നു. ഉമ്മറ
ത്ത് കോലായിൽ ഇരുന്നു അവൾ മുന്നിലേക്ക് നോക്കിയിരുന്നു. പുറ
ത്തു ഇരുട്ടിന് ഘനം വെച്ചു തുടങ്ങി. ശ്യാമവർണം എങ്ങും പരന്നു.
അവളുടെ ഉള്ളിലും നോവിന്റെ ശ്യാമ വർണം നിറയുവാൻ തുടങ്ങി. കു
റച്ചു കഴിഞ്ഞ് മാലതിയും എത്തി ആ സംഭവത്തെ പറ്റി അവിടെ ആരും
ഒന്നും പറഞ്ഞില്ല.

അവർ അത് വീണ്ടും പറയുവാൻ ആഗ്രഹിച്ചില്ല. അല്ലെങ്കിലും അ
തൊരു നല്ല സംസാര വിഷയമായിരുന്നില്ലല്ലോ. എന്ത് പറഞ്ഞു നിലാ
വിനെ സമാധാനിപ്പിക്കുമെന്ന് മാലതിക്ക് വിഷമമമുണ്ടായിരുന്നു.

നിലാവിനു അമ്മയും മറ്റുള്ളവരെ പോലെ പെരുമാറുന്നുണ്ടോ എ
ന്ന് ചെറിയൊരു ശങ്ക മനസ്സിനുള്ളിൽ കയറി കൂടി. തന്നെ അത്രയും
പേരുടെ മുന്നിൽ വെച്ച് പാട്ടി ഇതു പറയുമ്പോൾ അമ്മ മൗനമവലംബി
ച്ച് നിന്നത് അവളിൽ വേദനയുണ്ടാക്കി. അങ്ങനെ ആ ദിവസം കടന്നു
പോയി അതിനെക്കുറിച്ച് ആരുമൊന്നും മിണ്ടിയില്ല.

സന്തൂരിയ്ക്ക് മാത്രമെ നിറങ്ങൾ പാടുള്ളു എന്ന് അഗ്രഹാരം വിധി
എഴുതിയത് പോലെ അവൾക്ക് അനുഭവപ്പെട്ടു. കുറച്ചു ദിനങ്ങൾ കട
ന്നു പോയി ഒരു ദിവസം പതിവ് പോലെ അടുക്കളയിൽ ചെന്ന് വെള്ളം
എടുക്കാൻ തുടങ്ങുമ്പോഴാണ് അവൾ അത് കണ്ടത്.

ആ എഴുത്ത് !

അമ്മ കളയാൻ വെച്ചിരിക്കുന്ന കടലാസുകളുടെ കൂട്ടത്തിൽ ആ എ

ഴുത്തും വെച്ചിരിക്കുന്നു. നിറം മങ്ങിയ ആ കത്ത് ഏത് സ്ഥലത്ത് വെച്ചും ഏത് പാതിരാത്രിയിൽ കണ്ടാലും അവൾ തിരിച്ചറിയുമായിരുന്നു. അവൾ പതുക്കെ ആ കത്ത് കയ്യിലെടുത്തു.

പിന്നെ അവിടുന്ന് ഒറ്റ ഓട്ടം, ഉള്ളിലെ പഠനമുറിയിൽ അവളുടെ ടേബിൾ എത്തി അവൾ അവിടെ ഇരുന്ന് നോട്ട് ബുക്കിന്റെ ഇടയിൽ വെച്ച് ആ കത്ത് തുറന്നു. വളരെ മങ്ങിയ അക്ഷരങ്ങൾ അവളുടെ കണ്ണുകൾ ക്ക് മുന്നിൽ നൃത്തം വെച്ചു. അവൾ വളരെ ശ്രദ്ധയോടെ അത് വായിച്ച് തുടങ്ങി.

പ്രിയപ്പെട്ട അക്കയും അണ്ണനും,

അവിടെ എല്ലാവരും സുഖമാണെന്ന് വിശ്വസിക്കുന്നു. ഇവിടെ എനി ക്ക് സുഖം തന്നെ. എങ്കിലും നിങ്ങൾക്ക് എന്റെ അവസ്ഥ അറിയാമ ല്ലോ. അതുകൊണ്ട് കൂടുതലൊന്നും അതിനെ പറ്റി പറയുന്നില്ല. ഞാൻ ഈ കത്ത് എഴുതുന്നത് എന്തെന്നാൽ ഞാൻ അടുത്തമാസം അങ്ങോട്ട് വരുന്നുണ്ട്. ഇവിടുത്തെ പ്രശ്നങ്ങൾ ഒരുവിധം തീർന്നു എന്ന് പറയാം. ഇനി മോളെ കൊണ്ടു വന്നാലും കുഴപ്പമില്ല. ഇത്രയും കാലം എന്റെ മോളെ അവിടെ നിർത്തിയതിനും അവളെ വളർത്തിയതിനും ഒരുപാട് നന്ദിയുണ്ട്. ശേഷം നേരിൽ......ചിത്രരേഖ

ഒരാവർത്തി വായിച്ചശേഷം നിലാവ് ഒന്നും കൂടി വായിച്ചു. ആദ്യ മൊന്നും അവൾക്ക് മനസ്സിലായില്ല. പിന്നെ അവളുടെ മനസ്സിൽ ആദ്യ മായി ഒരു സംശയത്തിന്റെ നേരിയ നിഴൽ പൊട്ടി വിടർന്നു.

ആരാണ് ചിത്രരേഖ?

അവരുടെ മകൾ ആരാണ്?

ആ കുട്ടി എങ്ങിനെ ഇവിടെയെത്തി?

ഒരായിരം ചോദ്യങ്ങൾ മനസ്സിൽ ഉയരുന്നത് മനസ്സിലാക്കിയപ്പോൾ ഇതിനൊക്കെ എങ്ങനെ ഉത്തരം തേടണമെന്ന് അവൾക്ക് ഒരുഹവും ഇ ല്ലായിരുന്നു. മനസ്സും മസ്തിഷ്കവും ഒരമ്പരപ്പിൽ കറങ്ങി തിരിഞ്ഞു. അച്ഛനും അമ്മയും വേറെയൊരു കുഞ്ഞിനെ ആരുമറിയാതെ വളർത്തു ന്നുണ്ടോ? എങ്കിൽ ആ കുട്ടി എവിടെ?

എന്തുകൊണ്ടായിരിക്കും അമ്മ ഈ കത്ത് തന്നിൽ നിന്ന് ഒളിപ്പി ക്കാൻ ശ്രമിച്ചത്?

അവൾ പെട്ടെന്ന് ആ കത്ത് പുസ്തകത്തിൽ ഒളിപ്പിച്ചു വെച്ചു. അവ ളിൽ ഉണർന്ന ജിജ്ഞാസയ്ക്ക് ഒരു സമാധാനവും ലഭിക്കാതെ അവളു ടെ അന്വേഷണത്വര വർദ്ധിച്ചു.

ചിന്തകൾ കാടു കയറി. ഈ ദിവസം വരെ അങ്ങനെയൊരു കുട്ടി

യെ പറ്റി ഈ വീട്ടിൽ ഒരു പരാമർശവും ഉണ്ടായിട്ടില്ല എന്ന് അവളോർ ത്തു. അങ്ങനെയുണ്ടെങ്കിൽ തന്നെ തങ്ങളിൽ നിന്ന് മറച്ചു വെക്കേണ്ട കാര്യമില്ലല്ലോ?

അന്ന് വൈകുന്നേരം വരെ അവൾ വീട്ടിന്റെ ഉള്ളിൽ ചുറ്റി നടന്നു. അച്ഛനേയും അമ്മയെയും ചുറ്റി നടന്ന് അവർ തമ്മിൽ നടക്കുന്ന സംഭാ ഷണങ്ങളിൽ ആ കുട്ടിയുടെ പരാമർശം കടന്നു വരുന്നുണ്ടോ എന്ന് അ വൾ സദാ ജാഗരൂഗയായി ശ്രദ്ധിച്ചു കൊണ്ടിരുന്നു. അന്ന് രാത്രി വരെ നടന്നിട്ടും ഒരു തുമ്പു പോലും അവൾക്ക് കൈയിൽ കിട്ടിയില്ല. അവളി ലെ അന്വേഷക ഒരു നിമിഷം പോലും നിശ്ശബ്ദമായിരുന്നില്ല.

പിന്നെയും പിന്നെയും പുതിയ പുതിയ സിദ്ധാന്തങ്ങളുമായി അവൾ ചാരപ്പണി തുടർന്നു പോന്നു. രണ്ട് ദിവസങ്ങളോളം ചുറ്റി നടന്നശേഷം ഒരു തുമ്പും കിട്ടാതെ അവൾ വിഷമിച്ചു. യാതൊരു വിധത്തിലും വ്യ ത്യസ്തമായ പെരുമാറ്റമോ സംസാരമോ അമ്മയുടെയും അച്ഛന്റെയും ഭാഗത്തു നിന്ന് ഉണ്ടാവാത്തതിൽ അവൾ വ്യാകുലയായി.

ഒരു ദിവസം പെട്ടെന്ന് അവളുടെ മനസ്സിൽ മറ്റൊരു ചിന്ത കടന്നു കയറി ഇനി തങ്ങളിൽ ഒരാളാണോ ചിത്രരേഖയുടെ മകൾ! അടുത്ത മാസം വരാമെന്നല്ലേ പറഞ്ഞിരിക്കുന്നത് ഇനി വെറും എട്ട് ദിവസം മാ ത്രമേയുള്ളൂ ഈ മാസം തീരാൻ. അപ്പോഴേക്കും അവർ വരും

ചിത്രരേഖ !

അവരുടെ മകളെ തേടി വന്നാൽ തങ്ങളിൽ അവരുടെ മകൾ ആരാ ണെങ്കിലും അയാൾ ആ സ്ത്രീയുടെ കൂടെ ഇറങ്ങി പോകേണ്ടി വരും. യാതൊരു വിധത്തിലുമുള്ള പരിചയമില്ലെങ്കിലും അവർ അമ്മയാണ്, പോകേണ്ടി വരും അത് തീർച്ചയാണ് !

നിലാവ് നിന്നിടത്തു നിന്ന് വിയർത്തു പോയി. അവൾ അവിടുന്ന് എണീറ്റ് സന്ദൂരി ഇരിക്കുന്ന മുറിയിൽ പോയി എത്തി നോക്കി. അവൾ അവിടെ ഇരുന്നു എന്തോ വായിക്കുകയാണ്. വീണ്ടും ഒന്ന് കൂടി അവ ളെ എത്തി നോക്കി. പക്ഷേ അവൾ പിന്തിരിഞ്ഞു. അവൾ ആയിരിക്കു മോ അതോ താനോ?

ഞെട്ടലോടെ അവൾ സ്വയം ചോദിച്ചു. ഇത്തവണ അവൾ തീർത്തും അശക്തയായിതീർന്നു. ഒന്ന് കണ്ണാടിയിൽ പോയി മുഖം നോക്കുവാൻ കൂടി അവൾ ഭയപ്പെട്ടു.

അകാരണമായ മാനസിക സംഘർഷം അവളുടെ മനസ്സിൽ പരിഭ്രമ വും ചാഞ്ചല്യവുമുണ്ടാക്കി. അല്ലെങ്കിൽ എന്തിനും സന്ദൂരിയോട് വഴ ക്കിന് നിൽക്കുന്ന അവൾ അന്ന് വൈകുന്നേരം മുതൽ നിശബ്ദയായിരു

ന്നു. ഇപ്പോൾ തന്റെ മുന്നിൽ മറഞ്ഞു നിൽക്കുന്ന ഭീകരമായ സത്യം ഒരുപക്ഷേ തന്റെ ജീവിതത്തിന്റെ ഗതി തന്നെ മാറ്റി മറിക്കുമെന്ന് അവൾ ക്ക് ബോധ്യപ്പെട്ടു. അന്ന് രാത്രി അത്താഴത്തിനു ശേഷം ഉറങ്ങുവാൻ പോകുമ്പോഴാണ് സന്ദുരി നിശബ്ദയായിരിക്കുന്ന നിലാവിനെ ശ്രദ്ധിച്ച ത്. അല്ലെങ്കിൽ എല്ലാത്തിനും തന്നോട് വഴക്കിനു വരുന്ന നിലാവിന്റെ ഉ ദാസീനമായ ഇരുത്തം അവളും ശ്രദ്ധിച്ചു. കിടക്കുവാൻ തുടങ്ങിയപ്പോൾ അവൾ പതുക്കെ നിലാവിനോട് ചോദിച്ചു,

"എന്നാച്ച്?"

"ഒന്നുമേ ഇല്ലയെ."

എന്ന് പറഞ്ഞു തിരിഞ്ഞു കിടക്കുവാൻ ശ്രമിച്ച നിലാവിനെ ഒന്നുകൂ ടി ബലമായി പിടിച്ചു തിരിച്ചു അവൾ ചോദിച്ചു.

"അക്കാ   എന്നാച്ച്."

ഒരുപാട് സ്നേഹം വരുമ്പോൾ മാത്രമാണ് സന്ദുരി ചേച്ചി എന്ന് വിളിക്കാറുള്ളു. അവളുടെ ചേച്ചി എന്ന വിളി കേട്ടപ്പോൾ സർവ്വ നിയ ന്ത്രണവും അവൾക്ക് നഷ്ടമായി. അവൾ വിങ്ങി കരയുവാൻ തുടങ്ങി. അവളുടെ കരച്ചിൽ കണ്ട് പരിഭ്രമിച്ച് അമ്മയെ വിളിക്കാൻ ഒരുമ്പെട്ട അ നിയത്തിയെ വിലക്കി കൊണ്ട് നിലാവ് അവളുടെ കയ്യിലുള്ള കത്തെടു ത്തു സന്ദുരിയുടെ കയ്യിൽ വെച്ചു കൊടുത്തു. ബെഡ്ലാമ്പിന്റെ വെളി ച്ചത്തിൽ സന്ദുരി അത് മുഴുവൻ വായിച്ചപ്പോൾ അതിലെ മുഴുവൻ കാ ര്യങ്ങളും അവൾക്ക് മനസിലായില്ലെങ്കിലും ഒരുവിധമുള്ള കാര്യങ്ങൾ അവൾ ഗ്രഹിച്ചു. ഏതോ ഒരു ചിത്രരേഖ വരുന്നു.

"അവർ വരട്ടുമേ നമുക്ക് എന്ന, അതുക്ക് അക്ക എതുക്ക് വരുത്തപ്പ ടറേൻ."

"അവങ്ക വരത് അവങ്കളുടെ മകാവേ കൂട്ടി പോകറുത്ക്ക്.."

"കൊണ്ട് പോകട്ടുമേ..."

വീണ്ടും സന്തുരി പറഞ്ഞു.

"നമ്മ യാരോ ഒരുത്തര് താൻ അവർകളുടെയ പൊണ്ണ്. അന്ത ആള് അവരോട് സേർന്തുപോക വേണ്ടും..."

ഇത്തവണ സന്തുരി ഞെട്ടിപ്പോയി. ആ എഴുത്ത് വായിക്കുമ്പോഴും ചേച്ചിയെ സമാധാനിപ്പിക്കുമ്പോഴും അവളുടെ മനസ്സിൽ ഇത്തരമൊരു ചിന്ത കടന്നുപോയിട്ടുണ്ടായിരുന്നില്ല. അവൾ ഞെട്ടിപ്പിടഞ്ഞു നിലാവി നെ നോക്കി. പിന്നെ അവൾ വിക്കി വിക്കി ചോദിച്ചു,

"അപ്പടി ഏതുവുമേ ആകാത്. "

അവൾ നിഷേധത്തോടെ തലയാട്ടി. കേൾക്കാൻ ഇഷ്ടമില്ലാത്തത്

എന്തോ കേട്ടപോലെ അവൾ മുഖം വക്രിച്ച് പ്രതിഷേധിച്ചു കൊണ്ടിരു
ന്നു.

"അല്ല സന്ദു ഇങ്കെ നമ്മ മട്ടും താനേ ഇരുക്ക്. അപ്പൊ യാരാവതും
സുമ്മ ലെറ്റർ പോടുമാ? നാൻ ദിനമാകെ അപ്പവോടെയും അമ്മാവോടെ
യും നാട്ടടെ പാർത്തത്.

അവങ്ക ഏതാവത് ശൊല്ലുമാന്ന് നാൻ എതിർപാത്തെൻ. ആനാ അ
വരുക്ക് അതൊന്നുമെ ഒരു പ്രച്ചിനമല്ലയെൻന്നു എനക്ക് പുരിഞ്ചത്. ഇന്ത
ലെറ്റർ വന്ത് ഇപ്പൊ എവ്വളോ ദിനമാച്ചു. ആനാ അവർ ഒന്നുമേ ശൊല്ലല
യെ. അപ്പാടിനാ നമ്മ യാരെയോ ആ അമ്മയാവുക്ക് കൊടുക്ക നിശ്ച
യം പണ്ണിയാച്ച്..."

അതു പറഞ്ഞു തീരുമ്പോഴേക്കും അവളുടെ കൺമിടറി കണ്ണുക
ളിലൂടെ ധാരധാരയായി

കണ്ണുനീർ പെയ്തിറങ്ങി. അതു വരെ എല്ലാത്തിനും മറുപടി പറ
ഞ്ഞും സമാധാനിപ്പിച്ചുമിരുന്ന സന്തൂരിയും നിശബ്ദയായി.

"അക്ക, നമുക്കുള്ളയ് യാര് അന്ത പൊണ്ണ് ?"
അവൾ വിക്കിവിക്കി ചോദിച്ചു.

"ഇല്ലെ." അവളെ നോക്കി നിലാവ് പറഞ്ഞു.

"എനക്ക് തെരിയും, അന്ത പൊണ്ണ് യാരെന്ന്. അത് നീ താൻ അ
ക്ക.. നീ അപ്പടിയേ കറുപ്പ് നിറം താനേ. അപ്പാവും അമ്മാവും വെള്ളെ
നിറം താനേ   ആനാ നീ മട്ടും ഇപ്പടി കറുപ്പാ ഇരിക്കിറേ.. നാൻ ശൊല്ലി
യത് ശരി താനേ, അക്ക നീ താൻ അന്ത പൊണ്ണ്, ഉന്നെ കൊണ്ട് പോ
കുറുതൂക്ക് താൻ അവങ്ക വരികിറേൻ.."

സന്തൂരിയുടെ വാക്കുകൾ നിലാവിന്റെ പ്രജ്ഞയെ നശിപ്പിക്കുന്ന ത
രത്തിലുള്ളതായിരുന്നു. അവൾ പറയാനും തുറന്ന് സമ്മതിക്കാനും ഭയ
പ്പെട്ടത് സന്തൂരി വെട്ടിത്തുറന്ന് അവളുടെ മുഖത്ത് നോക്കി പറഞ്ഞ
പ്പോൾ അവളിലെ സർവ ധൈര്യവും ചോർന്നു. നീതിയുക്തമായ തുറ
ന്നു പറച്ചിലുകൾ എന്നും നോവ് സമ്മാനിക്കും. എന്നാൽ ആ സത്യം
അപ്പോൾ തന്നെ അംഗീകരിച്ചു കൊണ്ട് മുന്നേറാൻ ശ്രമിച്ചാൽ അതൊ
രു തുടക്കമാവുകയും ചെയ്യും. സന്തൂരി വീണ്ടും എന്തോ പറയാനാ
ഞ്ഞു. പക്ഷേ വിതുമ്പുന്ന ചുണ്ടുകളും വാചാലത ഒട്ടുമില്ലാത്ത കണ്ണു
കളോടും നിൽക്കുന്ന നിലാവിനെ കണ്ടപ്പോൾ അവൾക്ക് ഒന്നും പിന്നെ
പറയാൻ തോന്നിയില്ല. കുറച്ചു നേരം അവർ രണ്ട് പേരുമൊന്നും മിണ്ടി
യില്ല.

അല്ലെങ്കിലും പരസ്പരം മിണ്ടാൻ ഇനി എന്താണ് ഉള്ളത് എന്ന് അ

49

വർക്ക് തന്നെ തോന്നി.

"നാൻ   നാനല്ലെ.."

നിലാവ് വിക്കി വിക്കി പറഞ്ഞുവെങ്കിലും ശക്തമായ ഉൾക്കിടിലത്തോ ടെ അവർ പുറകോട്ട് വലിഞ്ഞു. പക്ഷേ ചോദ്യശരങ്ങൾ പോലെയുള്ള നോട്ടവുമായി മുന്നിൽ സന്ദൂരിയും അവളുടെ ഉറപ്പുള്ള നോട്ടത്തിനു മു ന്നിൽ നിലാവിന് ഒന്നും പറയാനില്ലായിരുന്നു. അവൾ തികച്ചും ഹതാ ശയായി നിന്നു. ജീവിതത്തിൽ ആദ്യമായി തന്റെ ശ്യാമവർണം സ്വന്തം വ്യക്തിത്വം വെളിപ്പെടുത്തുന്നതായി അവൾക്ക് തോന്നി. ഭൂമി പിളർന്നു അതിന്റെ ഇരുട്ടു നിറഞ്ഞ അഗാധഗർത്തത്തിനുള്ളിലേക്ക് ഒരു പിടിവ ള്ളി പോലുമില്ലാതെ വീണു പോകുന്നതായി അവൾക്ക് അനുഭവപ്പെട്ടു. ഇനി തനിക്ക് രക്ഷയില്ല. താൻ ആ ചക്രവ്യൂഹത്തിൽ അകപ്പെട്ടു. ശ്വാസം കിട്ടാത്തതു പോലെ അവൾ നിന്നു കിതച്ചു. പെട്ടെന്ന് അവൾ അവിടു ന്ന് സ്വന്തം മുറിയിലേക്ക് പോയി. അവർ നാല് പേരും ഒന്നിച്ചുള്ള ചിത്രം കൈയിലെടുത്തു. വെളുത്ത അച്ഛനും അമ്മയും അവർക്കിടയിൽ കറു ത്ത താൻ ഒരധികപ്പറ്റാണ്. അവൾ കൈകൊണ്ട് അവളെ ചിത്രത്തിൽ നിന്ന് മറച്ചു. ഇപ്പോഴാണ് ഈ കുടുംബചിത്രം പൂർണ്ണമായത്. ഞാൻ വെറും അന്യ, ഒരുപക്ഷേ ചിത്രരേഖയും ഇതുപോലെ ഒരു കറുത്ത പെണ്ണായിരിക്കും. അവളുടെ ചിന്തകൾ മൗനമണിഞ്ഞു തുടങ്ങിയിരുന്നു. മിനുത്ത പ്രതലത്തിൽ സഞ്ചരിക്കുന്ന പ്രവേഗങ്ങൾ പോകുന്ന പോലെ അവളുടെ അന്തരംഗം തേങ്ങി.

ഈ വീട് വിട്ട്, അച്ഛനെയും അമ്മയെയും വിട്ട് എന്നെന്നേക്കുമായി പോകണം! പോകാൻ ആഗ്രഹമില്ലെങ്കിലും പോകേണ്ടി വരും. അവൾ ക്ക് അവളോട് തന്നെ ദേഷ്യം തോന്നി. സന്ദൂരി വെളുത്തതു കൊണ്ട് മാ ത്രം അച്ഛന്റെയും അമ്മയുടെയും മകളായി. അന്ന് വൈകുന്നേരം മു തൽ അവൾ കുളിമുറിയിൽ കയറി ആ കറുത്ത നിറം മായ്ക്കാനുള്ള ശ്രമം നടത്തി തുടങ്ങി. സോപ്പും വെള്ളവും ഉപയോഗിച്ച് അവൾ ശരീ രം കഴുകികൊണ്ടിരുന്നു. ഏറേ നേരം പണിപ്പെട്ടിട്ടും അവളിലെ നിറം കുറഞ്ഞില്ലെങ്കിലും അവൾ അന്നും അതിനടുത്ത ദിവസവും തന്റെ യ ജ്ഞം തുടർന്നു. ജീവിതത്തിലിന്നോളം ആ നിറം അവളിൽ ഇത്രയും അവജ്ഞ നിറച്ചിട്ടില്ല. തന്റെ അസ്തിത്വം മായ്ക്കുവാൻ എത്തുന്ന ഒരു ദുർഭൂതത്തെ പോലെ അവൾ അതിൽ നിന്ന് ഓടി ഒളിക്കുവാൻ ശ്രമിച്ചു.

ഓരോ ദിവസവും കൊഴിഞ്ഞു വീണു. വീണ്ടും ഏതെങ്കിലും എഴു ത്ത് വരുന്നുണ്ടോ എന്നറിയാൻ നിലാവ് സ്കൂൾ വിട്ട് വന്നാലും അമ്മ യുടെ മുറിക്ക് ചുറ്റും നടന്നു ഉറപ്പുവരുത്തി. നിലാവ് തന്റെ ഉദ്യമത്തിൽ

നിന്ന് അണുകിട മാറാതെ അങ്ങനെ അഞ്ചു ദിവസവും കടന്നു പോയി. എത്ര ഉരച്ചിട്ടും ആ കറുത്ത നിറം കുറഞ്ഞില്ല.

കുളിമുറിയിൽ അസാധാരണമാം നിലയിൽ സമയം ചിലവഴിക്കുന്ന തിന് അമ്മയുടെ അടുത്ത് നിന്ന് ശകാരവും അവൾ കേട്ടു. സന്ദൂരി മാ ത്രം എല്ലാത്തിനും മൂകസാക്ഷിയായി. അവൾ പലപ്പോഴും അമ്മയോട് ഇതിനെ കുറിച്ച് പറഞ്ഞാലോ എന്ന് ചിന്തിച്ചപ്പോൾ എല്ലാം നിലാവ് അവളെ നിശ്ശബ്ദയാക്കി. ഏറി വന്നാൽ രണ്ട് ദിവസം!

അത് കഴിഞ്ഞാൽ...

എന്ത് പറ്റും എന്ന് ആ കുഞ്ഞുങ്ങൾക്ക് അറിയില്ലായിരുന്നു. മാതാ പിതാക്കളിൽ അസാധാരണമായ പെരുമാറ്റമൊന്നും കാണാത്തതുകൊ ണ്ടു അവർ രണ്ട് പേരും ചിന്താകുലരായിരുന്നു. സന്ദൂരി തന്റെ ഭാഗം സുരക്ഷിതമായി എന്ന ചിന്തയിൽ സ്വല്പം സമാധാനം കണ്ടെത്തിയെ ങ്കിലും അടുത്ത ക്ഷണം ചേച്ചിയെ നഷ്ടപ്പെടുമെന്നോർത്തപ്പോൾ അ വൾക്ക് വല്ലാത്ത വിഷമം തോന്നി. ഭയവും സങ്കടവും നിറഞ്ഞ അന്തരീ ക്ഷത്തിൽ ആ പെൺകുരുന്നുകൾ ഉരുകി. അങ്ങനെ ദിവസങ്ങൾ കൊ ഴിഞ്ഞു പോയി. അവസാനം ഏഴാം നാളുമെത്തി.

അന്ന് വല്ലാത്ത സംഭ്രമത്തോടെയായിരുന്നു നിലാവ് എഴുന്നേറ്റത്. അമ്മ തന്നോട് തുണിയെല്ലാം പെട്ടിയിലാക്കി വെയ്ക്കാനും സ്കൂളിൽ പോകേണ്ടെന്ന് എന്നും പറയും എന്ന് കരുതി. പക്ഷേ യാതൊന്നും ഉ ണ്ടായില്ല. അവളിലെ സംഭീതി കണ്ട് സന്ദൂരി മെല്ലെ അവിടുന്ന് പിൻവ ലിഞ്ഞു. മുറിയിൽ എത്തിയപ്പോൾ സന്ദൂരി അവളുടെ ചുവന്ന പട്ടു പാവാട കൈയിൽ പിടിച്ചു നിൽക്കുന്നു. നിലാവിന് അത് വലിയ ഇഷ്ടമായിരു ന്നു. എന്നും ഈ പട്ടുപാവാടയ്ക്ക് വേണ്ടി അവർ പിണങ്ങുമായിരുന്നു. ചുവന്ന പട്ടുപാവാടയ്ക്ക് വേണ്ടി പിണങ്ങുമ്പോൾ അവൾക്ക് എന്നും കിട്ടുന്ന ഉത്തരം ഒന്നായിരുന്നു.

"ഉനക്ക് സേരാത് മാ അതു അവളുക്ക് കുട്. നീ ഇന്ത മഞ്ച പട്ടുപാ വാടൈ പുടി.. "

അമ്മയുടെ ഈ വിധമുള്ള മറുപടി കേൾക്കുമ്പോൾ തന്നെ അവൾ പിന്നെ യാതൊന്നും പറയാൻ മുതിരാറില്ല. പക്ഷേ സന്ദൂരി അത് ഇടു മ്പോൾ അവൾ എന്നും കൊതിയോടെ നോക്കി നിൽക്കും. അതിന് വേ ണ്ടി അവൾ സന്ദൂരിയോട് വാദിക്കുകയും ചെയ്യുമായിരുന്നു. അത് സ ന്ദൂരിക്കും നന്നായി അറിയാം. പക്ഷേ അവൾ ഒരിക്കലും അത് അവൾ ക്ക് കൊടുത്തിരുന്നില്ല.

"സന്ദൂരി, ഞാൻ ഒരു തവണ ഇട്ടിട്ടു തരാം" എന്ന് പറഞ്ഞിട്ട് പോലും

അവൾ കൊടുത്തിട്ടില്ല. ആ പട്ടുപാവാടയാണ് ഇപ്പോൾ അവൾ നിലാ വിന് നേരെ നീട്ടി പിടിച്ചിരിക്കുന്നത്. അത് വാങ്ങണോ എന്ന് സംശയി ച്ചു നിന്നപ്പോൾ സന്ദൂരി അത് അവളെ നിർബന്ധിച്ചു പിടിപ്പിച്ചു.

"അക്ക, ഇന്ത പുടവ എടുത്തുക്കോ ഉനക്ക് റൊമ്പ പുടിച്ചത് താനേ ഇന്ത പട്ടു പുടവ. എനക്ക് വേണാ   അക്ക നീയേ എടുത്തുക്കോ.."

അവളുടെ സ്വരം ഒന്ന് ഇടറിയോ എന്നൊരു സംശയം. നിലാവ് സം ശയത്തോടെ അവളെ നോക്കിനിന്നു. നിർബന്ധപൂർവ്വം അവൾ കയ്യിൽ വെച്ച് തന്നപ്പോൾ നിലാവിന് ഒന്നും പറയാൻ തോന്നിയില്ല. അത് കിട ക്കയുടെ ഒരു വശം വെച്ച് അവൾ ഹതാശയായി ഇരുന്നു. ഇനി ഏതാ നും മണിക്കൂറുകൾ മാത്രം. താൻ ഇവിടുന്ന് യാത്രയാകേണ്ടി വരും.

അവൾ അവിടെ ഹിമം പോലെ തളർന്നിരുന്നു.

നേരം കടന്നു പോയത് അറിഞ്ഞില്ല. അത്താഴം കഴിഞ്ഞു രാത്രി വൈകിയാണ് അന്ന് കിടന്നത്. ഉറക്കം വരാതെ തിരിഞ്ഞും മറിഞ്ഞും കിടക്കുന്നവളുടെ ഞരക്കങ്ങളും ദീർഘനിശ്വാസങ്ങളും കേട്ട് സന്തൂരി യും ഉറങ്ങാതെ കിടന്നു.

അന്ന് രാവിലെ എഴുന്നേൽക്കുമ്പോൾ തന്നെ അച്ഛന്റെയും അമ്മയു ടെയും ബഹളം കേട്ടാണ് സന്തൂരി ഉറക്കമുണർന്ന് വന്നത്. കിടക്കയിൽ നിലാവിനെ കാണാനില്ല. ചേച്ചി രാവിലെ തന്നെ എണീറ്റോ. അവൾ മു റിയിൽ നിന്ന് പുറത്ത് ഇറങ്ങി. നേരം വെളുത്തിരിക്കുന്നു.

ചേച്ചി എവിടെ? അവർ വന്നു കൂട്ടിക്കൊണ്ട് പോയോ? സന്തൂരി ആ കുലതയോടെ വീണ്ടും മുറിയിൽ ചെന്ന് നോക്കി. ഇല്ല, നിലാവിന്റെ സാധ നങ്ങൾ അവിടെ തന്നെയുണ്ട്. അവൾ വേഗം പുറത്തേക്ക് വന്നു. അടു ക്കളയിൽ നിൽക്കുന്ന അമ്മയോട് ചോദിച്ചു,

"അമ്മ, അക്ക എങ്കെ..?"

മാലതി അവളെ നോക്കി.

"വാസലിൽ ഇരിക്കും പാര്, ഞായർക്കഴമേ താനേ. അനാൽ എളു തിറ്ക്ക് ലേറ്റാച്ച്."

മാലതി പറഞ്ഞു കൊണ്ടിരിക്കുന്നത് കേൾക്കാൻ നിൽക്കാതെ സ ന്തൂരി മുന്നിൽ വന്നു നോക്കി. എല്ലാവരും കോവിലിൽ നിന്ന് വരുന്നു. അപ്പോഴും അവിടെ നിലാവ് മാത്രമില്ല. സന്ദൂരിയിൽ ഞെട്ടലുണ്ടായി. അവൾ വേഗം വീടിന് മുന്നിലും അകത്തും എല്ലാം നോക്കി എവിടേയും നിലാവ് ഇല്ല. ശൂന്യമായ വീടും മനസ്സും അവളെ ഭയപ്പെടുത്തുവാൻ തുടങ്ങിയിരുന്നു. അവൾ വല്ലാതെ വിമ്മിഷ്ടപ്പെട്ടു കൊണ്ട്ചോദിച്ചു.

"അമ്മ അക്ക എങ്കെ? അക്ക വീട്ടുക്കുള്ള ഇല്ലെയെ, അക്കാവേ അ

ന്ത അമ്മ വന്ത് കൂട്ടി പോയിട്ടെയാ.."

അടുക്കളയിൽ തിരക്കിൽ നിൽക്കുന്ന മാലതിയുടെ ചെവിയിൽ വൻ അഗ്നിപാതമായി ആ വാക്കുകൾ വീണു.

"നീ എന്ന ശൊല്ലിറേൻ? യാര് അവളെ കൂട്ടി പോകിറേൻ ?"

ഒരു ആന്തലോടെ മാലതി സന്ദൂരിയോട് ചോദിച്ചു. വീട് മുഴുവൻ അ വളെ തിരഞ്ഞു കൊണ്ട് വിളിച്ചെങ്കിലും ഫലമുണ്ടായില്ല. അപ്പോഴേക്കും കോവിലിൽ നിന്നും വന്ന സുബ്രഹ്മണ്യയ്യരും ഈ തിരച്ചിലിൽ പങ്കു ചേർന്നു. സന്തൂരിയുടെ വിക്കി വിക്കിയുള്ള കരച്ചിലും അതിനിടയിൽ അവൾ പറയുന്ന വാചകങ്ങളിൽ നിന്ന് അവൾ ആരെയോ ഭയപ്പെടുന്നു ണ്ട് എന്ന് അവർക്ക് മനസ്സിലായി. ആരാണ് വരുന്നത് എന്നോ എന്തിനാ ണ് നിലാവ് അവരെ ഭയപ്പെടുന്നത് എന്നോ അവർക്ക് മനസ്സിലായില്ല.

ഇനി പുറത്തേക്ക് പോയി നോക്കിയാലോ എന്ന് കരുതി പുറത്തേ ക്ക് കാലെടുത്തുവെക്കുമ്പോഴാണ് സുബ്രഹ്മണ്യയ്യർ ഒരു നിമിഷം നി ന്നത്.

ഒരു നിമിഷം!

പെട്ടെന്ന് എന്തോ ഓർത്തത് പോലെ അദ്ദേഹം വേഗം ഉള്ളിലെ മുറി യിൽ ചെന്ന് മരഗോവണിയിലൂടെ മുകളിലേക്ക് കയറി. മുകളിൽ ഇരുട്ട് പിടിച്ചു കിടക്കുന്ന മച്ചിൽ കുറേ പഴയ ഭരണികളും ഒാട്ടുപാത്രവും മാ ത്രമായിരുന്നു ഉള്ളത്. അവിടെ എത്തി അദ്ദേഹം ഒന്ന് വിളിച്ചു നോക്കി പക്ഷേ ഒരു പ്രതികരണവുമുണ്ടായില്ല. അദ്ദേഹം അവിടെ സൂക്ഷിച്ചു നോക്കി. പിന്നെ കുറച്ചു കഴിഞ്ഞപ്പോൾ ആ ഇരുട്ടിൽ എന്തോ ഒന്നന ങ്ങിയതു പോലെ തോന്നി.

"മാലതി ഒരു ടോർച്ചെടുത്തിട്ടു വാ."

അദ്ദേഹം വിളിച്ചു പറഞ്ഞു. താഴെ നിന്ന് ടോർച്ച് കയ്യിലെത്തിയപ്പോൾ അങ്ങോട്ട് ഒന്ന് തെളിയിച്ചു നോക്കി അവിടെ വീണ്ടും ഒരനക്കം. അദ്ദേ ഹം പതുക്കെ വിളിച്ചു.

"നിലാ..."

ഇത്തവണ അവൾ വിളി കേട്ടു. ഒരു ഞരുക്കം മാത്രം. പക്ഷേ സുബ്ര ഹ്മണ്യയ്യർക്ക് സമാധാനമായി. ടോർച്ചിന്റെ വെളിച്ചത്തിൽ അവൾ ഒരു ഒാട്ടു ഭരണിയുടെ കീഴിൽ ചുരുണ്ടു കൂടി ഇരിക്കുന്നത് അദ്ദേഹം കണ്ടു. പൊടി പിടിച്ച, ഇരുട്ട് നിറഞ്ഞ ആ മച്ചിൽ നിരാലംബയായി ഇരിക്കുന്ന മകളെ കണ്ടപ്പോൾ അദ്ദേഹത്തിന്റെ ഹൃദയത്തിൽ രക്തം കിനിയുന്ന വേദന അനുഭവപ്പെട്ടു. ആർദ്രതയോടെ അയാൾ അവളെ നോക്കി. പേ ടിച്ചു വിറച്ചിരിക്കുന്ന അവളോട് ഒന്നും ചോദിക്കാനും അദ്ദേഹത്തിനു

തോന്നിയില്ല. അവിടുന്ന് അവളെ പിടിച്ചിറക്കുമ്പോൾ അവളുടെ ക്രമാ
തീതമായി ഉയരുന്ന ഹൃദയമിടിപ്പും അവളിൽ ഉയരുന്ന തേങ്ങലും അ
യാളുടെ മനസ്സിൽ നോവ് ഉണ്ടാക്കി. അത് മനസ്സിലാക്കിയ മാലതിയും
ഉള്ള് തകർന്ന് അവളെ നോക്കി നിന്നു.

താഴെ എത്തിയ ശേഷം അവളെ ചേർത്ത് പിടിച്ചശേഷം അയാൾ
ചോദിച്ചു,

"എന്നാച്ച് എൻ തങ്കോ, ഉനക്ക് എന്നാച്ച് ?"

അച്ഛന്റെ ശക്തമായ കരുതലിലും സുരക്ഷിതത്വത്തിലും അവൾ
തന്റെ കയ്യിൽ മുറുക്കെ പിടിച്ചിരിക്കുന്ന ആ എഴുത്ത് അച്ഛന്റെ നേർക്ക്
നീട്ടി. അയാൾ അത് ആശ്ചര്യത്തോടെയും അങ്കലാപ്പോടെയും നോക്കി.
പഴയ ആ കത്ത് നിവർത്തി വായിച്ചപ്പോൾ അയാളുടെ കണ്ണുകൾ നിറ
ഞ്ഞൊഴുകി. കത്ത് കയ്യിലെടുത്ത മാലതിയും രണ്ട് മക്കളെയും മാറി
മാറി നോക്കി.

"അക്ക മട്ടും താൻ കറുപ്പാ ഇരുക്കെൻ, അത്‌നാലേ അക്ക അന്ത അ
മ്മാവോടെ പൊണ്ണ് താൻ എന്ന് നാൻ നിനച്ചെ.."

അതു വരെ നിശ്ശബ്ദമായിരുന്ന സന്ദൂരിയുടെ വാക്കുകൾ കേട്ടപ്പോൾ
മാലതി വല്ലാത്ത ഭാവത്തിൽ മുന്നോട്ട് ചെന്നിട്ട് നിലാവിനെ നോക്കി പി
ന്നെ ഒരു പൊട്ടിക്കരച്ചിലോടെ അവളെ കെട്ടിപ്പുണർന്നു. അത് കണ്ട്
നിന്ന സുബ്രഹ്മണ്യയ്യരും കണ്ണുനീർ അടക്കാനാവാതെ സന്ദൂരിയെ പുൽ
കി. കുറച്ചു നിമിഷം ആർക്കും ഒന്നും ശബ്ദിക്കാനായില്ല. എതാനും നി
മിഷത്തെ നിശ്ശബ്ദതയ്ക്ക് ശേഷം സുബ്രഹ്മണ്യനയ്യർ പറഞ്ഞു,

"കൊഞ്ചം വർഷം മുന്നാടി ഒരു പൊണ്ണ് ഇങ്കെ വേലയ്ക്ക് നിന്നാങ്കെ
അപ്പൊ സന്ദൂരി പിറക്കവെയില്ല   നില ചിന്ന പാപ്പാ താൻ. അവങ്ക വീട്ടി
ലെ സില പ്രച്ചനങ്ങൾ ഇരുന്തേൻ. അതുക്ക് അന്ത ചിന്ന പൊണ്ണ് നമ്മ
വീട്ടിലെ താനേ ഇരുന്തത്. സില മാതങ്കൾക്കു ഇപ്പുറം അവങ്ക വന്ത് അ
വളെ കൂട്ടിട്ട് പോയിട്ടേൻ.

അല്ലാട്ടി ഇത് നീങ്ക നിനയ്ക്കറ മാതിരി ഒന്നുമേയില്ലയേ കറുപ്പും
വെളുപ്പും എതുക്ക് ഇന്ത കുടുംബത്തുക്ക് ഇടയിൽ വന്തിട്ടെൻ.. നീ ഏൻ
പൊണ്ണ് താൻ... "

അത് പറയുമ്പോഴും അദ്ദേഹത്തിന്റെ മുഖത്ത് വേദന തളം കെട്ടി
നിൽക്കുന്നുണ്ടായിരുന്നു. അനുതാപവും സംഘർഷവും മൂലം വാക്കു
കൾ മുറിഞ്ഞു പോകുന്നത് കണ്ടപ്പോൾ അദ്ദേഹം നിറുത്തി പിന്നെ ഒ
ന്നും പറഞ്ഞില്ല.

നിലാവിന്റെ കൈയിലുള്ള എഴുത്ത് വാങ്ങി ചെറിയ കഷ്ണങ്ങളാ

ക്കി ദൂരേക്ക് എറിഞ്ഞു. നിലാവ് ആശ്വാസത്തോടെ അച്ഛനോട് ചേർന്നു ഇരുന്നു.

അന്ന് വൈകുന്നേരം കോവിലിലേക്ക് പോകുമ്പോൾ നിലാവ് അതീ വസന്തോഷവതിയായിരുന്നു ചുവന്ന പാട്ടുപാവാടയും ധരിച്ചു അവൾ സന്ദൂരിയുടെ കൈപിടിച്ച് നടന്നു പിന്നിൽ മാലതിയും. കോവിലിലെ ആദ്യത്തെ പ്രദക്ഷിണം കഴിഞ്ഞെത്തിയപ്പോൾ സരസ്വതി പാട്ടി അവ ളെ കണ്ടപ്പോൾ എന്തോ പറയാനായാഞ്ഞപ്പോൾ മാലതി അവരെ പിടി ച്ചു കൊണ്ട് പറഞ്ഞു,

"ആമ പാട്ടി നിലാവുക്ക് ചുവന്ന പട്ടു പുടവൈ നല്ല പൊരുത്തമാ നത്. പാക്കറതുക്കും റൊമ്പ അഴകാകും."

അവരുടെ ആ പറച്ചിലിൽ സരസ്വതി പാട്ടി ഒന്നും മിണ്ടാനാകാതെ അവരെ നോക്കി ചിരിച്ചു. അപ്പോൾ നൂറായിരം നക്ഷത്രപ്രകാശത്തോ ടെ നിലാവ് ആകാശത്ത് ഉദിച്ചു ഉയരുന്നുണ്ടായിരുന്നു.

ഏതാനും ദിവസങ്ങൾക്ക് ശേഷമാണ് ഇന്ദുഗോപൻ ആ കത്തിനെ പറ്റി ചിന്തിച്ചത്.

അങ്ങനെയൊരു കത്ത് കൊടുക്കുമ്പോൾ ഉണ്ടാകേണ്ട ഒരു ചോദ്യ വും ഇതുവരെ നേരിടേണ്ടി വരാത്തതിൽ അവന് ഒരല്പം സമാധാനം തോന്നി. കാലഹരണപ്പെട്ടു പോയ എഴുത്തുകൾ ആയിരിക്കുമോ ഇവ ഓരോന്നും, അവയ്ക്ക് ഈ കാലഘട്ടത്ത് പ്രത്യേകിച്ച് ഒന്നും ചെയ്യാനി ല്ല എന്നതും ഒരു സത്യമായിരിക്കും. അവൻ ആ സാധ്യതയും ചിക ഞ്ഞു നോക്കി. അതിന് ശേഷം അഗ്രഹാരത്തേക്ക് പോകേണ്ടി വന്നില്ല. അന്നൊരു വെള്ളിയാഴ്ച വൈകുന്നേരം വീടിന്റെ വെളിയിൽ ഇരിക്കു മ്പോഴാണ് അഴകി വന്നത്. പശുവിൻ പാല് നല്ല കട്ടിയായി തിളപ്പിച്ച് അതിലേക്ക് കുങ്കുമപൂവും ബദാമും ചേർത്തിയിട്ട് ഒരു ഒട്ടു മൊന്തയിൽ പകർന്നു ഇന്ദുഗോപന്റെ കയ്യിൽ വെച്ചു കൊടുക്കുമ്പോൾ അവർ അതി യായി സന്തോഷിച്ചു. അവിടെ കാണുന്ന ഓരോ കാഴ്ചയിലും അവന് തോന്നുന്ന സംശയങ്ങൾ തീർത്തു കൊടുക്കുവാൻ അവർ എന്നും ഉ സുകരായിരുന്നു. തനിക്ക് അറിയുന്ന ഓരോ കാര്യവും അവർ അക്കമി ട്ട് നിരത്തി അവനോട് പറഞ്ഞു കൊടുക്കുവാൻ അതീവ ശുഷ്കാന്തി കാണിച്ചിരുന്നു. അന്നും പതിവ് പോലെ അവർ മുന്നിൽ വന്നപ്പോൾ ഇ ന്ദുഗോപൻ ഒരു കാഴ്ച കണ്ടു. തീജ്ജ്വാല നിറമുള്ള ചുവന്ന ആടയണി ഞ്ഞു കയ്യിൽ താലവും പിടിച്ചു തലയിലൂടെ മുന്താണി വലിച്ചിട്ടു തല താഴ്ത്തി നടന്നു പോകുന്ന ഒരു കൂട്ടം സ്ത്രീകൾ. ഏവരും ഒരേ താള ത്തിൽ നടന്നു പോകുന്നത് കണ്ടപ്പോൾ ഇന്ദുഗോപന് ഒരു കൗതുകം

തോന്നി.

"എന്താണ് അഴകിയമ്മേ ഇന്നെന്താ വല്ല ഉത്സവമാണോ? എല്ലാവ രും ചുവന്ന വേഷത്തിൽ അമ്പലത്തിൽ പോകുന്നുണ്ടല്ലോ. എന്താണ് പ്രത്യേകത?"

ചെറിയൊരു പരിഭ്രമത്തോടെ അഴകിപറഞ്ഞു:

"അതോ, അത് അവരൊക്കെ കീഴ്ക്കാവിലെ പൂജക്ക് പോകുന്നതാ..."

"തീജ്ജ്വാല പോലെയുള്ള നിറം. ഇന്നെന്താ ദേവി പൂജയാണോ?"

ഇന്ദുഗോപൻ വിടാൻ ഭാവമില്ലായിരുന്നു.

"അതെ ദേവിപൂജ തന്നെ."

ഇന്ദുഗോപനോട് യാതൊന്നും പറയാതെ ഉള്ളിലോട്ടു പോകുവാൻ തുടങ്ങിയ അവർ എന്തോ ഓർത്ത് ഒന്ന് തിരിഞ്ഞു നോക്കി, പിന്നെ ഉള്ളിലേക്ക് നടക്കുമ്പോൾ ഇന്ദുഗോപനോട് പറഞ്ഞു.

"ഇവിടെ അധികം നിൽക്കേണ്ട. അകത്തേക്ക് വന്നോളൂ."

അല്ലെങ്കിൽ ഏതൊരു കാര്യത്തിനും പതിവിൽ കവിഞ്ഞു സംസാരി ക്കുന്ന അവർ അന്ന് ആ കാഴ്ചയെ പറ്റി യാതൊന്നും പറയാതെ ഉള്ളി ലേക്ക് പോയത് കണ്ടപ്പോൾ ഇന്ദുഗോപൻ അതിശയപ്പെട്ടു. അവൻ പക്ഷേ അവിടെ തന്നെ നിന്ന് ആ കാഴ്ച നോക്കി നിന്നു അഗ്രഹാരത്തി നുള്ളിൽ നിന്ന് വന്ന ആ സ്ത്രീകൾ ഒന്നായി വലതുവശത്തെ കാട് പിടിച്ച് കിടക്കുന്ന വഴിയിലൂടെ അവർ അപ്രത്യക്ഷരായി. അതെക്കുറിച്ച് പിന്നീട് എപ്പോഴെങ്കിലും സംസാരിക്കാമെന്ന് അവനും കരുതി.

കുറച്ചു ദിവസങ്ങൾ കഴിഞ്ഞാണ് ഇന്ദുഗോപന് ആഗ്രഹാരത്തേക്കു ള്ള എഴുത്തുകിട്ടുന്നത്. ആ പ്രദേശത്തുള്ള ആളുകൾ അത്ര കത്തിട പാടുകൾ നടത്താറില്ല എന്ന് ഓഫീസിലെ ചേച്ചി പറഞ്ഞത് അവൻ ഓർത്തു. അപൂർവ്വമായി മാത്രം എഴുത്തുകൾ വരാറുള്ള ആ അഗ്രഹാ രത്തിലേക്ക് അച്ഛൻ എത്ര നാൾ എഴുത്തുകൾ കൊടുക്കാതെ ഇരുന്നി രിക്കണം. വേറെ എവിടേക്കുമുള്ള എഴുത്തുകൾ അവയിൽ കണ്ടുമില്ല. അവന് ഈ തവണ പോകുമ്പോഴും തന്റെ കൈവശമുള്ള എഴുത്തിൽ ഒരെണ്ണം കയ്യിലെടുത്തു അത് വായിച്ചു നോക്കി. ഉവ്വ് വിലാസം വായി ക്കുവാൻ പറ്റുന്നുണ്ട്. അത് തന്നെ വലിയ സമാധാനമായി. ഇടയ്ക്ക് കു റച്ചു പേരുകൾ അവന് അഴകിയമ്മയോട് ചോദിച്ചെങ്കിലും അവരൊക്കെ അവിടുന്ന് പോയി എന്നാണ് അറിഞ്ഞത്. വീണ്ടും പുനരന്വേഷണം നട ത്താനുള്ള ധൈര്യം പോരാഞ്ഞ് ആ എഴുത്തുകൾ അവൻ മാറ്റി വെച്ചു.

രാവിലെ അഴകി വിളമ്പിയ ചൂട് ഇഡ്ഡലിയും സാമ്പാറും ചമ്മന്തിയും കഴിച്ചു അവൻ പോസ്റ്റ് ഓഫീസിൽ പോകാനിറങ്ങി. ദിനവും പോസ്റ്റ് ഓ

ഫീസിലേക്കുള്ള യാത്ര അവന് വലിയ ഉത്സാഹമേകുന്നവയാണ്. പച്ചി ലക്കാടും ഇടയിൽ കാണുന്ന പാടശേഖരവും ദേവാർച്ച പോലെയുള്ള ഒരു ഗ്രാമാന്തരീക്ഷവും അവന്റെ മനസ്സിൽ എന്നും ഉന്മേഷം നിറച്ചു. അ വിടുത്തെ പോസ്റ്റ് ആഫീസിൽ ജോലിത്തിരക്കു കുറവായിരുന്നു. പതി വ് പോലെ വന്ന കുറച്ചെഴുത്തുകൾ ഇന്ദുഗോപൻ കൊടുക്കുവാനായി എടുത്തു ഇറങ്ങി. ഉച്ചയായപ്പോഴേക്കും അവൻ വീട്ടിലേക്ക് തിരിച്ചു. ബാ ഗിലെ കുറച്ചു എഴുത്തുകൾ വരുന്ന വഴിയിൽ അഗ്രഹാരത്തിലേക്കു കൊടുക്കേണ്ടതുണ്ട്. ഇന്ദുഗോപൻ സൈക്കിൾ അങ്ങോട്ടേക്ക് തിരിച്ചു. അഗ്രഹാരം കടക്കുമ്പോൾ അവൻ ഒരാവർത്തി ആ രണ്ട് എഴുത്തുകളി ലും വിലാസങ്ങൾ ഒന്ന് നോക്കി. അന്ന് വന്ന കത്ത് കൊടുക്കേണ്ടിയിരു ന്നതു ആദ്യത്തെ വീട്ടിലായിരുന്നു. പിന്നെ അവൻ സഞ്ചിയിൽ നിന്ന് പ ഴയ നിറം മങ്ങിയ അറ്റം പിഞ്ഞു തുടങ്ങിയ ഒരു കത്തെടുത്തു.

ഗോവർദ്ധനൻ അയ്യർ

ഡോർ നമ്പർ 4

ദേവനിള അഗ്രഹാരം

ദേവാർച്ച

ഇത്തവണ ഒരുപാട് ചുറ്റേണ്ടി വന്നില്ല. ആദ്യത്തെ എഴുത്ത് കൊടു ത്തതിന്റെ അടുത്തുള്ള മൂന്നാമത്തെ വീട്! വാതിലിൽ ഒരു ഓട്ടു മണി തൂക്കിയിട്ടിരിക്കുന്നു. പുറത്ത് ആരെയും കണ്ടില്ല. രണ്ടാമത് മണിയടി ക്കാൻ കൈ പൊക്കിയപ്പോഴാണ് വാതിൽക്കൽ ഒരു അനക്കം കേട്ടത്. പൊക്കിയ കൈ പിൻവലിച്ചു ശ്വാസം അടക്കി പിടിച്ചു ഇന്ദുഗോപൻ അവിടെ നിന്നു. അതീവ ദീപ്തവും ഐശ്വര്യവും തുളുമ്പുന്ന ഒരു പ്രാ യമായ സ്ത്രീ പ്രസന്നഭാവത്തോടെ വാതിൽക്കൽ പ്രത്യക്ഷപ്പെട്ടു.

അവരുടെ വൈരമൂക്കുത്തി തിളങ്ങുന്നുണ്ടായിരുന്നു. ഒരു പുഞ്ചിരി യോടെ അവർ ഇന്ദുഗോപന്റെ കയ്യിൽ നിന്ന് എഴുത്ത് വാങ്ങി അകത്തേ ക്ക് പോയി.

ത്രിപുര സുന്ദരി

ഉച്ചയൂണ് കഴിഞ്ഞു അല്പം ഉറങ്ങിയപ്പോഴാണ് വീടിനു മുന്നിൽ മ
ണി നാദം കേട്ടത്.

വാതിൽ തുറന്ന് മുന്നിലെത്തിയപ്പോൾ എഴുത്തുമായി നിൽക്കുന്ന
പോസ്റ്റ്മാനെയാണ് കണ്ടത്. ആ എഴുത്ത് വാങ്ങി വേഗം ഉള്ളിലേക്ക് വ
ന്നു. അവർ എഴുത്തു നോക്കി, ആകെ പഴകിയ ഇൻലൻഡും അതിൽ
പിഞ്ഞി കീറിയ അരികുകളും കണ്ടപ്പോൾ അവർ ആ കത്തിനെ അനു
താപത്തോടെ നോക്കി. ഈ കാലത്തും ഇങ്ങനെയുള്ള ഇൻലൻഡിൽ
എഴുത്ത് എഴുതുന്നവരുണ്ടോ എന്ന് അവർ അതിശയപ്പെട്ടു. വിലാസം
ശരിതന്നെയാണോ എന്ന് പരിശോധിക്കാനും അവർ മറന്നില്ല. അതൊ
ക്കെ കൃത്യമായി എഴുതിയിട്ടുണ്ട്. എഴുത്തുകൾ മാഞ്ഞു തുടങ്ങിയിരി
ക്കുന്നു.

അപ്പോഴേക്കും ഗോവർദ്ധനയ്യർ മുൻവശത്തേക്ക് വന്നു ടിവി ഇടാൻ
ഒരുങ്ങുന്നുണ്ടായിരുന്നു.

"ഇതാ, ഉങ്കളുക്ക് ലെറ്റർ വന്നിട്ടേൻ. തണ്ണി വേണുമാ?"

എഴുത്ത് കൈമാറുമ്പോൾ കൂടെ ഒരു ചോദ്യവും ചോദിച്ചു. അവർ
അടുത്ത ആവശ്യമെന്തെങ്കിലുമുണ്ടോ എന്ന് ആരായുമെന്നും അയാൾ
ക്ക് അറിയാമായിരുന്നു. അത് കൊണ്ട് അയാൾ അപ്പോൾ തന്നെ
പറഞ്ഞു.

"ഒന്നുമേ വേണ്ട സുന്ദരി. നീ പോയി വേഗം ജോലി തീർത്ത് വാ.
ഇന്ന് ഉച്ചക്ക് സിനിമ ഉണ്ട്."

ത്രിപുര സുന്ദരി അയാൾക്ക് 'സുന്ദരി' യായിരുന്നു. ത്രിപുരസുന്ദരി
എന്ന നീളമുള്ള പേര് അയാൾ ഒരിക്കൽ പോലും വിളിച്ചില്ല പകരം സു
ന്ദരി എന്ന പ്രേമം സ്ഫുരിക്കുന്ന വിളിയിൽ തന്റെ പ്രണയം രേഖപ്പെടു
ത്തി പോന്നു. അവർക്കും ആ വിളി ഒരുപാട് ഇഷ്ടമായിരുന്നു.

"സരി. ഇപ്പൊവേ വന്തിടാം."

അതും പറഞ്ഞു അവർ വേഗം അടുക്കളയിലേക്കു പോയി. അവർ
പാത്രങ്ങൾ കഴുകി വെക്കുവാൻ തുടങ്ങിയപ്പോൾ ഹാളിൽ ടിവിയുടെ

സ്വരം ഉയർന്നു കേട്ടു.

പരസ്യങ്ങളുടെ ബാഹുല്യത കാരണം ഒന്നിന് പുറകെ ഒന്നായി അത് വരുന്നതു ശബ്ദകോലാഹലത്തിൽ നിന്ന് അവർക്ക് മനസ്സിലായി. പരസ്യം കഴിയാറാകുമ്പോൾ അങ്ങോട്ട് പോകാം എന്ന് കരുതി അവർ തിരക്കിട്ടു ഓരോ പണിയും തീർത്ത് തുടങ്ങി.

കുറച്ചു നേരം കഴിഞ്ഞപ്പോൾ അവർ അടുക്കള ഒതുക്കി മുന്നിലെ ഹാളിലേക്ക് എത്തിയപ്പോൾ ഗോവർദ്ധനനയ്യർ അവിടെ ഉണ്ടായിരുന്നില്ല. അദ്ദേഹം എവിടെ പോയി എന്നറിയാനായി അവർ തൊട്ടടുത്ത മുറിയിൽ നോക്കി. കിടക്കയിൽ കണ്ണടച്ച് കിടക്കുന്ന അദ്ദേഹത്തെ കണ്ട പ്പോൾ അവർ വേഗം അടുത്ത് ചെന്നു.

"എന്നാച്ച് ഏതുക്ക് പടുക്കിറേൻ? സിനിമ കാണ വേണ്ടാമ?"

"ഒന്നുമില്ലയെ.."

അയാൾ തിരിഞ്ഞു കിടന്നു. കണ്ണുകളടച്ചു തിരിഞ്ഞു കിടക്കുന്ന അയാളെ സ്നേഹത്തോടെ നോക്കി അവർ തൊട്ടടുത്ത് കിടക്കുന്ന ടേ ബിളിലെ വലിപ്പിൽ നിന്ന് ഒരു വിക്സിന്റെ ഡപ്പി എടുത്തു അയാളുടെ നെറ്റിയിൽ പതുക്കെ തടവി കൊടുത്തു. അവരുടെ നനഞ്ഞതു പോലെ യുള്ള തണുത്ത കൈ വിരലുകൾ അയാളുടെ നെറ്റിയിൽ തടവിയപ്പോൾ അയാൾ കണ്ണ് തുറന്നു അവരെ നോക്കി പിന്നെ ആയാസപ്പെട്ട് ചിരിച്ചു കൊണ്ട് അയാൾ അവരുടെ കയ്യിൽ പിടിച്ചു മിണ്ടാതെ കിടന്നു. അത് കണ്ടപ്പോൾ അവർക്കു വല്ലാതെ വിഷമം തോന്നി.

"റൊമ്പ വലിക്കതൊ..?"

അവർ വീണ്ടും ചോദിച്ചു. ഉണ്ട് എന്നോ ഇല്ല എന്നോ അർത്ഥം വരാ ത്ത തരത്തിൽ അയാൾ ചിരിച്ചു. പിന്നെയും കണ്ണുകൾ അടച്ചു കൊണ്ട് അയാൾ കിടന്നു.

ത്രിപുരസുന്ദരി പിന്നെ അവിടുന്ന് എണീറ്റ് ഹാളിലെ ടിവി ഓഫാ ക്കി. അവിടെ വന്നു അയാൾക്ക് കൂട്ടിരുന്നു. ഒന്നു മയങ്ങി, പിന്നെ കണ്ണ് തുറന്നപ്പോഴേക്കും അയാൾ എണീറ്റിരിക്കുന്നു. എപ്പോഴാണ് അവിടെ നിന്ന് അയാൾ എണീറ്റത് എന്ന് അവർക്ക് മനസ്സിലായില്ല. അവർ അയാ ളുടെ പിന്നിൽ ചെന്ന് ചോദിച്ചു.

"തലവലി മാറിയാച്ചാ..?"

ഗോവർദ്ധനനയ്യർ പെട്ടെന്ന് ഒന്ന് ഞെട്ടി തിരിഞ്ഞു നോക്കി. പിന്നെ മാറി എന്ന് അർത്ഥമാകുന്നതു പോലെ അയാൾ തലയാട്ടി.

അന്ന് വൈകുന്നേരവും അയാൾ ആകെ പരീക്ഷിണനായിരുന്നു. വിദൂ രതയിൽ കണ്ണ് നട്ടിരിക്കുന്ന അയാളെ കണ്ടപ്പോൾ ത്രിപുരസുന്ദരി ചിന്താ

ഗ്രസ്ഥയായി.

വൈകുന്നേരം അത്താഴം കഴിഞ്ഞ് വേഗം കിടക്കാൻ അവർ മുറിയി ലേക്ക് വരുമ്പോൾ അയാൾ മുൻവശത്തെ ഹാളിൽ ഇരിക്കുകയായിരു ന്നു. ടിവിയിൽ പരിപാടി ഏതോ നടക്കുന്നുവെങ്കിലും അയാളുടെ ശ്രദ്ധ മറ്റെവിടെയോ ആയിരുന്നു. തികച്ചും യാന്ത്രികമായി അവിടെ ഇരിക്കു ന്നത് കണ്ടപ്പോൾ പിന്നെ അവർ യാതൊന്നും ചോദിച്ചില്ല. അയാളെ അ യാളുടെ ഇഷ്ടത്തിന് വിട്ട് അവർ പോയി കിടന്നു. പക്ഷേ ഓരോ തവണ ഉണരുമ്പോഴും മുറിയിൽ ടിവിയുടെ സ്വരം അവർക്ക് കേൾക്കാമായി രുന്നു.

പിന്നെ അയാൾ എപ്പോൾ കിടന്നു എന്ന് അവർക്ക് അറിയില്ല. പിന്നീ ട്ടുള്ള കുറച്ചു ദിവസങ്ങൾ അയാൾ അങ്ങനെ തന്നെയായിരുന്നു. അയാ ളുടെ ഉദാസീനമായ പെരുമാറ്റവും സ്വയം മറന്നുള്ള ഇരുത്തവും അവ രിൽ അമർഷം നിറച്ചു. അയാളുടെ ആ വിചിത്രമായ പെരുമാറ്റത്തിന്റെ പൊരുളറിയാൻ അവർ ആവത് ശ്രമിച്ചു. പക്ഷേ അയാൾക്ക് പ്രത്യേകി ച്ചൊന്നും പറയുവാൻ ഉണ്ടായിരുന്നില്ല. ഒരു ദിവസം രാവിലെ എഴുന്നേ റ്റു പണികൾ ചെയ്തു തീർക്കുമ്പോഴും മുന്നിലെ മുറിയിൽ നിന്ന് കാര്യ മായ അനക്കമൊന്നുമില്ല. എന്തോ കാര്യമായിട്ട് അദ്ദേഹത്തെ അലട്ടു ന്നുണ്ട് എന്ന് അവർ മനസ്സിലാക്കിയിരുന്നു. ബാക്കി വിവരങ്ങളൊന്നും അറിയില്ലയെങ്കിലും ഉടനെ എന്തെങ്കിലും ചെയ്യേണ്ടി വരുമെന്ന് അവർ ക്ക് അറിയാമായിരുന്നു. വീണ്ടും ഒരിക്കൽ കൂടി പോയി ചോദിക്കാമെന്ന് കരുതി അവർ മുറിയിലേക്ക് ചെന്നു. പക്ഷേ വിദൂരതയിൽ മിഴിയും നട്ട് സ്വയം മറന്നിരിക്കുന്ന അയാളെ കണ്ടപ്പോൾ അവർക്കു ഒന്നും ചോദി ക്കാൻ തോന്നിയില്ല. പതുക്കെ തിരിച്ചു വന്നു. ഒരു വീട്ടിൽ രണ്ട് പേര് മാ ത്രം താമസിക്കുന്നിടത്തു ഒരു അസ്വാരസ്യം ഉണ്ടാകുമ്പോൾ മറ്റേ വ്യ ക്തി അനുഭവിക്കുന്ന മാനസികമായ ഒറ്റപ്പെടൽ ഭീകരമാണ്. രണ്ട് പേ രും ഒറ്റപ്പെട്ടു പോകുന്നു എന്ന് മനസ്സിലാക്കിയപ്പോൾ അവർക്ക് അത്യ ന്തം വിഷമം തോന്നി.

ഒരു ഉച്ച നേരത്ത് അയാൾ ഫോണിന്റെ അടുത്ത് ചെന്ന് കുറച്ചു നേരം ആരെയൊക്കെയോ വിളിച്ചു നോക്കി. എന്നാൽ വിളിച്ച ആരെ യും അയാൾക്ക് സംസാരിക്കാൻ കിട്ടിയില്ല. പക്ഷേ പിന്നെയും കുറച്ചു ദിവസം കഴിഞ്ഞപ്പോൾ അയാൾക്ക് വിളിച്ചയാളെ കിട്ടി എന്ന് അവർക്ക് മനസ്സിലായി. ബെഡ്റൂമിൽ പോയി കുറേ നേരം ആരോടോ അയാൾ സംസാരിക്കുന്നുണ്ടായിരുന്നു. ഏറെ ദിവസങ്ങൾക്ക് ശേഷമാണ് അയാ ളുടെ സ്വരം അവിടെ ഉയർന്നു കേട്ടത്. ത്രിപുരസുന്ദരി അതെല്ലാം നിശ്ശ

ബ്യം ശ്രദ്ധിക്കുന്നുണ്ടായിരുന്നു. ആരോടോ മണിക്കൂറുകൾ നീണ്ടു നിൽ ക്കുന്നത് പോലെ സംസാരിക്കുമ്പോൾ ഗോവർദ്ധനയ്യർക്ക് വീട്ടിൽ ഇ ങ്ങനെ ഒരു ആളുണ്ടെന്ന് ഓർമ്മയില്ലാതെ പോയി എന്നവർ കുണ്ഠിത പ്പെട്ടു. അന്യരോട് ഒരു മണിക്കൂർ സംസാരിക്കുന്ന സ്ഥാനത്ത് തന്നോട് പത്ത് നിമിഷം സംസാരിക്കാൻ അദ്ദേഹം തയ്യാറായില്ലല്ലോ എന്നും അവർ വ്യസനത്തോടെ ഓർത്തു. അന്ന് ഉച്ചക്ക് കുറച്ചു നേരം കിടന്ന ശേഷം അയാൾ എഴുന്നേറ്റ് മുൻവശത്ത് വന്നിരുന്നു.

പിന്നെ വൈകുന്നേരം പുറത്തേക്കിറങ്ങുന്നതു കണ്ടു ത്രിപുര സു ന്ദരി ആശ്വസിച്ചു. ഇനി കുഴപ്പമില്ലെന്നു അവർക്ക് മനസ്സിലായി. തന്നോ ട് ഒന്നും പങ്കു വെക്കാതെ ഒറ്റയ്ക്കിരുന്നതിനോടുള്ള കെറുവ് ഉണ്ടായി രുന്നുവെങ്കിലും അത് മഞ്ഞുരുകുന്നപോലെ നിഷ്ക്രിയമാകുന്നത് അ വർ മനസ്സിലാക്കി. പിന്നെ തെല്ലൊരു പുഞ്ചിരിയോടെ അമ്പലത്തിലേ ക്ക് നടന്നു. ഇനി ഒരു വിളക്കിന് കൊടുക്കണം. കുറേ നാളിന് ശേഷം അന്ന് കീഴ് കാവിൽ ഒരു ചുവന്ന പട്ട് അവർ മനസ്സ് കൊണ്ട് നേർന്നു. 'ദേവീ നീ എല്ലാം ശരിയാക്കണെ' അവർ മനമുരുകി പ്രാർത്ഥിച്ചു.

പിന്നീടുള്ള കുറച്ചു ദിവസം വലിയ പ്രശ്നങ്ങൾ ഒന്നുമില്ലാതെ കട ന്നു പോയി.

ഗോവർദ്ധനയ്യർ സാധാരണ പോലെ വീട്ടിൽ പെരുമാറിയപ്പോൾ സു ന്ദരിക്കും സന്തോഷമായി. പക്ഷേ അയാൾ കുറച്ചു വിമുഖനായി ഇരി ക്കുന്നതിൽ ഒരു ദിവസം അവസരം കിട്ടിയപ്പോൾ അവർ ചോദിക്കുക തന്നെ ചെയ്തു.

"എന്നാച്ച് ഉങ്കൾക്ക്? ഒരേ മൂഡ് ഓഫ് യതാവത് സൊല്ലുങ്കോ, സൊ ല്ലിയാൽ മട്ടുമേ എനക്ക് പുരിയും.."

പെട്ടെന്നുള്ള ത്രിപുരസുന്ദരിയുടെ വാക്കുകൾ കേട്ട് അയ്യാൾ കുറ ച്ചു നേരം ഒന്നും പറഞ്ഞില്ല. സുന്ദരിയിൽ നിന്ന് അങ്ങനെയൊരു ചോ ദ്യം അയാൾ പ്രതീക്ഷിച്ച പോലെ അവരെ കുറച്ചു നേരം നോക്കി നി ന്നു. പിന്നെ സാവധാനം പറഞ്ഞു.

"ഒന്നുമേയില്ലയെ റിട്ടയർ സെയ്തു വന്തതുക്കപ്പുറം അന്ത ഓഫീ സ് കിട്ട് സില പ്രച്ചിനങ്ങൾ ഇരുക്ക്. ആനാൽ അത് ശീഘ്രം മുടിയത്. സില വിഷയങ്ങൾ ഇരുക്ക്.

അല്ലാട്ടി വേറെ എതുവുമേ ഇല്ലെ. നാൻ ഓഫീസിൽ ശൊല്ലിയാച്ച്. സില സമയം അന്തപക്കം ഒരു വാട്ടി പോയിടലാന്ന് നിനക്കിറേ. ഇല്ലാ നാലും പറവായില്ലേ. എല്ലാം ശരിയായിടിച്ച് ." അയാൾ പതുക്കെ പ റഞ്ഞു.

അയാൾ പറഞ്ഞത് കേട്ട് അവർ അയാളെ കുറച്ചു നേരം നോക്കി പിന്നെ അവർ ആശ്വാസത്തോടെ അയാളെ നോക്കി പുഞ്ചിരിച്ചു കൊ
ണ്ട് പറഞ്ഞു.

"അതെല്ലാമെ സരി താൻ. അനാൽ ബി പി ഏറാമെ പാതുക്കണോ ഇതുക്കു മുന്നാടി ഡോക്ടറും ഇതുതാനെ ശൊന്നതു? ടെൻഷൻ ഉങ്കൾ ക്ക് പത്താത്. എല്ലാമേ സരിയായിടും."

അവർ സ്നേഹത്തോടെ അയാളുടെ നെറ്റിയിൽ തലോടി. അവരുടെ സ്നേഹകരുതലിൽ അയാൾ അനങ്ങാതെ കണ്ണടച്ച് കിടന്നു. ഒരു അഭ
യം തേടുന്നത് പോലെ അയാൾ ഒരു കൊച്ചു കുഞ്ഞിനെ അവരുടെ സാമീപ്യം ഏറ്റുവാങ്ങി.

"പാവം" അവർ പതുക്കെ മൊഴിഞ്ഞു.

പിന്നീടുള്ള ദിവസങ്ങൾ സാധാരണ ഗതിയിൽ കടന്നു പോയി. അന്ന് ത്രിപുരസുന്ദരി തുണി അലക്കാൻ വേണ്ടി ബെഡ് ഷീറ്റും തലയണ ഉറ യും മാറ്റി എടുക്കുവാൻ മുറിയിലെത്തി ഓരോന്നായി മാറ്റി ഇടുമ്പോൾ ഭർത്താവിന്റെ തലയണയുടെ അടിയിൽ അവർ ഒരു പഴയ കത്ത് ക ണ്ടു. ഇത് അന്ന് വന്ന കത്താണ് എന്നവർക്ക് പെട്ടെന്ന് മനസ്സിലായി. അരികും മൊക്കുമെല്ലാം പിഞ്ഞു തുടങ്ങിയ കത്ത് അവർ എടുത്ത് തി രിച്ച് ടേബിളിൽ വെക്കാൻ തുടങ്ങിയപ്പോൾ അവർക്ക് കത്തിലെ ചില അക്ഷരങ്ങൾ ദൃശ്യമായി. അപ്പോൾ ജിജ്ഞാസ തോന്നിയവർ കത്ത് തുറന്നു. അതിൽ ഏതാനും വരികൾ മാത്രം കുറിച്ച് വെച്ചിരിക്കുന്നത് കണ്ടപ്പോൾ അവർ അതിശയപ്പെട്ടു. ആ കത്തിൽ ആകെ ഉണ്ടായിരുന്ന രണ്ടു വരികൾ അത്യന്തം ആശയകുഴപ്പം ഉണ്ടാക്കുന്നതായിരുന്നത്.

Mrs. Govardhanan Iyer expired.

Start immediately.

Mr. Raman Nair.

Trichi

ട്രിച്ചിയിലെ ഏത് രാമൻ നായരാണ് ഗോവർദ്ധനയ്യരുടെ ഭാര്യയുടെ മരണവിവരം അറിയിക്കാനായി ഇങ്ങോട്ട് കത്തെഴുതിയത് എന്ന് അവർ ആശ്ചര്യപ്പെട്ടു. അവർ കയ്യിലെ കത്ത് തിരിച്ചും മറിച്ചും നോക്കി. ആ ക ത്തിൽ മറ്റൊന്നും എഴുതിയിട്ടില്ലെന്ന് അവർ ഒന്ന് കൂടി ഉറപ്പ് വരുത്തി. അതിലെ വിലാസവും അവർ നോക്കി, അതും തെറ്റിയിട്ടില്ല! പിന്നെ എ
ന്താണ് ഈ കത്ത് അർത്ഥമാക്കുന്നത്?

അവർ പതുക്കെ ആ കട്ടിലിൽ ഇരുന്നു. അവരുടെ മനസ്സ് ഒന്ന് പ
തറി. അവരുടെ മനസ്സിൽ മറ്റൊരു ചിന്ത കുടിയേറി. ഇനി ട്രിച്ചിയിൽ

മറ്റൊരു Mrs. ഗോവർദ്ധനൻ അയ്യർ ഉണ്ടോ? അവരെ പറ്റിയാണോ ഈ കത്തിൽ പറഞ്ഞിരിക്കുന്നത്. അവർ പരവശയായി. തന്റെ കാലിന്റെ അടിയിൽ നിന്ന് മണ്ണ് ഒലിച്ചു പോകുന്നത് പോലെ അവർക്ക് അനുഭവപ്പെട്ടു. ചുറ്റുമുള്ള ചുമർ ഒന്നാകെ ഇളകി തന്റെ മേൽ വന്നു പതിയുമോ എന്നവർ ഭയപ്പെട്ടു. അവർക്ക് ഒന്ന് ഉറക്കെ കരയണമെന്നു തോന്നി.

പക്ഷേ ഉറക്കെ ഒന്ന് നിലവിളിക്കാൻ പോലുമാകാതെ അവർ അശക്തയായിരുന്നു, പകരം കണ്ണിൽ നിന്ന് ധാരധാരയായി കണ്ണുനീർ താഴേക്ക് വന്നു. ഇത്രയും ദിവസം അദ്ദേഹം ഈ വിവരം അറിഞ്ഞതിന്റെ ആഘാതത്തിൽ ആയിരുന്നോ? അദ്ദേഹത്തിന്റെ മൗഢ്യത്തിന്റെയും മൗനത്തിന്റെയും പൊരുൾ അവർക്ക് ഇപ്പോൾ തീർത്തും മനസ്സിലായി. അവർക്ക് തന്നോട് തന്നെ പുച്ഛം തോന്നി. ഇത്രയും നാൾ ഭർത്താവിനെ ദൈവത്തെ പോലെ കണ്ടു ആരാധിച്ച് സ്നേഹിച്ച തനിക്ക് ലഭിച്ച സമ്മാനം അവർക്ക് തികച്ചും അസഹനീയമായി തീർന്നു. അവർ അകമേ തകർന്നു.

ചതിക്കപ്പെട്ടവളുടെ ആത്മ വിലാപം എന്തിനെക്കാളും വലുതായിരുന്നു.

ഇനി എന്ത്? രണ്ട് മക്കളോടും പറഞ്ഞാലോ എന്നവർ ചിന്തിച്ചു. പിന്നെ പിന്തിരിഞ്ഞു.

വേണ്ട! ജീവിതത്തിലെ തിരക്കുമായി ഓടിക്കൊണ്ടിരിക്കുന്ന കുഞ്ഞുങ്ങളെ കൂടി വിഷമിപ്പിക്കുവാൻ അവർക്ക് മനസ്സ് വന്നില്ല. അകാരണമായി ജീവിതത്തിൽ ഒന്നും തന്നെ സംഭവിക്കാറില്ല എന്നവർ ഉറച്ചു വിശ്വസിച്ചിരുന്നു.

ഭർത്താവിന്റെ ജീവിതത്തിലെ ഈ അധ്യായം താനുമായി എങ്ങനെ ബന്ധപ്പെട്ടു കിടക്കുന്നു എന്ന അന്വേഷണമായിരുന്നു പിന്നീട് അവരിൽ ഉണർന്നത്. ഒരുപക്ഷേ തന്റെ പോരായ്മയായിരിക്കുമോ അതോ തന്നിലെ ഭാര്യയുടെ പരാജയമോ അദ്ദേഹത്തിന്റെ ജീവിതത്തിലെ മറ്റൊരു സ്ത്രീയുടെ സാന്നിധ്യം. അവർ സ്വയംവിലയിരുത്തുവാൻ കൂടി അശക്തയായിരുന്നു. അന്ന് മുഴുവൻ അവർ ഓരോന്ന് ചെയ്ത്കൊണ്ട് അടുക്കളയിൽ നിന്ന് പുറത്തേക്ക് വരാൻ കൂട്ടാക്കിയില്ല. ഉച്ചയായപ്പോൾ ഊണ് വിളമ്പി വെച്ച് അവർ വീണ്ടും തന്റെ തിരക്കുകളിലേക്ക് ഊളിയിട്ടു. പുറത്തു നിന്ന് വന്ന അയ്യർ സുന്ദരിയുടെ തിരക്ക് കാണുന്നുണ്ടായിരുന്നു. അയാൾ വസ്ത്രം മാറ്റുവാനായി ഉള്ളിലേക്ക് പോകുമ്പോൾ ഊണു മേശയിൽ ഭക്ഷണം വിളമ്പി വെച്ചിരിക്കുന്നത് കണ്ടു.

"സുന്ദരി"

അയാൾ ഒന്ന് നീട്ടി വിളിച്ചു. പക്ഷേ ഉത്തരമൊന്നും കിട്ടിയില്ല. മുറി

യിലേക്ക് കടന്ന് വസ്ത്രം മാറി പുറത്തേക്ക് ഇറങ്ങുവാൻ നേരത്താണ് അയാളുടെ ദൃഷ്ടിയിൽ അത് പെട്ടത്. കട്ടിലിൽ പുതിയ വിരിപ്പ് വിരിച്ചിരിക്കുന്നു അതിന്റെ മുകളിൽ ആ കത്ത് തുറന്ന് വെച്ചിരിക്കുന്നു. കത്തിന്റെ മുകളിൽ തന്റെ വാച്ച് വെച്ചിരിക്കുന്നതും അയാൾ കണ്ടു. അയാളുടെ സപ്ത നാഡികളും തളർന്നു. പതിയെ അതിനടുത്തേക്ക് നടന്നു.

ആ കത്ത് കയ്യിലെടുത്ത്.

അപ്പോൾ...

സുന്ദരി ഈ കത്ത് കണ്ടിരിക്കുന്നു!

ഇനി സുന്ദരിയോട് എന്ത് സമാധാനം പറയും?

അയാൾ നിന്ന് ഉരുകി. പക്ഷേ സുന്ദരിയുടെ ഭാഗത്തു നിന്ന് യാതൊരു ചോദ്യങ്ങളുമുണ്ടായില്ല. അവർ അത്യന്തം നിശ്ശബ്ദത പാലിച്ചു അകന്നു നിൽക്കുന്നത് കണ്ടപ്പോൾ വീണ്ടും ഒരു സംസാരത്തിനു മുതിരാനുള്ള ധൈര്യം അയാൾക്ക് ഉണ്ടായില്ല.

രണ്ടു നദികൾ നിശ്ശബ്ദം ഒഴുകുന്നത് പോലെ പരസ്പരം ബന്ധമില്ലാതെ അവർ രണ്ടുപേരും ആ വീട്ടിൽ കഴിഞ്ഞു. ശക്തമായ അടിയൊഴുക്കുകൾ ഉണ്ടെങ്കിലും അവ പുറത്തു അറിയിക്കാതെ അവർ ആ ദിനങ്ങളിൽ ജീവിച്ചു. കനത്ത ശാന്തത പുറമേക്ക് ഉണ്ടായിരുന്നുവെങ്കിലും അതിന് ഉള്ളിൽ മറഞ്ഞു കിടക്കുന്ന ചോദ്യങ്ങളും അസഹിഷ്ണുതകളും തേങ്ങലുകളും അയാൾക്ക് മനസ്സിലാവുന്നുണ്ടായിരുന്നു. അത് മനസ്സിലാക്കി എന്നവണ്ണം അയാൾ പിന്നെ സ്വയം നിശ്ശബ്ദനായി തീർന്നു.

ആർക്കോ വേണ്ടി എന്ന പോലെ അവർ ഓരോ ജോലി ചെയ്യുകയും അതാത് സമയത്ത് അയാൾക്ക് വേണ്ട സാധനങ്ങൾ ഒരുക്കി വെക്കുകയും ചെയ്തു, അയാൾ വന്നു ആവശ്യമുള്ളത് എടുത്ത് കഴിച്ചു പോകുകയും ചെയ്തു. അങ്ങനെ ആ സംഭവത്തിനു ശേഷം പരസ്പരം സംസാരമില്ലാതെയായി. തന്റെ അസ്തിത്വത്തിന്റെ മുറിവ് അതീവമായി വേദനിപ്പിക്കുന്നത് പോലെ അവർ പിടഞ്ഞപ്പോൾ അവർക്ക് വേണ്ട ഉത്തരം കൊടുക്കാനാവാതെയും അവരെ അഭിമുഖീകരിക്കാനാവാതെയും അയാൾ അവരിൽ നിന്ന് പിന്തിരിഞ്ഞു നടന്നു.

ആ വീട്ടിൽ സ്ഥിരം ശബ്ദിച്ചിരുന്ന ഏക വസ്തു അവിടുത്തെ ടിവി മാത്രമായിരുന്നു.

പിന്നെ ഇടക്ക് മുഴങ്ങുന്ന ഫോൺ മാത്രം ആ വീട്ടിൽ ശബ്ദമുണ്ടാക്കി. ഒരു ദിവസം രാവിലെ പതിവ് പോലെ അമ്പലത്തിൽ നിന്ന് വരുമ്പോൾ വീട്ടിലെ ഫോൺ പതിവില്ലാതെ അടിക്കുന്നത് കേട്ട് അത് ത്രിപുര സുന്ദരി പോയി എടുത്തു.

അപ്പുറത്ത് സ്വയം രാമൻ നായർ എന്ന് പരിചയപ്പെടുത്തിയപ്പോൾ സുന്ദരിയുടെ ഹൃദയം പെരുമ്പറ മുഴങ്ങുന്നത് പോലെ മുഴങ്ങി. പിന്നെ മുരടനക്കി സാവധാനത്തിൽ അവർ ചോദിച്ചു,

"ഗോവർദ്ധനയ്യരുടെ ഭാര്യയുടെ അന്ത്യകർമ്മചടങ്ങുകൾ എല്ലാം കഴിഞ്ഞോ?"

"അത് പത്ത് വർഷം മുൻപ് കഴിഞ്ഞ കാര്യമല്ലേ. ഇപ്പോൾ എന്താണ് അതിനെ പറ്റി ചോദിക്കുന്നത്?" ഫോണിന്റെ മറുതലയിൽ ശബ്ദം വ്യക്തമായിരുന്നു.

ഇത്തവണ ഞെട്ടിയത് അവരായിരുന്നു, "പത്ത് വർഷം മുൻപോ? ഗോവർദ്ധനയ്യരുടെ ഭാര്യ തന്നെ ആയിരുന്നോ അവർ? എന്താണ് പറ്റിയത്?"

"എനിക്ക് തെറ്റിയതൊന്നുമല്ല. ട്രിച്ചി ഡിവിഷനിൽ എന്റെ കൂടെ ജോലി ചെയ്ത ഗോവർദ്ധനയ്യരും ദേവനായകിയും അല്ലേ? അവർ ഒരുമിച്ച് ഇവിടെ അല്ലേ ജോലി ചെയ്തത്. ദേവനായികയുടെ വീട് ഇവിടെയല്ലേ. പെൻഷൻ പറ്റി അയ്യർ നാട്ടിലേക്ക് തിരിച്ചപ്പോൾ, ഇവിടെ തന്നെ നിൽക്കുവാൻ ദേവനായിക തീരുമാനിച്ചതല്ലേ.

ഗോവർദ്ധനനും ദേവനായികക്കും കുഞ്ഞുങ്ങളും ഇല്ലല്ലോ. അയ്യർ ഇടക്ക് ഇവിടെ വരുമ്പോൾ എന്നെയും കണ്ടിട്ടാണ് പോകാറുള്ളത്. പക്ഷേ അവർ പെട്ടെന്ന് മരിച്ചു പോയി. ഹൃദയസ്തംഭനമായിരുന്നു. പക്ഷേ അതെല്ലാം കഴിഞ്ഞ് ഇപ്പോൾ എന്താണാവോ അയ്യർ അതേ കുറിച്ച് ചോദിക്കാൻ എന്നെ വിളിച്ചത്?"

അയാൾ പിന്നെയും എന്തൊക്കെയോ പറഞ്ഞു തുടങ്ങിയിരുന്നു. പക്ഷേ അവർ നിശ്ശബ്ദമായി ഫോൺ വെച്ചു.

ദേവനായകി!

ഇതുവരെ മുഖവും പേരുമില്ലാതിരുന്ന കഥാപാത്രത്തിനു ഇപ്പോൾ പേര് കിട്ടിയിരിക്കുന്നു. സന്തോഷമാണോ സങ്കടമാണോ ഏത് വികാരമാണ് തന്നെ ഭരിക്കുന്നത് എന്ന് അവർക്ക് തിരിച്ചറിയാതെയായി. പക്ഷേ ഇപ്പോൾ അവരുടെ ഹൃദയതാളം ക്രമാതീതമായി മിടിക്കാതെയായി. ഇനി എത്ര നോവിച്ചാലും നോവില്ല. ഈ ജന്മത്തിൽ എത്ര കരഞ്ഞാലും ഇനി കഴിഞ്ഞതൊന്നും തനിക്കു നിരാകരിക്കാനാവില്ല.

അത് ഒരു വലിയ സത്യമായി തന്റെ മുന്നിൽ പല്ലിളിച്ച് നിൽക്കുന്നുണ്ടെന്ന സത്യം അവർ ഉൾക്കൊള്ളുവാൻ ശ്രമിച്ചു. അതിനെ നേരിടാൻ അവർ തീരുമാനിച്ചു. പെട്ടെന്ന് തന്നെ അവർക്ക് മറ്റൊരു തിരിച്ചറിവ് ഉണ്ടായി. മരിച്ച് മണ്ണടിഞ്ഞ ഒരാളോട് എന്ത് പകയാണ് തനിക്ക് തീർക്കു

വാനുള്ളത്? അല്ലെങ്കിൽ തന്നെ ഇനി എന്താണ് നേരിടാനുള്ളത്. അവർ ദീർഘമായി നിശ്വസിച്ചു. എല്ലാം വ്യർത്ഥമാണ് അവർ ദീർഘമായി ഒന്ന് നിശ്വസിച്ചു.

ഏറെ നാളുകൾക്ക് ശേഷം അവർ ആ വൈകുന്നേരം ചുവന്ന പട്ടു പുടവ ചുറ്റി കയ്യിൽ പൂത്താലവുമേന്തി വീടിന് പുറത്തിറങ്ങി. മുന്നിലെ വഴിയിലൂടെ നടക്കുമ്പോൾ അവിടെ കുറച്ചു ചുവപ്പ് പുടവ ചുറ്റിയവർ നിശ്ശബ്ദരായി മുന്നിൽ നടക്കുന്നുണ്ടായിരുന്നു. ത്രിപുര സുന്ദരി അവരു ടെ പുറകിലായി നടന്നു.

സുന്ദരിയുടെ ഈ പോക്കു കണ്ടു ഗോവർദ്ധനൻ എന്തോ പറയാനാ ഞ്ഞതാണ് പിന്നെ അത് വേണ്ടെന്ന് വെച്ചു. പിന്നെ തിരിച്ചു വന്നിട്ടു ആ കാം എന്ന് കരുതി. അദ്ദേഹം അവരെ കാത്ത് അവിടെയിരുന്നു. അന്ന് വൈകുന്നേരം അദ്ദേഹം കോവിലിലേക്ക് പോയില്ല. ഉമ്മറത്തു വിളക്ക് കൊളുത്തി അയാൾ സുന്ദരിക്കായി കത്തിരുന്നു.

സന്ധ്യ മയങ്ങി!

നിരത്തിൽ ഇരുട്ട് വീണു തുടങ്ങി.

കുറച്ചകലെയായി ഒരു പൊട്ട് പോലെയുള്ള ചുവന്ന ബിന്ദുകൾ പോ ലെ ആ കൂട്ടം പ്രത്യക്ഷമാകുവാൻ തുടങ്ങി. അവർ പതുക്കെ നടന്ന് ഒ രോ വഴിക്കായി തിരിഞ്ഞു.

ത്രിപുര സുന്ദരിയും വീട്ടിലേക്ക് കയറി. ചുവന്ന തെച്ചി പൂക്കൾ മുടി യിൽ തിരുകി, ചുവന്ന കുറിയും നെറ്റിയിൽ വരച്ച് അവർ ദേവിയുടെ സ ന്നിധിയിൽ മറ്റൊരു ദേവിയെ പോലെ തിളങ്ങുന്നുണ്ടായിരുന്നു. അവരെ കണ്ടമാത്രയിൽ അയാൾ ഇരുന്നെടുത്തു നിന്ന് എഴുന്നേറ്റു. പക്ഷേ അ വർ ആ ഭാഗത്തേക്ക് നോക്കുക പോലും ചെയ്തില്ല.

ഉള്ളിലേക്ക് പോകുവാൻ തുനിഞ്ഞ അവരെ തടസ്സപ്പെടുത്തി കൊ ണ്ട് അയാൾ അവരെ വിളിച്ചു,.

"സുന്ദരി, ഊങ്കിട്ടെ എനക്ക് കൊഞ്ചം പേസണം. നീ നിനയ്ക്കും മാ തിരി എനക്ക് ഒരു റിലേഷൻ ഇരുന്തിടിച്ചു ആനാൽ."

അയാളുടെ വാക്കുകളെ തടസപ്പെടുത്തി കൊണ്ട് അവർ ചോദിച്ചു,

"ഇന്ത വിഷയത്തിലെ എനക്ക് ഏതു വരുത്തമില്ലെന്നു സൊന്നാൽ അത് പൊയ് ആകും.

ആനാലും ഒന്ന് മട്ടുമേ ഞാൻ കേൾക്കിറേൻ ഇന്ത വിഷയം എങ്കി ട്ടെ നീങ്ക ഇതുവരേയ്ക്കും സൊല്ലലെ?

"സുന്ദരി, നാൻ വെന്റുമെന്ന് നിനയ്ത് യതുവുമേ സെയ്യവേയില്ലെ, ആനാൽ അപ്പടി ആയിടിച്ച്, വാഴ്കെയിൽ എന്നന്നമൊ നടന്നിടിച്ച് അത്

നാൻ എതിർപാർത്തതേയില്ലെ.. ദേവനായകി."

വീണ്ടും അവർ ഇടക്കി കയറി പറഞ്ഞു,

"ദേവനായകി ഇപ്പൊത് ഉയിരോടെ ഇല്ല. അവക്കിട്ടെ എനക്ക് കോവ
വും ഇല്ലയെ.

ആനാൽ ഉങ്കളെ എന്നാൽ മന്നിക്ക മുടിയാത്. ഉങ്കിട്ടെ എനക്ക് ഒരു
കേൾവി ഇറുക്ക്.

നമക്ക് ഇടയിലെ ദേവനായകി എപ്പടി വന്താ? എനക്ക് എതാവത് കു
റയിറക്കാ? ഒരു മനൈവി എന്റ് നിലയിൽ നാൻ മുള്ളുമയ് ആനവൾ താ
നേ? നാൻ കൂടെ ഇരിക്കുമ്പോത് വേറൊരുത്തിയേ എപ്പടി ഉങ്ക വാഴ്
കൈയിലെ സെർത്ത് വെയ്ക്ക നെനച്ചിങ്കെ?

നീങ്കളെ സൊല്ലുങ്കോ. എനക്ക് ഒരു പൊണ്ടാട്ടി വേഷം കട്ടറുതുക്ക്
വെക്കമാ ഇറുക്ക്. നാൻ ഉങ്കളെ വിട്ട് പോക വേണ്ടുമാ? അതയെ നിതാ
നമാ യോസിച്ച് സൊല്ലുങ്കോ. നാൻ ഉങ്കൾക്ക് യതുവിതമാന തൊന്തര
വും തരലയെ. നീങ്കെ മുടിവ് പണ്ണലാം."

അവർ നിന്ന് കിതച്ചു. അവരുടെ സുന്ദരമായ മുഖം വലിഞ്ഞു മുറു
കി. പക്ഷേ അവർ പെട്ടെന്ന് തന്നെ പൂർവ്വസ്ഥിതി കൈ വരിച്ചു. അവരു
ടെ ചോദ്യങ്ങൾക്ക് മുന്നിൽ ഉത്തരമേകാനാവതെ അയാൾ മുഖം കുനി
ച്ചു നിന്നു. അവർ അയാളുടെ മുന്നിൽ നിന്ന് മാറി കസേരയിൽ ചെന്നി
രുന്നു. അവർ പിന്നെ മിണ്ടാതെ ഉള്ളിലേക്ക് നടന്നു.

പിറ്റേന്ന് ലാൻഡ് ഫോൺ പതിവ് പോലെ ശബ്ദിച്ചു. അയാൾ വേഗം
പോയി എടുത്തു. പതിവ് പോലെ ബാംഗ്ലൂരിൽ നിന്ന് മകനാണ്. പതിവ്
കുശലാന്വേഷണത്തിന് ശേഷം അവൻ ചോദിച്ചു.

"അമ്മവോടെ മുടിവ് ഉറുതിയാനത് താനേ അപ്പ? ഇനി അതുക്ക് യാ
താവത് മാറ്റമിറുക്കാ?"

"എന്നാ ദേവാ ?" അയാൾ ഒരു ഉൾക്കിടിലത്തോടെ ചോദിച്ചു.

"അപ്പ ഒത്തുക്കിട്ടാങ്കെന്ന് അമ്മ സൊന്നതുക്ക് അപ്പുറം താൻ നാൻ
അന്ത മുടിവെ എടുത്തേൻ. അതുനാൽ താൻ നാൻ അപ്പാക്കിട്ട് പേസാ
മയിരുന്തെ. അമ്മ എങ്കെ

അപ്പ? നാളെ കാലെയിലെ കാർ വരുവേന്ന് അമ്മാക്കിട്ട് സൊല്ലു
ങ്കോ. ഒരു മാതത്തുക്ക് താൻ അവർ ടൈം സൊല്ലിയത്. ആനാ പനി
പൊഴിവ് വന്താൽ സിലനേരം താമതമാകെ ഇറുക്കും."

എങ്ങോട്ട് പോകുന്ന കാര്യമാണ് ദേവാമൃത് പറയുന്നത്. അയാൾ ശ
ബ്ദിക്കാനാകാതെ നിന്നു.

പനിപൊഴിവാ.. എങ്കെ..?

"അപ്പ, ഹിമാലയം മാനസസരോവർ യാതിറൈക്ക് പോകവേണം എന്ട്ര അമ്മ സൊന്നാങ്കെ, അമ്മാവോടെ കട്ടായത്തിനാൽ താൻ നാൻ യാതിറക്ക് സീറ്റ് ബുക്ക് സെയ്തത്. നാളെ കാലൈയിലെ ആറ് മണിക്ക് അവങ്ക വരും, ഡോക്ടർക്കിട്ട് കുടുത്ത പേപ്പേഴ്സ് എല്ലാമേ സരിയാറിച്ച് എന്ട്ര അമ്മാക്കിട്ട് സൊന്നാൽ പോതും. നാൻ എല്ലാമേ റെഡി പണ്ണിയാച്ച്."

അവൻ പിന്നെയും എന്തൊക്കെയോ പറഞ്ഞു കൊണ്ടിരിക്കുന്നുണ്ട്. പക്ഷേ അയാൾ ഒന്നും കേൾക്കുന്നുണ്ടായിരുന്നില്ല. തിരിഞ്ഞു നോക്കുമ്പോൾ അവർ മുന്നിൽ നിൽക്കുന്നു

ത്രിപുര സുന്ദരി!

മഞ്ഞിനെ ഓർപ്പിക്കുന്ന വെളുത്ത ചേലയുടുത്ത് മുടിയിൽ പൂവും വെച്ച് സാക്ഷാൽ അന്നപൂർണ്ണ ദേവി പോലെ അവർ മുന്നിൽ നിൽക്കുന്നു. അവർ മുന്നിലൂടെ വന്നു അയാളുടെ കയ്യിൽ നിന്ന് ഫോൺ വാങ്ങി.

"ഹലോ"

"അമ്മ എല്ലാം റെഡി ആയാച്ചാ? നീങ്ക അപ്പാക്കിട്ടെ ഒന്നുമേ സൊല്ലലയാ?"

"അപ്പവുക്ക് എല്ലാം തെരിയും കണ്ണാ, ആനാൽ നമക്ക് മട്ടും പലതും തെരിയാത്. ഇത് ഒരു സർപ്രൈസ് താനേ. അതൊക്കെ പോകട്ടും അവങ്കൾ നാളെ എപ്പോത് വരുകിൻട്രാർ?"

"അമ്മ അവർകൾ നാളെ കാലൈയിലെ 6 മണിക്ക് വരും , റെഡി ആയി ഇരുങ്കോ. നാൻ കാലയിലെ കാൾ പണ്ട്രേറേൻ."

അവനോട് യാത്ര പറഞ്ഞു തിരിയുമ്പോൾ അവളെ തന്നെ നോക്കി നിൽക്കുന്ന ഗോവർദ്ധനനയ്യരുടെ ആശ്ചര്യം നിറഞ്ഞ കണ്ണുകൾ കണ്ട പ്പോൾ അവർ അവിടെ നിന്നു.

പിന്നെ അവർ സാവധാനം പറഞ്ഞു തുടങ്ങി,

"നാളേക്ക് നാൻ പോകിറേൻ, മുതുമൈയിൽ വാനപ്രസ്ഥം താനേ. അതുകാക്ക താൻ നാൻ പോക ആസപ്പെടറേൻ. അത് താൻ കുഴന്തെകളോട് സൊന്നെ, അവങ്കൾ എന്നുടെ ആസയെ നിറവേട്രി തന്താൽ. നാൻ എനക്ക് തകുന്ന ഇടത്തിൽ ഇല്ലയെ എന്ട്ര എനക്ക് തെരിയും. എനക്ക് യാരോടും പുകാർകൾ ഇല്ലെ. അതു മട്ടുമല്ല ഇനിമേൽ അന്ത ബതിൽ കൾക്ക് യാതൊരു പൊരുളുമില്ലെ. ഇന്ത യാത്തിറൈ എനക്ക് ഒരു വിടൈ തേടൽ താൻ.

എൻ കടങ്കൾ എല്ലാം മീട്ടിയതുക്ക് അപ്പുറം നാൻ ഇന്ത യാത്തിറക്ക് തയാർ ആണെൻ. നാളേക്ക് നാൻ പോകിറെൻ."

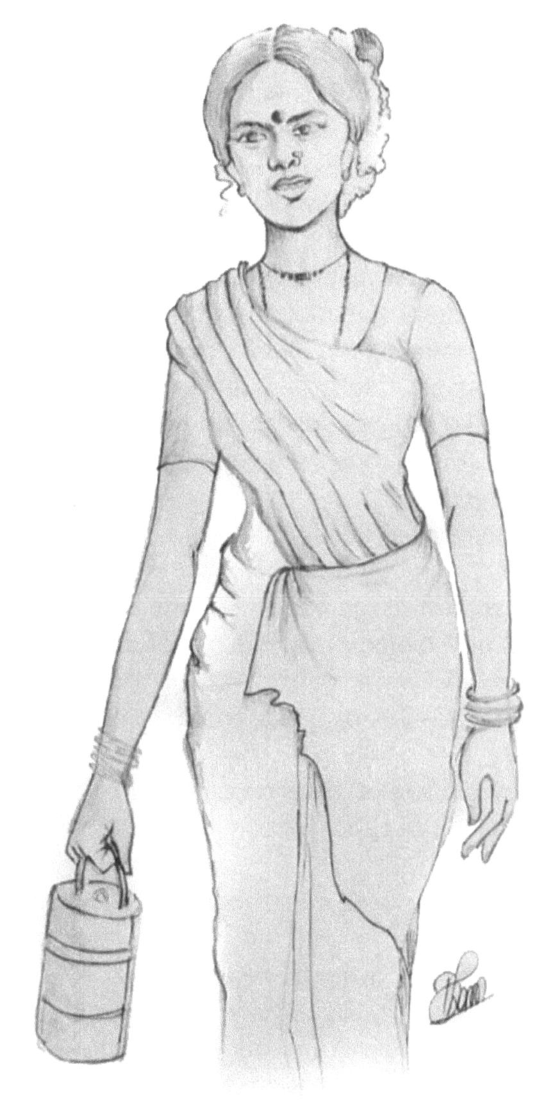

"ദേവൻ സൊന്ട്രാൽ , ഒരു മാദത്തുക്കുൾ യാത്തിറൈ മുടിയും എ
ന്ട്ര "

അയാളുടെ ആ വാചകത്തിൽ ചിരിച്ചു കൊണ്ട് അവർ പറഞ്ഞു.

"ഒരു മാദം ഇല്ലേന്ന രണ്ട് മാദം കൊണ്ട് ഇന്ത യാത്തിറൈ മുടിയും.
ആനാൽ എന്നുടയ യാത്തിറൈ ഇപ്പൊത് താനേ തുടങ്കിയത്. "

പിറ്റേന്ന് അവർ അതിരാവിലെ എഴുന്നേറ്റു യാത്രക്ക് ഒരുങ്ങി. കൃത്യം
ആറ് മണിക്ക് തന്നെ കാർ വന്നു മുൻപിൽ നിന്നു. അതിൽ നിന്ന് ഇറ
ങ്ങിയ ടൂർ ഓപ്പറേറ്റർ എന്ന് സ്വയം പരിചയപ്പെടുത്തി. സ്വയംപ്രഭ ത്രി
പുര സുന്ദരിയുടെ അടുത്ത് വന്നു അവരെ കൂട്ടി കൊണ്ട് പോകാൻ ത
യ്യാറായി. അപ്പോഴേക്കും ഗോവർദ്ധനയ്യരെ കണ്ടപ്പോൾഅവർ അടുത്ത്
വന്നു. അവരുടെ ടൂർ നടത്തിപ്പിനെ പറ്റി ചോദിച്ചു അറിയുമ്പോഴും അ
യാളുടെ കണ്ണുകൾ സുന്ദരിയിലായിരുന്നു.

"അച്ഛൻ വിഷമിക്കേണ്ട. ഇവർ ഒൻപത് പേരാണ് ഈ ഗ്രൂപ്പിൽ ഉള്ള
ത്. ഞങ്ങൾ ശ്രദ്ധിച്ചോളാം " സ്വയംപ്രഭ ചിരിച്ചു കൊണ്ട് പറഞ്ഞു.

കയ്യിൽ ഒരു ചെറിയ ബാഗുമെടുത്ത് അവർ പുറത്തിറങ്ങുവാൻ തുട
ങ്ങുമ്പോൾ സ്വയംപ്രഭ ആ ബാഗ് വാങ്ങി പുറത്തു കാറിൽ കൊണ്ട് വെ
ക്കുവാൻ പോയി.

പുറത്തേക്ക് ഇറങ്ങുവാൻ തുടങ്ങുമ്പോൾ അവർ തിരിഞ്ഞു അയാ
ളെ നോക്കി.

"എനക്ക് എടുക്ക ഒന്നുമേ ഇല്ലയെ, രണ്ട് ജോഡി പുടവ മട്ടുമേ എടു
ത്ത്. പോയി തിരുമ്പി വരുവേൻ എന്ട്രെ വാർത്തെ എനക്ക് ഉങ്കൾ
ക്കിട്ട സൊല്ല മുടിയാത്.."

അതിനൊരു മറുപടിക്ക് കാത്തു നില്ക്കാതെ ത്രിപുര സുന്ദരി നട
ന്നു നീങ്ങി.

വിലപ്പെട്ടത് എന്തോ കയ്യിൽ നിന്ന് നഷ്ടപ്പെട്ടത് പോലെ അയാൾ ത
ളർന്ന് അവിടെയിരുന്നു. അപ്പോൾ വണ്ടി സ്റ്റാർട്ട് ചെയ്തു അത് മുന്നി
ലേക്ക് എടുത്തിരുന്നു.

ഇന്നു ഇന്ദുഗോപനു ദേവാർച്ചയിലെ ഓരോ വഴിയും ഓരോ വീടും
പരിചിതമാണ്.

ഓരോ വീട്ടിലും വരുന്ന എഴുത്തും അവയുടെ കണക്കും ഇന്നവന
റിയാം. ഇപ്പോൾ ഉച്ചയൂണിനു മുൻപ് തന്നെ അവൻ ഭൂരിഭാഗം എഴു
ത്തുകളും കൊടുത്തു തീർക്കാൻ ശ്രമിക്കാറുണ്ട്. അധികം ആയാസ
പ്പെട്ടു ചെയ്യേണ്ട കാര്യമൊന്നുമില്ല എന്നത് കൊണ്ട് വളരെ ആസ്വദി
ച്ചും സ്വയം സന്തോഷിച്ചും ജോലി ചെയ്യുവാൻ അവൻ ശീലിച്ചിരിക്കുന്നു.

ഓരോ ദിവസവും അഴകി അഗ്രഹാരത്തിലെ ഓരോ പുതിയ വാർ
ത്തകളുമായിട്ടാണ് വരുന്നത്. അന്ന് വൈകുന്നേരം അവർ ചായ കൊ
ണ്ട് വരുമ്പോഴും അവനോടു പറയാൻ അവരുടെ കയ്യിലൊരു പുതിയ
വാർത്ത ഉണ്ടായിരുന്നു. അഗ്രഹാരത്തിലെ ത്രിപുര സുന്ദരിയമ്മ ഹിമാ
ലയയാത്രക്ക് പോയെന്നതായിരുന്നു ആ വാർത്ത. അവർ പറയുന്ന ക
ഥകളിലെ ആളുകളെ ഇന്ദുഗോപന് അധികം അറിയില്ലെങ്കിലും എല്ലാ
കഥകളും അവന് ഇപ്പോൾ പരിചിതമായിരുന്നു. ജീവിതസായാഹ്നത്തിൽ
ദൈവമാർഗം സ്വീകരിക്കുകയും അതിനനുസരിച്ചു തീർത്ഥയാത്രക്ക് പു
റപ്പെടുവാൻ സാധിച്ച അവർക്ക് സിദ്ധിച്ച ഭാഗ്യത്തെ പറ്റി അവർ വാചാ
ലയായി. അവരുടെ രണ്ടു മക്കളും പുറത്തേവിടെയോ ജോലിയാണെ
ന്ന് അഴകിക്ക് അറിയാമായിരുന്നു. ആ മക്കൾ അമ്മയുടെ ആഗ്രഹപ്ര
കാരം മാനസ സരോവർ യാത്രക്കുള്ള സൗകര്യം ചെയ്ത കാര്യം അ
വർ പറഞ്ഞു. ആ അമ്മയുടെ ഭാഗ്യത്തെക്കുറിച്ച് അവർ വാതോരാതെ
പറഞ്ഞുകൊണ്ടിരുന്നു.

"എന്നാലും അതൊക്കെ ഒരു യോഗം തന്നെ. തീർത്ഥ യാത്ര കഴി
യുവാൻ ഒരു മാസം എടുക്കും എന്നാണ് പറഞ്ഞത്." അവർ വലിയ വാ
യിൽ അതിശയത്തോടെ പറഞ്ഞപ്പോൾ ഇന്ദുഗോപൻ അവരെ നോക്കി
ചിരിച്ചു.

"ആരൊക്കെ പോയി അഴകിയമ്മേ?" അവൻ വീണ്ടും ചോദിച്ചു.

"വേറെയാരും ഇല്ല, അവർ മാത്രമാണ് പോയതു. അവരുടെ ഭർത്താവ്
പോയില്ല. വീട്ടിലും ആരെങ്കിലും വേണ്ടേ, അതുകൊണ്ട് പോയില്ല എ
ന്നാണ് പറഞ്ഞത്. അത് കഷ്ടമായിപ്പോയി. അയാൾ ഇനി കുറച്ചു നാൾ
ഒറ്റക്ക് ആ വീട്ടിൽ കഴിയണ്ടേ!"

അവർ അർദ്ധോക്തിയിൽ നിർത്തി.

"വേറെ ആരുമില്ലേ, അവരുടെ ബന്ധുക്കൾ?" അവൻ വീണ്ടും ചോ
ദിച്ചു.

"ഇല്ല ആരുമില്ല. ഇനി അവർ വരട്ടെ, അല്ലാതെ ഒന്നും നടക്കില്ല.
ആരും അങ്ങോട്ട് പോകുന്നത് ഗോവർദ്ധനയ്യർക്ക് പിടിക്കില്ല. ജോലി
കൾ എല്ലാം അയാൾ തന്നെ ചെയ്യാമെന്ന് പറഞ്ഞു ആരെയും വീട്ടിലേ
ക്ക് വരാൻ സമ്മതിക്കില്ല. അല്ലെങ്കിൽ ഞാൻ പോയി ചെയ്ത് കൊടു
ത്തേനെ." അവർ പറഞ്ഞു.

" അവൻ മൂളി. അഗ്രഹാര ജീവിതത്തിലും പ്രശ്നങ്ങളുണ്ട് . അവന
തായിരുന്നു ആശ്ചര്യം. അവിടെയുള്ളവരുടെ ജീവിതം ദേവദത്തമായ
ഒന്നാണ് എന്നായിരുന്നു അത് വരെയുള്ള അവന്റെ കാഴ്ചപ്പാട്. പക്ഷേ

അവയെല്ലാം ഇപ്പോൾ തെറ്റുകയാണ് എന്നവൻ മനസ്സിലാക്കി. എവിടെ യും മനുഷ്യൻ, മനുഷ്യൻ തന്നെയാണ്.

പച്ചയായ മനുഷ്യൻ!

പല്ലും നഖവും, മജ്ജയും മാംസവുമുള്ള മനുഷ്യൻ!

എവിടെ ചെന്നാലും അവരുടെ സത്ത ഒന്നുതന്നെയാണ്. ജീവനുള്ള യിടത്തോളം ഈ ജീവിതപോരാട്ടങ്ങൾക്ക് ഒരു അറുതിയുമില്ലെന്നു അ വൻ ഓർത്തു.

പിന്നെ അഴകിയോട് അതേ പറ്റി ഒന്നും ചോദിച്ചില്ല. അന്ന് രാത്രിക്ക് അത്താഴത്തിനു കഞ്ഞിയും പപ്പടവും തേങ്ങ ചുട്ട ചമന്തിയും പയറു പ്പേരിയും കിട്ടിയപ്പോൾ അവന്റെ വയറും മനസ്സും ഒരുപോലെ നിറഞ്ഞു. മുന്നിൽ വെച്ച കഞ്ഞി കുടിക്കുമ്പോൾ അവന്റെ കണ്ണുകൾ നിറഞ്ഞു തൂവിയിരുന്നു.

കഴിഞ്ഞ തവണ അവൻ അമ്മയ്ക്ക് എഴുത്ത് എഴുതിയപ്പോൾ അഴ കിയുടെ പരിചരണത്തെ പറ്റി അവൻ പ്രത്യേകം പറഞ്ഞിരുന്നു. അന്ന് അമ്മ അവനോട് പറഞ്ഞ ഒരു കാര്യം ഇത്രമാത്രമാണ്, അവർ നിനക്ക് വേണ്ടി എല്ലാമറിഞ്ഞു ചെയ്യുമ്പോൾ നീയും അവർക്ക് വേണ്ടി എന്തെ ങ്കിലും ചെയ്യണമെന്ന്, അമ്മ പറഞ്ഞത് അനുസരിച്ചു ആ മാസം തൊട്ട് തന്നെ അവൻ അഴകിക്ക് കുറച്ചു കൂടി ശമ്പളം കൂട്ടി കൊടുക്കുവാൻ തുടങ്ങി. അഴകി അത് വേണ്ടെന്നു പറയുമ്പോഴും അതിലെ ശരികളും ശരിക്കേടുകളും അവൻ നിരത്തി പറഞ്ഞു. അതിലെ ശരികളിൽ ഉറച്ചു നിന്നുകൊണ്ട് അവൻ കൊടുക്കുന്ന കാശ് ഒരു മകൻ തരുന്നതായി കണ ക്കാക്കണമെന്നു അവരോട് ആവശ്യപ്പെട്ടു. അത് പറഞ്ഞപ്പോൾ അവരു ടെ കണ്ണുകളിൽ തിളങ്ങിയ നീർമണി മുത്തുകൾ കണ്ടില്ലെന്നു നടിച്ചു അവൻ ഉള്ളിലേക്ക് പോയി.

പിറ്റേന്ന് രാവിലെ അഗ്രഹാരത്തിൽ നിന്ന് വരാൻ അഴകി ഒരല്പം താമസിച്ചു.

ഇന്ദുഗോപൻ വസ്ത്രം മാറി വീടിനു മുന്നിൽ നിൽക്കുമ്പോഴാണ് അവർ വന്നത്. വന്നയുടനെ അവർ ക്ഷമാപണം നടത്തി കൊണ്ട് ഓ രോ പണിയായി ചെയ്തു തീർത്തു.

നെറ്റിയിലെ വിയർപ്പ് തുടച്ചു കൊണ്ട് അവർ പറഞ്ഞു,

"അവിടെ അയ്യർക്ക് പെട്ടെന്ന് സുഖമില്ലാതെയായി. അതാണ് വൈ കിയത്. നമ്മുടെ ഗോവർദ്ധന അയ്യർ ഇല്ലേ... ഭാര്യ ഹിമാലയത്തിൽ പോയില്ലേ അയാള് തന്നെ."

അവിടം അടിച്ചു വാരുന്നതിനിടക്ക് അവർ ആ കഥ പറഞ്ഞു. നെ

ബ്ു വേദന വന്ന അയാളെ ഡോക്ടറുടെ അടുത്തേക്ക് കൊണ്ട് പോകാ
നുമെല്ലാം എടുത്ത സമയവും അതിനുശേഷം അവിടെയുണ്ടായ സംഭ
വവികാസങ്ങളും അവർ അവനെ അറിയിച്ചു. അന്ന് രാവിലെ അവർ
കൊണ്ട് വന്ന ഉണക്കലെരി കൊണ്ട് ഉണ്ടാക്കിയ നേർമയേറിയ പുട്ടും ക
ടലക്കറിയും പിന്നെ അവിടെ തന്നെ ഉണ്ടായ പഴവും കൂട്ടി കഴിക്കുമ്പോൾ
അവൻ അതൊക്കെ കേട്ടു. ആരുമില്ലാതെയായാൽ ഇങ്ങനെയൊക്കെ
ആവുമെന്ന് എന്ന് അവസാനം അഴകി പറഞ്ഞു നിർത്തുമ്പോൾ അ
വൻ ഭക്ഷണം തീർത്തിരുന്നു. പിന്നെ വാതിലടച്ചു അവൻ ജോലിയ്ക്ക്
പോകാൻ ഇറങ്ങിയപ്പോൾ അഴകിയും പുറത്തേക്കിറങ്ങി. പിന്നെ തന്റെ
സ്ഥിരം വഴിയിലൂടെ അവൻ പോസ്റ്റ് ഓഫീസിലേക്ക് മുന്നേറി.

അന്ന് പോസ്റ്റ് ഓഫീസ്സിൽ ക്ലർക്കു രാധാമണി ലീവ് ആയിരുന്നു. അ
തുകൊണ്ട് തന്നെ അവിടെ. എഴുത്തുകൾ തരം തിരിച്ചു എടുത്ത് കഴി
ഞ്ഞപ്പോൾ കുറച്ചു നേരം വൈകി. അതെ ഒരു അരമണിക്കൂറിന്റെ സമ
യം വ്യത്യാസമുണ്ട്. അന്നത്തെ കത്തുകൾ കൊടുക്കുവാൻ അവനു ദേ
വാർച്ചയിലെ പാതയ്ക്ക് അപ്പുറം പോകേണ്ട കാര്യമില്ല.

അന്നത്തെ ജോലി വേഗം തീർക്കുവാൻ ആലോചിച്ചു കൊണ്ട് അ
വൻ സൈക്കിൾ ആഞ്ഞു ചവിട്ടി. കത്ത് കൊടുക്കുമ്പോൾ ഉണ്ടാവുന്ന
ചെറു സംഭാഷണങ്ങളും കൈമാറുന്ന പുഞ്ചിരിയും അവനു ഒരാശ്വാസ
മാണ്. ഒരു പോസ്റ്റ്മാനെ സംബന്ധിച്ച് അത് അവന്റെ സ്വകാര്യസ്വാ
ന്ത്ര്യമാണ്. ആളുകൾക്കിടയിൽ അവരെക്കുറിച്ച് ഉണ്ടാകേണ്ട ഒരു ചി
ത്രം തീർച്ചയായുമതു തന്നെയാണ്. ആ ജോലിയെ എങ്ങനെ മനോഹ
രമാക്കാമെന്നാണ് ഓരോ ജീവനക്കാരനും ചിന്തിക്കുന്നത്.

എഴുത്തുകൾക്ക് ജീവനില്ല എന്ന് പറയുന്നത് വെറുതെയാണ്. കട
ലാസ് എന്ന് നാം വിളിക്കുന്ന ഈ നീലയും വെള്ളയും നിറത്തിലുള്ള
കത്തുകൾ കൈപ്പറ്റുന്നവരുടെ കണ്ണുകളിൽ ഒരായിരം പ്രത്യാശയുടെ
പൂത്തിരി കത്തുന്നത് അവന് കാണാമായിരുന്നു.

ചില സമയത്ത് അവ സങ്കടക്കടലായി പരിണമിക്കുന്നതും അവന്
കാണാം. എങ്കിലും എല്ലാവരും കത്തുകൾക്കായി കാത്തിരുന്നു. ആ ദൗ
ത്യവുമായിട്ടാണ് ഓരോ പോസ്റ്റ്മാനും സഞ്ചരിക്കുന്നതെന്നു ചില നിമി
ഷങ്ങളിൽ അവന് തോന്നും.

അന്നത്തെ തപാൽ ഉരുപ്പടികളിൽ ഒരെണ്ണം കൂടി കൊടുത്തു തീർ
ക്കാനുണ്ട്. അത് ദേവനിള അഗ്രഹാരത്തിലേക്കുള്ളതാണ്. അവിടുന്ന്
സൈക്കിൾ അവൻ മുൻവശത്തേക്കുള്ള വഴിയിലേക്ക് തിരിച്ചു. മുന്നി
ലെ വെയിൽ വീണു കിടക്കുന്ന വഴിയിൽ കൂടി പോകുമ്പോൾ വീട്ടിൽ

കയറിയിട്ട് അങ്ങോട്ട് പോകാം. ഇന്ന് ഏതായാലും ഒരു എഴുത്തു കൂടി കൊടുക്കാം. അവൻ വീട്ടിലെത്തി മുറിയിൽ അലമാരിയിൽ വെച്ചിരിക്കു ന്നു പെട്ടിയിൽ നിന്ന് ആ കത്തുകളുടെ കെട്ട് കയ്യിലെടുത്തു. അതിൽ നിന്ന് അവൻ ഒരെണ്ണം എടുത്തു അവൻ വീട്ടിൽ നിന്ന് ഇറങ്ങി. തന്റെ ആദ്യദിവസത്തിന്റെ അതെ ആവേശത്തോടെ തന്നെയാണ് ഇപ്പോ ഴും അവൻ അഗ്രഹാരത്തിലേക്ക് കടക്കുന്നത്. ഇത്തവണയും കൈയി ലുള്ള എഴുത്ത് കൊടുത്തു കഴിഞ്ഞപ്പോൾ അവൻ ആ പഴയ എഴുത്ത് എടുത്തു നോക്കി. കുറച്ചു വിഷമിച്ചാലും വിലാസം വായിക്കുവാൻ പറ്റു ന്നുണ്ട്.

ആദി ലക്ഷ്മി

ഡോർ നമ്പർ 2

ദേവനിള അഗ്രഹാരം

ദേവാർച്ച

കത്തിലെ മേൽവിലാസം അനുസരിച്ചു വന്ന വഴി തിരിച്ചു പോക ണം. അവൻ വന്ന വഴിയിലേക്ക് സൈക്കിൾ തിരിച്ചു. രണ്ടാമത്തെ വാ തിലിൽ അവൻ നോക്കി. ഉമ്മറത്തു ആരുമില്ല. ഒന്ന് ശങ്കിച്ച് അവൻ വാ തിൽക്കൽ ചെന്ന് മുട്ടി, ഉള്ളിൽ നിന്ന് ആരോ വരുന്നുണ്ട്. കുറച്ചു നിമി ഷം കഴിഞ്ഞപ്പോൾ ഒരു പ്രായമായ സ്ത്രീ ഉള്ളിൽ നിന്ന് എത്തി. ഇന്ദു ഗോപൻ അവരുടെ കൈയ്യിലേക്ക് എഴുത്ത് കൊടുത്തു. അവർ ആ ക ത്തിലേക്ക് വീണ്ടും വീണ്ടും നോക്കുന്നുണ്ടായിരുന്നു. പിന്നെ ഉള്ളിലേ ക്ക് നടന്നുപോയി.

വേദാത്മിക

ഉച്ചക്ക് ഊണ് കഴിക്കുവാനുള്ള തയ്യാറെടുപ്പിലായിരുന്നു ആദിലക്ഷ്മിയമ്മ. അദ്ദേഹത്തിനു ചോറും സാമ്പാറും ഒരു ഉപ്പേരിയും നിർബന്ധമാണ്. പക്ഷേ ആദിലക്ഷ്മി കുറച്ചു വറ്റലും വറുത്ത് കോരിയെടുത്തു പിന്നെ മോരു കാച്ചാനെടുക്കുമ്പോഴാണ് വാതിക്കൽ ആരോ മുട്ടുന്ന ശബ്ദം കേട്ടത്. പുറത്തു പോസ്റ്റ്മാൻ നിൽക്കുന്നു. ആദ്യം ഒരു അമ്പരപ്പായിരുന്നു. പിന്നെ അടുത്തെത്തിയപ്പോൾ ഒരു കത്തെടുത്തു കയ്യിൽ തന്നിട്ട് അയാൾ തിരിഞ്ഞു നടന്നു. ആ കത്തിന്റെ മുൻവശത്തെ വിലാസം കൃത്യമായിരുന്നു.

അവർ ഒന്ന് കൂടി അതിലേക്ക് നോക്കി..

ഉവ്വ് ഇത്..

ഈ കൈയക്ഷരം!

അത് തനിക്ക് പരിചയമുള്ളതാണ് അവരുടെ ഹൃദയം വല്ലാതെ പിടഞ്ഞു. ഉള്ളിൽ എത്തിയതും അവർ ആ കത്ത് പൊട്ടിച്ചു വായിച്ചു. കണ്ണുനീരണിഞ്ഞ മിഴികൾ ആ കത്തിലെ വരികളിലൂടെ ഓടി നടന്നു.

"പ്രിയപ്പെട്ട അമ്മ,

അമ്മയ്ക്ക് സുഖമല്ലേ? ഇവിടെ ഞങ്ങൾക്ക് സുഖം തന്നെ. അപ്പയ്ക്കും സുഖമല്ലേ? എന്താണ് ചോദിക്കേണ്ടത് എന്നോ എന്താണ് എഴുതേണ്ടത് എന്നോ എനിക്ക് അറിയില്ല അമ്മേ. കുറച്ചു ദിവസമെടുത്തിട്ടാണ് ഈ എഴുത്ത് എഴുതുന്നത്. പേടി കൊണ്ടാണ് അമ്മേ, അല്ലാതെ അഹങ്കാരമല്ല. അപ്പയും അമ്മയും ആദ്യം പറഞ്ഞപ്പോൾ ജീവിതത്തിൽ ഇങ്ങനെയെല്ലാം അനുഭവിക്കേണ്ടി വരുമെന്ന് ഞാൻ ഓർത്തില്ല. ഇങ്ങനെയൊരു എഴുത്ത് എഴുതേണ്ടി വരുമെന്ന് ഞാൻ ഒരിക്കലും കരുതിയതുമല്ല. എനിക്ക് അമ്മയെ കാണണം. എന്നോട് ക്ഷമിക്കാൻ അപ്പയോട് പറയണം. ഞാൻ ഇനി അങ്ങോട്ടേക്കില്ല. പക്ഷേ അമ്മയും അപ്പയും വരണം എന്റെ ആദിയെയും ആമിയെയും അനുഗ്രഹിക്കണം. അവരുടെയും ഞങ്ങളുടെയും കൂടെ താമസിക്കാൻ നിങ്ങൾ രണ്ടാളും വരണം.

വേദാത്മിക

അതിന് താഴെ ഒരു വിലാസവും പിന്നെ ഒരു ഫോൺ നമ്പറുമുണ്ടാ യിരുന്നു. എഴുത്ത് വായിച്ചു അവർ ഏങ്ങി എങ്ങി കരയുവാൻ തുടങ്ങി. അവർ എഴുത്തുമായി മുറിയിൽ കിടക്കുന്ന പട്ടാഭിരാമൻ അയ്യരുടെ അ ടുക്കലേക്ക് ചെന്നു. അവരുടെ കരയുന്ന മുഖം കണ്ടപ്പോൾ അയാൾ ഒ ന്നമ്പരന്നു.

"എന്നാച്ച് ലക്ഷ്മി? യെൻ അഴ്വ്റേൻ?"

"ഇതോ" ഒരുപാട് എന്തൊക്കെയോ പറയുവാനുള്ള ആവേശത്തിര യിൽ ഈയൊരു വാക്ക് മാത്രമേ അവർ പറഞ്ഞുള്ളൂ. ബാക്കി പറയാൻ കിട്ടാതെ അവർ നിന്ന് കിതച്ചു.

അവരുടെ പുറത്ത് കൈ കൊണ്ട് തഴുകി പട്ടാഭിരാമൻ അവരെ സ്വ ന്തം ദേഹത്തോട് ചേർത്ത് പിടിക്കുമ്പോൾ ഒരു പക്ഷിക്കുഞ്ഞിനെ പോ ലെ അവർ വിറയ്ക്കുന്നുണ്ടായിരുന്നു. മേശയിൽ നിന്ന് കണ്ണട എടു ത്തു വെച്ചു അദ്ദേഹം ആ കീറി തുടങ്ങിയ എഴുത്തു ശ്രദ്ധിച്ചു നോക്കി. പിന്നെ അത് വായിക്കാൻ തുടങ്ങി.

വായിച്ചു കഴിഞ്ഞ് അയാൾ അവരെ നോക്കി.

വേദാത്മിക !

ദേവനില അഗ്രഹാരത്തിൽ തഹസിൽദാറായിരുന്ന പട്ടാഭിരാമൻ അ യ്യരുടെയും ആദിലക്ഷ്മിയുടെയും ഏക മകളായിരുന്നു. അവരുടെ വി വാഹശേഷം ഒരുപാട് വർഷം കുഞ്ഞുങ്ങൾ ഇല്ലാതെ വിഷമിച്ചിരുന്നു. പല അമ്പലത്തിലും പോയി പ്രാർത്ഥിച്ചും കരഞ്ഞും ആ ദിനങ്ങൾ അ വർ തള്ളി നീക്കി. ഒരുപാട് വർഷത്തെ നേർച്ചയും വഴിപാടിനും ഫലമാ യി പിന്നീട് അവർക്ക് ജനിച്ച മകളായിരുന്നു വേദാത്മിക. അതുകൊണ്ട് തന്നെ അവൾക്ക് പേരിടുമ്പോൾ അയ്യർക്ക് കൂടുതലൊന്നും ആലോചി ക്കാൻ ഉണ്ടായിരുന്നില്ല.

വേദമാകുന്ന ആത്മാവ് കൂടിയുള്ളവൾ എന്നർത്ഥമാക്കുന്ന പേര് അ ദ്ദേഹം മകൾക്കിട്ടു. സരസ്വതി എന്ന് കൂടി ആ പേരിന് അർത്ഥമുണ്ട് എ ന്ന് കാലം തെളിയിച്ചു എന്ന് പറയുന്നതാവും ഉചിതം. സ്കൂൾ കാലഘ ട്ടം അവിടുത്തെ സ്കൂളിലെ ഏറ്റവും ഉന്നതമായ മാർക്ക് വാങ്ങി അവൾ പാസ്സായപ്പോൾ അയ്യർ അവളെ നഗരത്തിൽ സ്കൂളിൽ ചേർത്തു. ദേ വാർച്ചയിൽ നിന്ന് ചിറ്റൂരിലുള്ള പെൺകുട്ടികൾ മാത്രം പഠിക്കുന്ന വി ക്ടോറിയ ഗേൾസ് സ്കൂളിലെ ഹയർ സെക്കന്ററി സ്കൂളിൽ പഠിച്ചു. മ കളെ ഒരു ഡോക്ടർ ആയി കാണണമെന്ന് ഒരുപാട് ആഗ്രഹിച്ചു അയ്യർ അവളെ പഠിപ്പിക്കുവാൻ തുനിഞ്ഞപ്പോൾ അവൾ തന്റെ ഇഷ്ടം അച്ഛ നോട് പറഞ്ഞു. ഒരു ടീച്ചർ ആവാനുള്ള അവളുടെ മോഹം സഫലീക

രിക്കുവാൻ ഡിഗ്രിക്ക് പോകാനായി അവൾ തയ്യാറെടുത്തു. ആദിലക്ഷ് മി അവളുടെ താല്പര്യത്തിനനുസരിച്ച് പഠിക്കുവാനുള്ള അനുമതി നൽ കി. അവൾ ഡിഗ്രി പഠിക്കുവാനായി പട്ടണത്തിലുള്ള പാലക്കാട് വിക്ടോ റിയ കോളേജിൽ ചേർന്നു. കാലം പിന്നെയും മുന്നോട്ടു പോയി. വേദാ ത്മിക തന്റെ ബി എഡ് പഠനം പൂർത്തിയാക്കിയ സമയത്ത് അവൾക്ക് വിവാഹാലോചനയുമായി അനേകം യുവാക്കൾ നിരന്നു.

സമൂഹത്തിൽ ഉന്നത ശ്രേണിയിലുള്ള ഒരുപാട് പയ്യൻമാരുടെ ആ ലോചനകൾ പട്ടാഭിരാമൻ അയ്യരുടെ മുന്നിൽ ഒന്നിന് പുറകെ ഒന്നായി എത്തി. ഇതിൽ നിന്ന് ഏത് വേണമെന്ന് മാത്രം തെരഞ്ഞെടുത്താൽ മ തിയായിരുന്നു അവർക്ക്. ഒന്നിനൊന്നു മികച്ച ആലോചനകൾ ആയിരു ന്നെങ്കിലും വേദ ഓരോ കാരണങ്ങൾ പറഞ്ഞു അവയെല്ലാം ഒഴിവാക്കി. ഇത് കണ്ടു ആദിലക്ഷ്മിയുടെ ഇടനെഞ്ച് പിടയുന്നുണ്ടായിരുന്നു. ഒടു വിൽ ഒരു ദിവസം അവൾ തന്റെ മനസ്സ് അമ്മയുടെ മുന്നിൽ തുറന്നു. ത ന്റെ ഒപ്പം പഠിച്ച ഒരു പയ്യനെ അവൾക്കിഷ്ടമാണ് എന്ന് പറയുമ്പോൾ തന്നെ ആദിലക്ഷ്മിയുടെ മനം തളർന്നു. പ്രതാപിയായ പട്ടാഭി അയ്യർ തന്റെ മകളുടെ തീരുമാനത്തെ സ്വീകരിക്കുമോ അതോ എതിർക്കുമോ എന്ന് അവർ ഉറ്റുനോക്കി. പക്ഷേ തന്റെ ഇഷ്ടം പറഞ്ഞെങ്കിലും ആളെ പറയാൻ അവൾ കൂട്ടാക്കിയില്ല. അതുവരെ കളിച്ചു ചിരിച്ചു നടന്നിരുന്ന വേദാത്മിക നിശ്ശബ്ദയായി. പട്ടാഭിരാമനും ആദിലക്ഷ്മിയും തങ്ങളുടെ സന്തതിയുടെ തീരുമാനം ഇനി വേറെയൊരു പൊട്ടിത്തെറിക്കു കൂടി വ ഴിയൊരുക്കുമോ എന്ന ഭീതിയോടെ ദിനങ്ങൾ തള്ളി നീക്കി. അന്ന് ആ ദ്യമായി ആദിലക്ഷ്മി കീഴ്ക്കാവിലേക്കു പോകുന്നതിനെ പറ്റി പട്ടാഭി യോട് പറഞ്ഞു. പട്ടാഭി ആദ്യം ശക്തമായി എതിർത്തെങ്കിലും അവരു ടെ കണ്ണുനീരിനു മുന്നിൽ അയാൾ നിസ്സഹായനായി. മകളുടെ മനസ്സ് മാറാനായി അവർ വ്രതം നോറ്റ് കീഴ്ക്കാവിലേക്കു പോകുവാൻ ഒരു ങ്ങി. വെള്ളിയാഴ്ച രാവിലെ മുതൽ ജലപാനമില്ലാതെ അവൾ ആയിര ത്തെട്ട് തവണ ദേവി മന്ത്രം ഉരുക്കഴിച്ച് കീഴ്ക്കാവിലേക്ക് പോകുവാനാ യി വൈകുന്നേരം ചുവന്ന പട്ട് ധരിച്ച് പുറപ്പെട്ടു.

കയ്യിലെ താലത്തിൽ ചുവന്ന അരളിയും ചെമ്പരത്തിയും നിറഞ്ഞ പ്പോൾ ആദിലക്ഷ്മിയുടെ മനസ്സിലും ദേവിയോടുള്ള ഒരായിരം നിവേദ നങ്ങളുമുണ്ടായിരുന്നു. അതെല്ലാം ഒരേ ദിശയിലേക്കും ഒരേ വ്യക്തിയ് ക്കും വേണ്ടിയുള്ള പ്രാർത്ഥനകളായിരുന്നു: വേദാത്മികയ്ക്കു വേണ്ടി. പിറ്റേന്ന് മറ്റൊരു സംഭവം ആ വീട്ടിൽ അരങ്ങേറി. രാവിലെ തന്നെ അവ രുടെ വീടിന്റെ മുന്നിൽ ഒരു കാർ വന്നു നിന്നു. അതിൽ നിന്ന് നാല് ചെ

റുപ്പക്കാർ പുറത്ത് ഇറങ്ങി. അവർ വേദാത്മികയെ അന്വേഷിച്ചു എത്തി യപ്പോൾ അച്ഛനോടൊപ്പം അമ്മയ്ക്കും ആകുലത വർദ്ധിച്ചു. അകത്തേ ക്ക് ക്ഷണിക്കുമ്പോൾ തന്നെ ആദിലക്ഷ്മിക്ക് ചെറിയ സംശയങ്ങൾ ഉ ണ്ടായിരുന്നു. പട്ടാഭി അയ്യരും അവരോടൊപ്പം വന്നിരുന്നു. ആഗതരുടെ കൂട്ടത്തിൽ നിന്ന് ഒരാൾ മുന്നോട്ട് വന്നു

സ്വയം പരിചയപ്പെടുത്തി കൊണ്ട് സംസാരിച്ചു.

"ഞാൻ നന്ദൻ. വേദയുടെ കൂടെ പഠിച്ചതാണ്. ഇപ്പോൾ ഇവിടെ വ രാനുള്ള കാരണം വേദ പറഞ്ഞു നിങ്ങൾക്ക് അറിയാമെന്ന് കരുതുന്നു. ഞങ്ങൾ വന്നിരിക്കുന്നത് ഒരു പ്രധാനപ്പെട്ട കാര്യം വേദയുടെ അപ്പയു ടെയും അമ്മയുടെയും മുന്നിൽ അവതരിപ്പിക്കാനാണ്. ഇത് മനോഹർ. വേദയും മനോഹറും തമ്മിൽ ഇഷ്ടത്തിലാണ്. പറയുന്നത് തെറ്റാണോ ശരിയാണോ എന്നറിയില്ല ഇവരുടെ വിവാഹം നടത്തി കൊടുക്കണം."

നന്ദൻ ഇത് പറയുമ്പോൾ കൂട്ടത്തിൽ തലയെടുപ്പുള്ള ചെറുപ്പക്കാ രൻ ഒന്ന് നിവർന്നിരുന്നു. പട്ടാഭിയും ആദിലക്ഷ്മിയും ആ പയ്യനെ നോ ക്കി. വല്ലാത്ത ഒരു ആകർഷണമുണ്ടായിരുന്നു അവന്റെ മുഖത്ത്. സ്വത വേ പുഞ്ചിരിക്കുന്ന മുഖവും നല്ല ഉയരവും അവനെ മറ്റുള്ളവരിൽ നിന്ന് വ്യത്യസ്തനാക്കിയിരുന്നു അത് ആദ്യത്തെ കാഴ്ചയിൽ തന്നെ അവർ ക്ക് ബോധ്യപ്പെട്ടു. പട്ടാഭി ഭാര്യയെ നോക്കി.

അവരും എന്ത് ചെയ്യണമെന്നറിയാതെ അപ്പോഴും സ്തംഭനാവസ്ഥ യിലായിരുന്നു. ഉള്ളിൽ നിന്ന് വേദാത്മിക പുറത്തേക്ക് വന്നു, അടുക്കള യുടെ വാതിലിൽ മറഞ്ഞു നിൽക്കുന്നുണ്ടായിരുന്നു. പെട്ടെന്ന് ഒരു ദിവ സം ഇങ്ങനെ വീട്ടിലേക്ക് കയറി വന്നു മകളെ വിവാഹം കഴിക്കാൻ ആ ഗ്രഹിക്കുന്നു എന്ന് പറഞ്ഞപ്പോൾ ഉണ്ടായ ഞെട്ടലിൽ നിന്ന് മോചിത നായി പട്ടാഭി അയ്യർ ചോദിച്ചു,

"ഇതിൽ ആരാണ് എന്നാണ് പറഞ്ഞത്?"

മനോഹർ ഒന്നുകൂടി മുന്നോട്ടു ആഞ്ഞു ഇരുന്നു.

"ഞാൻ മനോഹർ. എന്റെ വീട് ചിറ്റൂരാണ് ഞാൻ ചിറ്റൂർ ബോയ്സ് സ്കൂളിൽ ആണ് പഠിച്ചത്. വീട്ടിൽ അച്ഛനും അമ്മയും പിന്നെ അനുജ ത്തിയും ഉണ്ട്."

"രണ്ടു പേരും അടുത്ത സ്കൂൾ ആണല്ലേ?" വീണ്ടും പട്ടാഭി പറ ഞ്ഞു.

"അവിടെ നിന്ന് എപ്പോഴും സ്കൂൾ ഫസ്റ്റ് വേദയായിരിക്കും. ഇവിടെ ഞാനുമായിരിക്കും. അങ്ങനെയാണ് ഞങ്ങൾ പരിചയപ്പെട്ടത്. വെറുതെ പ്രണയിക്കാൻ ഒന്നും എനിക്ക് താല്പര്യമില്ല. ജോലിയായിട്ട് വിവാഹം

കഴിക്കാം എന്ന് അങ്ങനെയാണ് തീരുമാനമെടുത്തത്."

തന്റെ മുന്നിലിരുന്ന് പ്രായത്തിൽ കവിഞ്ഞ പക്വതയോടെ സംസാരി ക്കുന്ന പയ്യനെ നോക്കി പട്ടാഭി അവന്റെ കുടുംബത്തെ പറ്റി ചോദിക്കാൻ ആഗ്രഹിച്ചു.

"എന്നിട്ട് ജോലി ആയോ? അച്ഛന് എന്താണ് ജോലി?"

"ഞാൻ ഇപ്പോൾ ചിറ്റൂർ ഗവണ്മെന്റ് ഹോസ്പിറ്റലിൽ മെഡിക്കൽ ഓഫീസറായി ചാർജ് എടുത്തു. എന്റെ അച്ഛൻ പഞ്ചായത്ത് ഓഫീസിൽ ക്ലർക്കാണ്. അമ്മ വീട്ടമ്മയാണ്. അനുജത്തി മെഡിസിൻ പഠിക്കുന്നു."

അവൻ ഇത് പറഞ്ഞു നിർത്തുമ്പോൾ പട്ടാഭി അയ്യർക്ക് വല്ലാത്ത സന്തോഷം തോന്നി. അദ്ദേഹം മകളെ ഡോക്ടറായി കാണുവാൻ വല്ലാ തെ ആഗ്രഹിച്ചിരുന്നു. പക്ഷേ അത് നടക്കാതെ പോയി. ഒരു ഡോക്ടർ മരുമകനായി ആ വീട്ടിൽ വരികയെന്നത് അദ്ദേഹത്തിനു അത്യന്തം ആ നന്ദം നൽകുന്നൊരു കാര്യമായിരുന്നു. അത് ഇപ്പോൾ അദ്ദേഹത്തെ തേ ടി വന്നത് പോലെയായി. പക്ഷേ പട്ടാഭി അയ്യർ വീണ്ടും ഒരു കാര്യം കൂ ടി ചോദിക്കാൻ തീരുമാനിച്ചു.

"എല്ലാം ശരി മനോഹർ. നിങ്ങൾക്ക് അറിയാമല്ലോ ഞങ്ങൾ ഈ അ ഗ്രഹാരത്തിൽ ജീവിക്കുന്നവരാണ് ഈ ചുറ്റുപാടും ഈ ജീവിതരീതി യും വിട്ട് മറ്റൊരു രീതി ഉൾക്കൊള്ളാൻ ഞങ്ങൾക്ക് പറ്റില്ല. ഞാൻ പറ ഞ്ഞത് നിങ്ങൾക്ക് മനസ്സിലായി എന്ന് വിശ്വസിക്കുന്നു."

വളരെ ആലോചിച്ചുള്ള അദ്ദേഹത്തിന്റെ വാക്കുകളിലെ ഉദ്ദേശം പെ ട്ടെന്ന് മനസ്സിലായപോലെ ഡോക്ടർ മനോഹർ പറഞ്ഞു.

"സാർ പറഞ്ഞത് എനിക്ക് മനസ്സിലായി. ഞങ്ങൾ വിശ്വകർമ വിഭാഗ മാണ്. അഗ്രഹാരത്തിൽ ജീവിക്കുന്നവരല്ല. പക്ഷേ വേദയ്ക്ക് യാതൊ രു വിധത്തിലും ബുദ്ധിമുട്ട് ഉണ്ടാകില്ല എന്ന് ഞാൻ ഉറപ്പ് തരുന്നു."

ആ വാക്കുകളിൽ പറഞ്ഞ ജാതി വ്യത്യാസം ഒരു വൻ ഹിമപാതം പോലെ അദ്ദേഹത്തിന്റെ മേൽ വന്നു പതിച്ചു. പട്ടാഭി അയ്യരുടെ മുഖം ആകെ ചുവന്നു അദ്ദേഹം ആഗതരെ നോക്കി മുഖം കടുപ്പിച്ചു പിന്നെ പറഞ്ഞു,

"ഇത് നടക്കില്ല. വേദയ്ക്ക് ഒരു ബ്രാഹ്മണൻ മാത്രമേ പുടവ കൊടു ക്കുവാൻ സാധിക്കുകയുള്ളൂ. മനോഹർ പറഞ്ഞതെല്ലാം എനിക്ക് സ ന്തോഷം നൽകുന്ന കാര്യങ്ങളാണ്. പക്ഷേ ബ്രാഹ്മണനല്ലാത്ത ഒരാളെ മരുമകനാക്കുക എന്നത് അസാധ്യമാണ്. ഈ അഗ്രഹാരത്തിൽ എനി ക്കൊരു സ്ഥാനമുണ്ട്. കാലങ്ങളായി ഞങ്ങൾ കുറേ വിശ്വാസങ്ങൾ മു റുകെ പിടിച്ചു ജീവിക്കുന്നവരാണ്. അത് തെറ്റിക്കാനും അതിനെ മറിക

ടന്നു ജീവിക്കാനും ഞങ്ങൾക്ക് സാധിക്കില്ല."

ദീർഘനിശ്വാസത്തോടെ അത് പറയുമ്പോൾ പട്ടാഭി അയ്യരുടെ മു ഖം വല്ലാതെ കല്ലിച്ചിരുന്നു. ഇനി കൂടുതലൊന്നും പറയാനില്ലെന്ന മ ട്ടിൽ അദ്ദേഹം നിർത്തി.

അദ്ദേഹം പറഞ്ഞു നിർത്തിയ വാചകത്തിന്റെ പൊരുൾ മനസ്സിലാ ക്കിയ മനോഹർ അവിടുന്ന് എഴുന്നേറ്റു പിന്നെ യാത്ര പറഞ്ഞു പുറ ത്തിറങ്ങി. അന്ന് മുഴുവൻ ആ വീട്ടിൽ ശ്മശാന മൂകതയായിരുന്നു. ആ ദിലക്ഷ്മിയമ്മ മകളോട് ആ ബന്ധം ഒരിക്കലും നടക്കാൻ പോകുന്നി ല്ലെന്നു പറഞ്ഞു മനസ്സിലാക്കാൻ ശ്രമിച്ചു. ഇനി ഈ ഒരു ആവശ്യം വീ ട്ടിൽ പറയരുതെന്നും അവളെ ശട്ടം കെട്ടി. വേദയോട് സംസാരിക്കാൻ ആദിലക്ഷ്മിയേ ഏൽപ്പിച്ചു പട്ടാഭി അയ്യർ മാറി നിന്നു എല്ലാം മൂകമാ യി ശ്രദ്ധിച്ചു. മകളുടെ ആഗ്രഹം പിന്നീട് ദുഃഖങ്ങൾക്ക് കാരണമാകു മെന്ന് അദ്ദേഹത്തിനു അറിയാമായിരുന്നു. അക്കാര്യത്തിൽ ആദിലക്ഷ് മിയും ഭർത്താവിനോട് യോജിച്ചു.

ആ സംഭവത്തിന് ശേഷം വേദയിൽ നിന്ന് കാര്യമായ പ്രതിഷേധം നേരിടാതെ ഇരുന്നപ്പോൾ അവൾ എല്ലാത്തിൽ നിന്നും പിന്തിരിഞ്ഞു എന്നാണ് അവർ വിചാരിച്ചത്. അച്ഛനമ്മമാരുടെ മനസ്സ് വിഷമിപ്പിക്കുന്ന തരത്തിലുള്ള ഒരു പ്രവൃത്തിയും അവളുടെ ഭാഗത്തു നിന്ന് ഉണ്ടാവില്ല എന്നവർ ഉറച്ചു വിശ്വസിച്ചു.

വീട് വീണ്ടും പഴയത് പോലെ ആകാൻ തുടങ്ങിയിരുന്നു. അപ്പോ ഴാണ് കുറച്ചകലെ മാത്തൂർ ഗ്രാമത്തിൽ നിന്ന് അവൾക്കൊരു ആലോ ചന വന്നത്. പട്ടാഭി അയ്യർ ഈ ആലോചന എങ്ങനെയെങ്കിലും വിവാ ഹത്തിലെത്തിക്കാൻ ശ്രമിക്കുന്നത് വേദക്ക് മനസ്സിലാകുകയും ചെയ് തു. എന്നാൽ വേദ അതിന് എതിരൊന്നും പറഞ്ഞില്ല.

അന്നൊരു ഞായറാഴ്ചയായിരുന്നു. കോവിലിൽ പോകുവാൻ തുട ങ്ങിയ ആദിലക്ഷ്മിയമ്മയോട് പ്രത്യേകപൂജ ദേവിയുടെ പേരിൽ നട ത്തണമെന്ന് വേദ പറഞ്ഞേല്പിച്ചു. ആദിലക്ഷ്മി അമ്പലത്തിലേക്ക് പോ യതിന് പുറകെ പട്ടാഭിയും ഇറങ്ങി.

അന്ന് പ്രത്യേക പൂജയെല്ലാം കഴിഞ്ഞ് വീട്ടിൽ എത്തിയ ആദിലക്ഷ് മി പ്രസാദം കൊടുക്കുവാനായി വേദയെ വിളിച്ചപ്പോൾ അവൾ അവിടെ ഇല്ലായിരുന്നു. വീട്ടിൽ എല്ലായിടത്തും നോക്കി കാണാതായപ്പോൾ അ വർ മച്ചിലും കയറി നോക്കി. ഇല്ല! അവൾ അവിടെ എങ്ങുമില്ല അവരു ടെ മനസ്സിൽ ഒരു അഗ്നിപർവ്വതം പുകഞ്ഞു.

പുറത്തു പോയിരുന്ന പട്ടാഭി അയ്യരും അപ്പോഴേക്കും തിരികെ എത്തി

യിരുന്നു.

ആദിലക്ഷ്മിയിൽ നിന്ന് വാർത്തയറിഞ്ഞ അയാൾ ആകെ തകർ ന്നു. വീടാകെ തിരഞ്ഞിട്ട് കാണാതെ ഇനി എവിടെയും തിരയേണ്ട കാ ര്യമില്ല എന്നവർക്ക് ഉറപ്പായിരുന്നു. ഏകദേശം ഒരു മണിക്കൂർ കഴിഞ്ഞ പ്പോൾ വേദയുടെയും മനോഹറുടെയും വിവാഹം കഴിഞ്ഞുവെന്നൊരു സന്ദേശം അവരുടെ വീട്ടിലേക്കെത്തി.

എല്ലാ പിണക്കവും മറന്ന് അങ്ങോട്ട് വരണമെന്നായിരുന്നു അവരു ടെ അഭ്യർത്ഥന.

പക്ഷേ പട്ടാഭി അയ്യരോ ഭാര്യയോ അങ്ങോട്ടേക്കു പോയില്ല. കുറച്ചു ദിവസം കഴിഞ്ഞപ്പോൾ അഗ്രഹാരം മുഴുവൻ ആ വാർത്ത പരന്നു. വി ജാതീയനുമായുള്ള വിവാഹം കഴിഞ്ഞതിനാൽ വേദയെ പടിയടച്ചു പി ണ്ഡം വെക്കാനുള്ള ഉപദേശവും അഭിപ്രായവും പലയിടത്തു നിന്നും കേട്ടെങ്കിലും പട്ടാഭി അതൊന്നും തന്നെ ബാധിക്കുന്നതല്ല എന്ന ഭാവ ത്തിൽ ഇരുന്നു.

ദിവസങ്ങൾ കഴിഞ്ഞു, മാസങ്ങൾ കടന്നു പോയി എല്ലാവരും ആ ക ഥ മറന്നു തുടങ്ങി.

ഒരു നാൾ വീട്ടിലെ ഫോൺ അടിച്ചത് കേട്ട് ആദിലക്ഷ്മി അത് എടു ത്തപ്പോൾ അങ്ങേ തലയിൽ മനോഹർ ആണ്. അവനിൽ നിന്ന് അവർ ക്ക് ഒരു വിവരം കിട്ടി, വേദ ഗർഭിണിയാണ് അവളുടെ നില കുറച്ചു സീ രിയസ്സായതിനാൽ ആശുപത്രിയിൽ പ്രവേശിപ്പിച്ചിരിക്കുന്നു എന്ന് മനോ ഹർ അവരെ അറിയിച്ചു. മറ്റൊന്നും പറയാനാകാതെ അവർ തരിച്ചു നി ന്നു. തങ്ങളുടെ ജീവിതത്തിലുള്ള എല്ലാ പ്രതികൂല സാഹചര്യങ്ങളെ യും മറി കടന്ന് അവർ മകളുടെ അടുത്തേക്ക് പോകുവാൻ തന്നെ ഉറ ച്ചു. പട്ടാഭി അയ്യരോട് അവർ പതുക്കെ കാര്യമവതരിപ്പിച്ചു.

"വേദയെ ആശുപത്രിയിൽ ആക്കിയിരിക്കുന്നു. അവളുടെ കൂടെ ന മ്മളാരും ഇല്ലല്ലോ.

പിന്നെ എന്ത് ചെയ്യും. ഈ സമയത്ത് ശത്രുത കാണിക്കല്ലേ. നമു ക്ക് ഒന്ന് പോയി അവളെ കണ്ടിട്ട് വരാം." അവർ കണ്ണീരോടെ പറഞ്ഞു.

"ഞാൻ ഒരിക്കലും വരില്ല ലക്ഷ്മി. പിന്നെ നീയായിട്ട് വാശി പിടിക്ക രുത്. ഈ അഗ്രഹാരത്തിലുള്ളവരുടെ മുന്നിൽ നടക്കാൻ എനിക്ക് ഭയ മുണ്ട്. എനിക്ക് കഴിയില്ല."

പട്ടാഭി അയ്യർ തീർത്ത് പറഞ്ഞു. ഇനി കൂടുതൽ പറഞ്ഞിട്ട് കാര്യമി ല്ലെന്ന് അവർക്ക് മനസ്സിലായി. തികഞ്ഞ നിസ്സംഗതയോടെ ഇരിക്കുന്ന പട്ടാഭി അയ്യരുടെ മുന്നിൽ നിറഞ്ഞ മിഴിയും ഇടറിയ മനവുമായി ല

ക്ഷ്മി ദിവസങ്ങൾ കഴിച്ചു കൂട്ടി.

പക്ഷേ കുറച്ചു ദിവസങ്ങൾക്ക് ശേഷം ഒരിക്കൽ കൂടി മനോഹർ വി
ളിച്ചു. വേദക്ക് സമ്മർദ്ദം കുറയുന്നില്ല അമ്മയെ കാണണമെന്ന അവളു
ടെ ആഗ്രഹം പറഞ്ഞപ്പോൾ ലക്ഷ്മിയുടെ മാതൃഹൃദയം വിങ്ങി. ഇത്ത
വണ അവർ അതീവ ദുഃഖത്തോടെ അയ്യരോട് കരഞ്ഞ് അപേക്ഷിച്ചു.
ഏറ്റവും ഒടുവിൽ ഇനി മകൾക്കെന്തെങ്കിലും സംഭവിക്കാതെ ഇരിക്കു
വാൻ അവർ കഠിന വ്രതം ആരംഭിച്ചു.

അത് കണ്ടപ്പോൾ ആദ്യമായി പട്ടാഭി അയ്യർ അവരോട് മകളെ പോ
യി കാണാൻ സമ്മതിച്ചു. അവർക്ക് സ്വർഗ്ഗവാതിൽ മുന്നിൽ തുറന്ന കിട്ടി
യ പ്രതീതിയായിരുന്നു. നിലവിലുള്ള എല്ലാ പ്രതിസന്ധി ഘട്ടങ്ങളെ
യും മറികടക്കുവാൻ അവർക്ക് ആ വാക്കുകൾ ധാരാളമായിരുന്നു. അ
തിൽ നിന്ന് ധൈര്യം ഉൾക്കൊണ്ട് ഒരു ആവരണമായി എടുത്തണിഞ്ഞ്
അവർ മകളെ കാണുവാൻ പുറപ്പെട്ടു. അതൊരു തുടക്കമായിരുന്നു. പ
തുക്കെ പതുക്കെ ആദിലക്ഷ്മി മകളുടെ അടുത്തേക്ക് ഇടക്കിടെ പോ
കുവാൻ തുടങ്ങി. അവസാനം അവളുടെ പ്രസവസമയത്തുണ്ടായ ചില
പ്രശ്നങ്ങൾ പട്ടാഭി അയ്യരെയും അവരുമായി അടുപ്പിച്ചു. ലക്ഷ്മി വേദ
യെ പ്രസവ ശുശ്രുഷ നടത്തുവാൻ ദേവനിലയിലേക്ക് കൂട്ടികൊണ്ട്
വരാൻ തയ്യാറായി. നഷ്ടപ്പെട്ടു എന്ന് കരുതിയ മകളെ തിരിച്ചു കിട്ടിയ
പ്പോൾ പട്ടാഭി അയ്യരും എതിരൊന്നും പറഞ്ഞില്ല. ആശുപത്രിവാസം ക
ഴിഞ്ഞു അവർ വീട്ടിലേക്ക് തിരിച്ചു പോകുമ്പോൾ പട്ടാഭി അയ്യരുടെ മൗ
നാനുവാദത്തോടെ ലക്ഷ്മി വേദയെ വീട്ടിലേക്ക് കൊണ്ട് പോകുന്ന കാ
ര്യം മനോഹറിനോട് ചോദിച്ചു. അതൊരു യോജിക്കലായിരുന്നു. രണ്ടു
അറ്റത്ത് നിന്നിരുന്ന കുടുംബങ്ങളുടെ സംഗമമെന്നു പറയാം. അങ്ങനെ
വേദയും കുഞ്ഞും അഗ്രഹാരത്തിലെത്തി. അഗ്രഹാരത്തിലുള്ളവരുടെ
മുറുമുറുപ്പ് ശ്രദ്ധിക്കാതെയും അവരുടെ ചോദ്യങ്ങളെ ഭയക്കാതെയും
പട്ടാഭി ഉറച്ചു നിന്നു. അങ്ങനെ അവർ പതുക്കെ ഒരു പുതിയ ലോക
ത്തേക്ക് കടന്നു. അവിടെ പുറത്തുള്ളവരുടെ കടന്നു കയറ്റംപാടെ നിഷേ
ധിച്ചു കൊണ്ട് അവർ ജീവിച്ചു. കൊച്ചു മകളുടെ കളിയിലും ചിരിയി
ലും പട്ടാഭിയും ആദിലക്ഷ്മിയും മതിമറന്നു. മനോഹറും ഇടയ്ക്കിടക്കു
അഗ്രഹാരത്തിൽ വന്നു താമസിക്കാനും തുടങ്ങി. മറ്റുള്ളവർ മനോഹർ
ഒരു ഡോക്ടർ ആണെന്ന് ഒരു പരിഗണന കൊണ്ട് മാത്രം ഒന്നും പറ
ഞ്ഞില്ല. കുറച്ചു പേർ മനോഹറിന്റെ രോഗികളുമായിരുന്നു. അതും അ
വരുടെ വായ അടപ്പിക്കാൻ സഹായിച്ചു.

മനോഹറിന്റെ പെരുമാറ്റവും അവന്റെ ഔദ്യോഗിക നിലയും മറ്റുള്ള

വരെ കുറച്ചു ഭയപ്പാടോടെ അകറ്റി നിർത്തുന്നതിൽ സഹായിച്ചു. താ ഴ്ന്ന ജാതിയിലുള്ള മനോഹറെ അഗ്രഹാരത്തിൽ കയറ്റി പാർപ്പിച്ചതിൽ അവിടെയുള്ളവർക്ക് അനിഷ്ടമുണ്ടായിരുന്നു. പക്ഷേ കോവിലിൽ രാവി ലെയും വൈകുന്നേരവും ആരതി തൊഴുതുവാൻ പോകുന്ന സ്ത്രീകൾ ഇത് സംസാരിക്കുകയും തങ്ങളുടെ അനിഷ്ടം പരസ്യമാക്കാതെ രഹ സ്യമായി പങ്കുവെച്ചു. പട്ടാഭിയുടെ മുന്നിലോ മനോഹറിന്റെ മുന്നിലോ യാതൊന്നും ഭാവിക്കാതെ അവർ കുശലം ചോദിച്ചു ചിരിച്ചു പോവുക യും ചെയ്തിരുന്നു. അഗ്രഹാരത്തിൽ ഒരു ഡോക്ടറുടെ സാന്നിധ്യം ചില സമയങ്ങളിൽ അവർക്ക് ഉപകാരപ്പെടുകയും ചെയ്തു. വേദാത്മിക ഒരു തരത്തിൽ സമാധാനത്തിന്റെ ജീവിതം നയിക്കുവാൻ തുടങ്ങിയതും ഈ കാലഘട്ടത്തിലായിരുന്നു. ഭർത്താവും മകളും പിന്നെ മാതാപിതാക്കളും ഒരുതരത്തിൽ അല്ലെങ്കിൽ മറ്റൊരുതരത്തിൽ പറഞ്ഞാൽ ഒരുമയോടെ ഒന്നിച്ചു താമസിക്കുന്നത് അവളെ വളരെ സന്തോഷിപ്പിച്ചു.

ദിവസങ്ങൾ കൊഴിഞ്ഞു വീണു. ദേവാർച്ചയിലെ ആശുപത്രിയിലേ ക്ക് ഡോക്ടർ മനോഹറിനു സ്ഥലം മാറ്റം കിട്ടി. സാവധാനം അവർ അ വിടെ തന്നെ താമസിക്കുവാൻ തുടങ്ങി. ഓരോ വീട്ടിലും ചടങ്ങുകൾക്ക് അവരെയും ക്ഷണിക്കാൻ തുടങ്ങി.

ആയിടക്കാണ് അടുത്തുള്ള വീട്ടിൽ ഷഷ്ഠിപൂർത്തി ആഘോഷിക്കു വാൻ ഒരുക്കങ്ങൾ ആയത്. പട്ടാഭിയുടെ വീട്ടിലും ക്ഷണമെത്തി. അവർ വിളിക്കുവാൻ വന്നപ്പോൾ മുന്നിൽ തന്നെ മനോഹറുമുണ്ടായിരുന്നു. മ നോഹറേയും പ്രത്യേകം ക്ഷണിച്ചിട്ടാണ് ആഗതർ പോയത്. അഗ്രഹാ രത്തിൽ തന്റെ മകളുടെ കുടുംബത്തിനു കിട്ടുന്ന സ്വീകാര്യതയിൽ പട്ടാ ഭി വല്ലാതെ സന്തോഷിച്ചു. ആ ചടങ്ങിന് എന്തായാലും പോകണമെന്ന് മരുമകനോട് അദ്ദേഹം പറഞ്ഞു.

പിറന്നാളിന് നേരത്തെ തന്നെ പട്ടാഭിയും ആദിലക്ഷ്മിയും പോയി. കുഞ്ഞു ഉറങ്ങി എണീറ്റ ശേഷം അങ്ങോട്ട് പോകാമെന്നു കരുതി വേദ യും മനോഹറും സ്വല്പം കാത്തിരുന്ന ശേഷം അവിടേക്കു പോയി. എ ല്ലാവരും സന്നിഹിതരായ ആ ചടങ്ങിൽ വേദാത്മിക കുടുംബസമേതം പങ്കെടുത്തു.

വിളക്ക് വെച്ച് മുന്നിലുള്ള ഇലയിൽ നിന്ന് മധുരമെടുത്ത് പിറന്നാളു കാരന്റെ വായിൽ വെച്ചു കൊടുത്തു ഏവരും അവരുടെ സന്തോഷത്തിൽ പങ്കു ചേർന്നു.

പുതിയ കസവു മുണ്ട് ചുറ്റി പതിവിലും സുന്ദരനായിരിക്കുന്ന മുത്ത ശ്ശന്റെ വാമഭാഗമായ മുത്തശ്ശി ഇടത് നിന്ന് വലത് ഭാഗത്തേക്ക് കൂടി വ

രുന്ന ചടങ്ങ് കൂടിയായിരുന്നു അത്. മനോഹറിന് ഇതെല്ലാം വളരെ പു
തുമയുള്ള അനുഭവമായിരുന്നു.

നാഗരികത ഒട്ടുമില്ലാത്ത മണ്ണിനോടും വിശ്വാസങ്ങളോടും ചേർന്നി
രിക്കുന്ന അവരിൽ ഒരുപാട് നന്മ അവൻ കണ്ടെത്താനായി. അതു കഴി
ഞ്ഞ് സദ്യയ്ക്കുള്ള സമയത്തു ഏവരേയും അവർ ഭക്ഷണം കഴിക്കാൻ
വിളിച്ചു. കുഞ്ഞു ഉണർന്നു ഇരിക്കുന്നതിനാൽ ആദിലക്ഷ്മി വേദയോ
ടും മനോഹറോടും വേഗം ഭക്ഷണം കഴിച്ചു വീട്ടിലേക്ക് പോകാൻ പറ
ഞ്ഞു. ആദ്യത്തെ പന്തിയിൽ തന്നെ ഭക്ഷണം കഴിക്കാൻ അവർ ഇരു
ന്നു. വേദയുടെ കൂട്ടുകാരികളും തൊട്ടടുത്തുള്ള അമ്മമാരും അവളോട്
വിശേഷങ്ങൾ പങ്കു വെയ്ക്കുവാൻ തിരക്ക് കൂട്ടിയപ്പോൾ അവൾ അവ
രോടൊപ്പം അവിടെ ഒരു ഓരത്ത് ഇരുന്നു. മനോഹർ തൊട്ടടുത്ത വരി
യിൽ ഒറ്റത്ത് ഇരുന്നു.

ഭക്ഷണം വിളമ്പാൻ നേരമായിട്ടും മനോഹർ ഇരുന്ന ഭാഗത്ത് ആ
രും വന്നു ഭക്ഷണം വിളമ്പാൻ വരാത്തത് കണ്ടു ആകെ ഒരു വല്ലായ്മ
തോന്നിയെങ്കിലും ഇരുന്ന സ്ഥലത്ത് നിന്ന് എണീക്കുന്നത് മര്യാദകേടാ
കുമോ എന്ന് ഭയപ്പെട്ട് അയാൾ അവിടെ ഇരുന്നു. പക്ഷേ കുറച്ചു സമ
യം കഴിഞ്ഞിട്ടും ആരും വിളമ്പാതെ ആയപ്പോൾ മനോഹർ അവിടുന്ന്
എണീറ്റു. ആകെ വിവശനായ അയാൾ അവിടെ പന്തലിന് മറുവശത്ത്
ഇരിക്കുന്ന വേദയെ നോക്കുമ്പോൾ അവൾ അവിടെ ഭക്ഷണം കഴിക്കു
വാൻ ആരംഭിച്ചിരുന്നു. അവിടെ വിളമ്പുക്കാരുടെ തിരക്കും അവന് കാ
ണാമായിരുന്നു.

മനോഹറിന് അതൊരു സാധാരണ സംഭവമായി തോന്നിയില്ല. അ
യാളെ പോലൊരു ഡോക്ടർക്ക് ജനങ്ങളുടെ പെരുമാറ്റത്തിലുള്ള വ്യതി
യാനം പെട്ടെന്ന് മനസിലാകും. അയാൾ നടന്നു പന്തലിനു മുന്നിലെ
ത്തിയപ്പോൾ പിറകിൽ നിന്ന് ഒരു വയസായ പാട്ടി തെല്ലുറക്കെ തന്നെ
പറഞ്ഞു.

'ഇത് അഗ്രഹാരം താനേ, ഇതുക്കു കൊഞ്ചം നീതി എല്ലാം ഇറുക്ക്.
മുതൽ പന്തിയിൽ വേറിട്ട സാതി ഇനങ്ങൾ അമരകുടാത്. അവർകൾ
വേറ് ഇടത്തിൽ ഉക്കാരട്ടും. എന്ന ഡാക്ടിർ ആനാലും അവ ആസാരി
താനേ. ഇങ്കെയുള്ള വഴക്കങ്കൾക്ക് എപ്പോതും മാട്രം വര കൂടാത്.'

അതും പറഞ്ഞു അവർ തിരിഞ്ഞപ്പോൾ അവിടെ പട്ടാഭി അയ്യർ
കുഞ്ഞിനെയും എടുത്തു ആദിലക്ഷ്മിയോടൊപ്പം നിൽപ്പുണ്ടായിരുന്നു.
അയാളുടെ കണ്ണുകൾ നിറഞ്ഞു തുളുമ്പി. മനോഹറും ആകെ മരവിച്ച
അവസ്ഥയിലായിരുന്നു. ആ സമയത്ത് വേദ മനോഹർ ഇരുന്ന ഭാഗ

ത്തേക്ക് നോക്കിയെങ്കിലും അവിടെ ആരെയും കാണ്ടില്ല. ഉമ്മറത്തേക്കു നോക്കിയപ്പോൾ അമ്മയും അച്ഛനേയും വിഷണ്ണരായി നിൽക്കുന്ന കണ്ട് അവൾക്ക് എന്തോ അപാകത തോന്നി. വേഗം അവളും എഴുന്നേറ്റ് അവർ ക്കരികിലേക്കു വന്നു. ആരും ഒന്നും പറയാതെ തന്നെ അവൾക്ക് എന്തൊ ക്കെയോ മനസ്സിലായി. പന്തലിനു മുന്നിൽ ദൂരെയായി മനോഹർ നട ന്നു മറയുന്നത് അവൾ കണ്ടു. ആ കുടുംബം പെട്ടെന്ന് അവിടുന്ന് ഇറ ങ്ങുമ്പോൾ വേദയുടെ മുഖം അപമാനഭാരത്താൽ കുനിഞ്ഞു. താൻ കാ രണം ഏവരും അപമാനിക്കപ്പെട്ടു എന്നവൾക്ക് തോന്നി. ആരോ അ പ്പോൾ ചോദിക്കുന്നുണ്ടായിരുന്നു,

'അന്ത ആസാരി ഡോക്ടർക്കിട്ടെ പോക സൊല്ലിയാച്ചാ? ഇന്ത സമു ദായത്തുക്ക് റൊമ്പ കഷ്ടമാന കാരിയം. പട്ടാഭിക്ക് തെരിയുമെ. മറുപടി യും ഏതുക്ക് ഇത് സെയ്കിറെൻ?'

പിന്നെയും അവർ എന്തൊക്കയോ അവർ പറയുന്നുണ്ട്. ആ വാചക ങ്ങൾ വേദയുടെ നെഞ്ചകം പൊള്ളിച്ചു. വീട് എത്തുമ്പോൾ അവൾ കര യുകയായിരുന്നു.

മനോഹറുടെ മുഖത്ത് നോക്കാനാവാതെ അവൾ ഏങ്ങി കരഞ്ഞു.

ബ്രാഹ്മണസമുദായത്തിലെ പുരാതനമായ ചില വിശ്വാസപ്രമാണ ങ്ങൾ പട്ടാഭി അയ്യർക്കും അറിയാവുന്നതാണ്. ചടങ്ങുകൾ നടക്കുമ്പോൾ എപ്പോഴും ആദ്യപന്തിയിൽ ബ്രാഹ്മണർ മാത്രമേ ഇരിക്കുകയുള്ളൂ. ആ ദ്യം ഭക്ഷണം ബ്രാഹ്മണർക്ക് എന്ന് അലിഖിതമാണെന്ന് വേദങ്ങളിലും പറഞ്ഞിട്ടുണ്ട്. പണ്ട് മറ്റു ജാതിയിലുള്ളവരെ തീണ്ടാപ്പാടകലെ നിർത്തി യിരുന്നു. ഇന്ന് കുറച്ചു വ്യത്യാസം വന്നുവെങ്കിലും ചില വിശ്വാസങ്ങൾ ഇന്നും മാറാതെ നിൽക്കുന്നു. അവയിൽ ഒന്നാണ് ഇത്.

മനോഹറിനേയും വേദയെയും സമാധാനിപ്പിക്കാനാകാതെ ആദി ലക്ഷ്മി കുഴങ്ങി.

ഉമ്മറത്തു പട്ടാഭി ആരുടേയും പക്ഷം പിടിക്കാതെ ശില കണക്കെ ഇരുന്നു. അത് കാര്യങ്ങൾ കൂടുതൽ സങ്കീർണമാക്കി. പിന്നെ കൂടുതൽ ആലോചിക്കാനൊന്നും നിന്നില്ല, മനോഹർ പെട്ടെന്ന് തന്നെ ഒരു തീരു മാനമെടുത്തു. എത്രയും പെട്ടെന്ന് അവിടുന്ന് യാത്രയാകുന്നതാണ് ന ല്ലത് എന്നയാൾക്ക് മനസ്സിലായി. വളർന്നു വരുന്ന കുഞ്ഞു കൂടി ഈ ദുഷ്യഫലം അനുഭവിക്കേണ്ടി വരുമെന്ന് അയാൾക്ക് ഉറപ്പായിരുന്നു. മാ ത്രമല്ല തന്നെ ഇത്രയും അപമാനിച്ചപ്പോഴും അച്ഛൻ നിശ്ശബ്ദനായി ഇരു ന്നത് അയാളെ വിഷമിപ്പിച്ചു. ഒരു ചെറു വാക്കുപോലും അയാളുടെ ഭാ ഗത്ത് നിന്നുണ്ടായില്ല. അത് മനോഹറെ കൂടുതൽ ചിന്താധീനനാക്കി.

വേദയ്ക്കും മറിച്ചൊന്നും ചിന്തിക്കാനില്ലായിരുന്നു അവളും അവിടുന്ന് മാറി താമസിക്കാൻ തയ്യാറായി. അന്ന് വൈകുന്നേരം തന്നെ വേദാത്മി ക നഗരത്തിലേക്ക് പോകാൻ തയ്യാറായി. ആദിലക്ഷ്മിയമ്മ തന്നിലാ വും വിധം അവരെ സമാധാനിപ്പിക്കാൻ ശ്രമിച്ചു. പക്ഷേ പട്ടാഭി രാമൻ ആരോടും ഒന്നും പറയാനാകാതെ നിശ്ശബ്ദനായി ഇരുന്നു. അന്നത്തെ ആ സംഭവം അയാളെ വല്ലാതെ ഉലച്ചിരുന്നു. സ്വന്തം സമുദായക്കാരു ടെ മുന്നിൽ താൻ ഇത്രയും അധഃപതിച്ചു കഴിഞ്ഞിരിക്കുന്നു എന്നയാ ളും മനസ്സിലാക്കി. ഇതിനെ പറ്റി ആരോട് ചെന്ന് പരാതി പറയാൻ? സ്വന്തം സമുദായത്തിന്റെ വിലക്ക് അയാൾക്കും ബാധകമായിരുന്നു. അത് അ യാൾ മറന്നു.

അന്ന് അവിടുന്ന് പടിയിറങ്ങുവാൻ വേദാത്മിക നിർബന്ധിതയായി. മനോഹറിന്റെ തീരുമാനത്തിനപ്പുറത്തേക്ക് മറ്റൊരു അഭിപ്രായം പറയു വാൻ അവൾക്ക് വാക്കുകളില്ലായിരുന്നു. മകൾ കൈക്കുഞ്ഞുമായി പടി യിറങ്ങുമ്പോൾ ആദിലക്ഷ്മി മാത്രം കണ്ണുനീരോടെ അവരെ തടയുവാ നും സമാധാനിപ്പിക്കുവാനും ശ്രമിച്ചു. പക്ഷേ പട്ടാഭിയ്ക്ക് അവരോട് പ റയുവാനുള്ള വാക്കുകൾക്ക് പരിധിയുണ്ടായിരുന്നു.

അല്ലെങ്കിലും എന്ത് പറയുവാൻ? ഇത് ഈ സമുദായത്തിന്റെ രീതി യാണെന്നോ?

ഇതെല്ലാം അറിയുന്ന താൻ അവരെ അങ്ങോട്ട് കൊണ്ട് പോയത് ത ന്നെ തെറ്റല്ലേ?

മനോഹറിനെ നേരിടാനാകാതെ അദ്ദേഹം അവരുടെ തീരുമാനത്തെ എതിർക്കുവാനോ അവരെ സമാധാനിപ്പിക്കുവാനോ തടയാനോ ത്രാ ണിയില്ലാതെ അകത്തെ മുറിയിൽ ഇരുന്നു.

അഗ്രഹാരത്തിലെ ജാതി ചിന്തയുടെ നിഴൽ വീണ വഴികളിൽ നിന്ന് അവർ യാത്രയായി. പിന്നെ ഇപ്പോൾ ഒരുപാട് കാലത്തിന് ശേഷം വീണ്ടും മകളുടെ എഴുത്ത് വന്നപ്പോൾ ആദിലക്ഷ്മി വല്ലാതെ സന്തോഷിച്ചു. ഈ കാലമത്രയും വേദാത്മികയുടെ ജീവിതാനുഭവം ഒരു പാഠമാക്കി അഗ്രഹാരത്തിൽ എല്ലാവരും മക്കളെ ഉപദേശിക്കുന്നത് ചിലപ്പോഴൊ ക്കെ ആദിലക്ഷ്മിയും കേട്ടിട്ടുണ്ട്. എന്ത് കേട്ടാലും പ്രതികരിക്കാതെ ഇ രിക്കുന്നത് അവർ ഒരു ശീലമാക്കിയിരുന്നു. ആരോടും കലഹിക്കാനോ അതു തിരുത്തുവാനോ അവർ നിന്നില്ല. മൂത്ത പേരക്കുട്ടിയായ ആദിയ് ക്ക് ഇപ്പോൾ പത്ത് വയസ്സ് കഴിഞ്ഞിരിക്കുന്നു. പിന്നെ താഴെയുള്ളതു ആമിയാണ്. ആദിലക്ഷ്മിയുടെ നെഞ്ചകം പൊള്ളി. മരിക്കുന്നതിന് മുൻ പ് ആ കുഞ്ഞുങ്ങളെ ഒന്ന് കാണണം. അന്ന് ഒരുപാട് കാലത്തിന് ശേഷം

അവരിൽ മകളെ കാണാനുള്ള ആഗ്രഹം തിര തല്ലി. പട്ടാഭിയുടെ നി ലയും മറ്റൊന്നായിരുന്നില്ല. ഇന്ന് അദ്ദേഹത്തിന്റെ മനസ്സ് തനിക്കറിയാം. മകളെ അദ്ദേഹം എത്രമാത്രം സ്നേഹിക്കുന്നു എന്നും അവളെ കാണു വാൻ എത്രത്തോളം ആഗ്രഹിക്കുന്നുണ്ടെന്നും അവർക്ക് നല്ലവണ്ണമ റിയാം.

വർഷങ്ങൾക്കു മുൻപുള്ള ആ രാത്രിയിൽ ഒന്ന് അവരെ തിരിച്ചു വിളി ച്ചിരുന്നുവെങ്കിൽ അവർ പോകുകയില്ല എന്ന് അയാൾക്ക് അറിയാമായി രുന്നു.

പക്ഷേ അന്നത്തെ പരിസ്ഥിതി തന്നെ ബന്ധിതനാക്കി എന്ന് പറയു ന്നതായിരിക്കും ശരി. സമുദായത്തിലെ ആളുകളുടെ മുന്നിൽ തന്റെ അ ഭിമാനത്തിനേറ്റ ക്ഷതം വളരെ വലുതായിരുന്നു. അന്ന് അത് അങ്ങനെ യായിരുന്നുവെങ്കിൽ ഇന്ന് അതൊന്നും തന്നെ തനിക്ക് വലിയ കാര്യമ ല്ലാതെയായി തീർന്നിരിക്കുന്നു. ഇന്ന് മകൾ മാത്രമാണ് മുന്നിൽ ഉള്ളത്. അയാൾ ഒന്ന് കൂടി ആദിലക്ഷ്മിയെ നോക്കി. ഇത്രയും കാലമായിട്ട് എ ന്തു കൊണ്ടാണ് ഇതുപോലെ ഒരെഴുത്ത് അവൾ എഴുതിയില്ല എന്ന് അയാൾ ചിന്തിക്കാതെയിരുന്നില്ല. ഒരുപക്ഷേ ജീവിതസായാഹ്നത്തിലാ ണ് ഇത് പോലെ താനും ചിന്തിച്ചു തുടങ്ങിയത്. അല്ലെങ്കിൽ താനും വാ ശി കാണിച്ചു ഇരിക്കുമായിരുന്നു.

'എനക്ക് വേദയെ പാക്കണം നമ്മ പേരക്കുഴന്തകളെയും പാക്കണം. നമക്ക് അവരെ ഇങ്കെ കൂപ്പിടലാം...'

അവർ പ്രതീക്ഷയോടെ അയാളെ നോക്കി പറഞ്ഞു.

'വേണാ ലക്ഷ്മി നമക്ക് അങ്കെയെ പോകലാം...'

ഇനി ഒരിക്കൽ കൂടി അവരെ ഇങ്ങോട്ട് വിളിച്ചു വരുത്തി പഴയത് ആ വർത്തിക്കാൻ അദ്ദേഹം ഒരുക്കമായിരുന്നില്ല. ഇവിടെ ആളുകൾ മാറില്ല, ഇനിയൊരു ദുരന്തം കൂടി താങ്ങാൻ തനിക്ക് ആയുസ്സില്ല എന്ന് അദ്ദേഹ ത്തിനു അറിയാമായിരുന്നു.

മാത്രവുമല്ല അത് അദ്ദേഹത്തിന്റെ ഒരു പ്രായശ്ചിത്തവും കൂടിയാണ്. പിന്നെ വളരെ പെട്ടെന്ന് തന്നെ കാര്യങ്ങൾ നടന്നു. വേദയെ വിളിച്ചു ആദിലക്ഷ്മി അങ്ങോട്ട് തങ്ങൾ വരുന്ന കാര്യം പറഞ്ഞു. അവൾക്ക് ഇ തിൽ പരം വേറെയൊരു പരമാനന്ദം ഉണ്ടാകാനില്ല. അവരുടെ വരവിനാ യി അവളും കത്തിരിക്കുകയായിരുന്നു. പിറ്റേന്ന് അതിരാവിലെ അവർ വീട് പൂട്ടി ഇറങ്ങി, നേരത്തെ വിളിച്ചു വരുത്തിയ ടാക്സി കാറിൽ കയ റുമ്പോൾ ആദിലക്ഷ്മിയുടെ കണ്ണുകളിൽ നിന്ന് ആനന്ദകണ്ണുനീർ ഉ തിർന്നു വീണു.

87

രാവിലെ അഴകി എത്തുമ്പോൾ ഇന്ദുഗോപൻ പോസ്റ്റ് ആപ്പീസ്സിലേ ക്ക് പോകുവാൻ തയ്യാറായി നിൽക്കുന്നുണ്ടായിരുന്നു. അന്ന് കൊണ്ട് വ ന്ന പ്രാതൽ വിളമ്പി അവർ പതിവ് ജോലിയിൽ തീരിഞ്ഞു. ഇലയിൽ ആവിപറക്കുന്ന ഇടിയപ്പവും ഉരുളക്കിഴങ്ങ് ഇഷ്ടുവും പിന്നെ നല്ല ഫിൽ റ്റർ കോഫിയും കണ്ടപ്പോൾ ഇന്ദുഗോപനു വിശപ്പ് ഒന്നുകൂടി കൂടി. ആ സ്വദിച്ചു ഭക്ഷണം കഴിക്കുവാൻ തുടങ്ങുമ്പോൾ അഴകി അന്നത്തെ ഏ റ്റവും പുതിയ വിശേഷം അവനോട് പറഞ്ഞു. അഗ്രഹാരത്തിലെ ഒരു അയ്യർ കുടുംബം തങ്ങളുടെ മകളുടെ അടുത്തേക്ക് ഇന്ന് രാവിലെ പോ യി എന്നായിരുന്നു അന്നത്തെ പ്രധാന കാര്യം.

'അതിനെന്താ അഴകിയമ്മേ? അതിലെന്താ പുതിയ കാര്യം?'

'അല്ല, അദ്ദേഹത്തിന്റെ മരുമകൻ ജാതിയിൽ ആശാരിയാണ്. പക്ഷേ ഡോക്ടറാണ്. കുറച്ചു കാലം മുൻപ് വരെ ഇവിടെ അതൊരു വലിയ പ്രശ്നമായി കണ്ടിരുന്നു. എന്നാൽ ഇപ്പോൾ അവൾ അമ്മയ്ക്ക് കത്ത് അയച്ചിരിക്കുന്നു. ഇന്ന് രാവിലെ തന്നെ അവർ രണ്ട് പേരും മകളുടെ അടുത്തേക്ക് പോയി.'

അഴകിയമ്മ ഉത്സാഹത്തോടെ പറഞ്ഞു.

'അതെന്താ അഴകിയമ്മേ അവർ ഇങ്ങോട്ട് വന്നോ?'

ഇന്ദുഗോപൻ ചോദിച്ചു

'ഇല്ല ഇല്ല, എഴുത്തു വന്നു. വേദ ലെറ്റർ എഴുതി അവരെ വിളിച്ചു. ഒറ്റ മകളാണ് ഇനി ഇപ്പോഴും പോയില്ലെങ്കിൽ പിന്നെ എപ്പോഴാണ്. ആ കുട്ടിക്ക് ഇപ്പോഴെങ്കിലും എഴുതാൻ തോന്നിയല്ലോ. ദേവി കൃപ.'

ഓരോ തവണയും തനിക്ക് ഓരോ പുതിയ കഥ പറഞ്ഞു തരുമ്പോൾ അവർ അതീവ സന്തുഷ്ടയായി കാണപ്പെട്ടു. അത് അവനേയും സന്തോ ഷിപ്പിച്ചു. താൻ കൊടുക്കുന്ന കാലഹരണപ്പെട്ട എഴുത്തുകൾ പ്രശ്നമു ണ്ടാക്കുന്നുണ്ടോ എന്ന് അവന് എന്നും വേവലാതിയുണ്ടായിരുന്നു. എ ന്നാലത് നേരിട്ട് അന്വേഷിക്കാനും അവന് ഭയമുണ്ടായിരുന്നു. എഴുത്ത് കൊടുത്ത ഓരോ വീടും അവന് ഓർമ്മയുണ്ടായിരുന്നു. ഇനി ഇന്ന് ഒരെ ണ്ണം കൂടി കൊടുക്കാം എന്നവൻ കരുതി.

ഭക്ഷണം കഴിച്ചു പതിവ് പോലെ അവൻ പോസ്റ്റ് ഓഫീസിലേക്കും അഴകി വീട്ടിലേക്കും നടന്നു. പോസ്റ്റോഫീസിൽ നിന്ന് ഇറങ്ങുമ്പോൾ അന്നേക്കുള്ള തപാലുരുപ്പടിയോടൊപ്പം പഴയ ഒരെഴുത്തും അവൻ ക യ്യിൽ കരുതിയിരുന്നു.

അന്നത്തെ കത്തുകൾ കൊടുത്തു തീർത്തു ഏറ്റവും അവസാനം അവൻ അഗ്രഹാരത്തിലെത്തി. കീശയിൽ സൂക്ഷിച്ചിരുന്ന വാക്കുകൾ

മാഞ്ഞു തുടങ്ങിയ ആ എഴുത്ത് എടുത്തു അവൻ നോക്കി.

രാമസ്വാമി അയ്യർ

ഡോർ നമ്പർ: 15

ദേവനിള അഗ്രഹാരം

ദേവാർച്ച

കുറച്ചു കൂടി അഗ്രഹാരത്തിന്റെ ഉള്ളിലേക്ക് പോകണം. ഇന്ന് പതി നഞ്ചാം നമ്പർ വീടാണ്. നേരെ കടന്നു ചെന്നപ്പോൾ അവിടെ സ്ഥിരം കാണുന്ന ഒരുപോലെയുള്ള വീടുകളിൽ നിന്ന് കുറച്ചു വ്യത്യസ്തമായ തും കുറച്ചു പരിഷ്കരിച്ചതുമായ ഒരു വീടിന്റെ വാതിൽക്കൽ എത്തി. സൈക്കിളിൽ നിന്ന് ഇറങ്ങി മുന്നോട്ടു നടന്ന് ചെറിയ പടിയും കടന്നു ഉ ള്ളിൽ ചെന്നാലെ മുന്നിലുള്ള ചുമരിലുള്ള ബെല്ലടിക്കാൻ പറ്റുകയുള്ളൂ എന്ന് മനസ്സിലായി. അവൻ പടി കടന്നപ്പോൾ ഉള്ളിൽ നിന്ന് സുന്ദരിയാ യൊരു സ്ത്രീ പുറത്തേക്ക് വന്നു. അവൻ വിറയ്ക്കാത്ത കയ്യുമായി നീ ട്ടിയ കത്ത് വാങ്ങിക്കുമ്പോൾ അവർ ആ കത്തിലെ പഴക്കം ശ്രദ്ധിച്ചു ആ കത്തിനെ നോക്കുന്നുണ്ടായിരുന്നു. ആദ്യത്തെ കത്ത് കൊടുക്കു മ്പോൾ അവനുണ്ടായിരുന്ന മാനസ്സിക സംഘർഷം ഇപ്പോൾ അവനില്ല. വരുന്നതെന്തും നേരിടാൻ അവൻ മനസ്സ് കൊണ്ട് തയ്യാറെടുത്തിരുന്നു. പക്ഷേ ഓരോ കത്ത് കൊടുത്തിട്ട് അവൻ വീട്ടിൽ തിരിച്ചെത്തുമ്പോൾ അവനെ അന്വേഷിച്ചു ആരും വരാതിരുന്നതു അവനെ കൂടുതൽ ഡൈ ര്യവാനാക്കി. ഒരുപക്ഷേ അമ്മ പറഞ്ഞത് പോലെ ഈ കത്തുകൾക്കാ യി ചിലരൊക്കെ ഇത്രയും കാലം കാത്തിരിക്കുന്നുണ്ടാവും.

അവിടുന്ന് തിരിച്ചു വീട്ടിലേക്ക് വരുമ്പോൾ അവൻ തികച്ചും നിശ്ചി ന്തനായിരുന്നു.

സിദ്ധിദാത്രി

അന്ന് ഉച്ചക്ക് അലമേലു അമ്മാൾ എല്ലാവർക്കും ഭക്ഷണം കൊടു
ത്തു. കുട്ടികളുടെ അച്ഛനു പനിയുള്ളതു കൊണ്ട് ലീവാണ്. സരസ്വതി
പാട്ടിയും അവിടെ ഇരുന്നു ഭക്ഷണം കഴിച്ചു. വെള്ളിയാഴ്ച്ചയായത് കൊ
ണ്ട് അലമേലുവിന് വ്രതമാണ്. അവർ കുറച്ചു പഴങ്ങളും വെള്ളവും കു
ടിച്ചു. ബാക്കിയുള്ള ചില ജോലികൾ കൂടി തീർക്കുവാൻ തുടങ്ങുമ്പോ
ഴാണ് ഉമ്മറത്തു കോളിംഗ് ബെൽ അടിച്ചത്. ആരായിരിക്കും വെളിയിൽ?
അവർ വേഗം പുറത്ത് പോയി നോക്കി.

പോസ്റ്റ്മാനാണ്.

അയാൾ കയ്യിൽ ഒരു എഴുത്ത് പിടിച്ചിരിക്കുന്നു. അയാളുടെ ക
യ്യിൽ നിന്ന് അത് വാങ്ങി അവർ ഉള്ളിലേക്ക് വരുമ്പോൾ ആ കത്ത് നോ
ക്കി. അതിലെ കൈപ്പട കണ്ടപ്പോൾ തന്നെ അവരുടെ ഹൃദയത്തിൽ
പെരുമ്പറ കൊട്ടി. അവർ വേഗം ആ കത്ത് തുറന്നു നോക്കി. വായിച്ചു
കഴിഞ്ഞപ്പോൾ അവരുടെ മുഖം വല്ലാതെയാവുകയും നിറഞ്ഞ കണ്ണു
കളോടും ഇടറിയ സ്വരത്തോടും അവർ വേഗം രാമസ്വാമി അയ്യർ കിട
ക്കുന്ന മുറിയിലേക്ക് പോയി.

'ഇത് പാരുങ്കോ,'

എഴുത്ത് അയാളുടെ കയ്യിൽ കൊടുക്കുമ്പോൾ അവർ കരയുകയാ
യിരുന്നു. അവരുടെ മുഖം കണ്ട് അയാൾ ചോദിച്ചു,

'എന്നാ അലമേലു, എന്നാച്ചു ? എതുക്ക് അഴ്ക്കിറേൻ ?'

ഒന്നുമില്ലെന്നു തലയാട്ടിക്കൊണ്ടു ആ കത്ത് വായിക്കുവാൻ അവർ
ആംഗ്യം കാണിച്ചു.

അയാൾ കത്ത് തുറന്ന് വായിച്ചു തുടങ്ങി.

പ്രിയപ്പെട്ട അച്ഛനറിയാൻ,

ഞാൻ നിങ്ങളെയെല്ലാം വളരെയധികം വേദനിപ്പിച്ചിട്ടുണ്ട് എന്നറി
യാം. പക്ഷേ അന്നത്തെ സാഹചര്യം അങ്ങനെയായിരുന്നു. ഞാൻ കാ
രണം അപ്പയും അമ്മയും ഒരുപാട് വേദനിച്ചു. എനിക്ക് ഇഷ്ടമുള്ള ജോ
ലി ചെയ്യാൻ എനിക്ക് അപ്പോൾ അങ്ങനെയൊരു സാഹസം ചെയ്യേണ്ടി

വന്നു. നിങ്ങൾക്ക് എന്നോട് ഒരിക്കലും ക്ഷമിക്കാനാവില്ല എന്നെനിക്ക് അറിയാം. എന്റെ സ്വപ്നങ്ങളെ ഒരിക്കലും ഉപേക്ഷിക്കാനും എനിക്ക് കഴിഞ്ഞില്ല. അപ്പയും അമ്മയും എന്നോട് ക്ഷമിക്കണം. ഒരു മാസം കഴിഞ്ഞാൽ ഞാൻ ഡൽഹിയിൽ എത്തും. അപ്പ എന്നോട് ക്ഷമിച്ചു എന്ന് പറയുകയാണെങ്കിൽ എനിക്ക് അങ്ങോട്ട് വരാമോ? എനിക്ക് നിങ്ങളെ എല്ലാം കാണണം. അപ്പ എന്നെ ഉപേക്ഷിക്കരുത്. പെൺകുട്ടികൾ വീട് വിട്ട് ദൂരെ ജോലി ചെയ്യുന്നതു ഒരു തെറ്റൊന്നുമല്ല. അപ്പയുടെ സിദ്ധി യാതൊരു തെറ്റും ചെയ്തിട്ടില്ല.

സിദ്ധിദാത്രി

എഴുത്ത് വായിക്കുമ്പോൾ അയാളുടെ മനം പിടഞ്ഞു തുടങ്ങി. മിഴികൾ അടച്ചു ഇരുന്നാൽ ഇന്നും ചെവികളിൽ ആ വാക്കുകൾ മുഴങ്ങും.

'അമ്മ നാൻ ഇങ്കെ യൊന്നും ഇരിക്ക മാട്ടെ, കാലൈയിലെ ബ്രേക്ക് ഫാസ്റ്റ് ഉലകത്തിലെ ഒരു പെരിയ സിറ്റിയിൽ പിന്ന ലഞ്ച് വേറൊരു സിറ്റിയിൽ. അത് അപ്പടി പറക്ക താൻ എനക്ക് വിരുപ്പം. എനക്ക് എയർ ഹോസ്റ്റസ് ആനാൽ പോതും.'

അവൾ കുഞ്ഞായിരിക്കുമ്പോൾ തൊട്ട് ഇത് മാത്രമാണ് ആഗ്രഹമായി പറഞ്ഞിരുന്നത്. അയ്യരും അലമേലുവും അത് അത്രക്കൊന്നും പ്രാധാന്യത്തോടെ എടുത്തതുമില്ല. ചെറുപ്പത്തിൽ കുട്ടികൾ പല സ്വപ്നങ്ങളും ലക്ഷ്യങ്ങളും പറയുമല്ലോ, അത് പോലെയാണ് അവർ സിദ്ധിയുടെ ആഗ്രഹത്തെയും കണ്ടത്.

രാമസ്വാമി അയ്യർക്കും അലമേലുവിനും രണ്ടു മക്കളായിരുന്നു മൂത്തവൾ സിദ്ധിദാത്രി, ഇളയവൻ ഗൗതമ രാമൻ. രണ്ടു മക്കളും പഠിക്കാൻ മിടുക്കരായിരുന്നു. മൂത്തവൾ പഠിക്കാൻ സമർത്ഥയും അതുപോലെ തന്നെ ഇതര വിഷയങ്ങളിലും അതീവ മിടുക്കിയായിരുന്നു.

അവളുടെ ചോടി കണ്ടാണ് രാമസ്വാമി അയ്യരുടെ പിതാവ് തന്റെ പേരക്കുട്ടിയ്ക്ക് സിദ്ധിദാത്രി എന്ന് പേര് നൽകിയത്. ഐതീഹ്യ പ്രകാരം നവദുർഗ്ഗമാരിലെ ഒൻപതാമത്തെ രൂപമാണ് സിദ്ധിദാത്രി. സിദ്ധികൾ പ്രധാനം ചെയ്യുന്നവൾ എന്നാണ് സിദ്ധിദാത്രി എന്ന പദത്തിനർത്ഥം. ഒരുപക്ഷേ തന്റെ പേരക്കിടാവും അത്രതന്നെ സിദ്ധിയുള്ളവൾ ആയിരിക്കുമെന്ന് അദ്ദേഹം മുൻ കൂട്ടി ഗണിച്ചിരുന്നോ എന്നറിയില്ല. പക്ഷേ സിദ്ധിയ്ക്ക് തന്റെ ലക്ഷ്യങ്ങളെക്കുറിച്ച് വ്യക്തതയുണ്ടായിരുന്നു. അത് മാതാപിതാക്കൾ തിരിച്ചറിയാൻ വൈകി എന്നതായിരുന്നു അവരുടെ ഭാഗത്തു വന്ന തെറ്റ്. സിദ്ധി വളർന്ന് വലുതായപ്പോൾ മുതൽ ഓ

രോ കൂട്ടുകാരികളും ഓരോ തൊഴിലിനെപ്പറ്റി അന്വേഷിക്കുകയും അ തു നേടുവാനായി പരിശീലനം നേടാൻ ഓരോ കോഴ്സ് തിരഞ്ഞെടു ക്കുമ്പോൾ അവൾക്ക് അവളുടെ സ്വപ്നത്തെപ്പറ്റി നല്ല ബോധ്യം ഉണ്ടാ യിരുന്നു.

എയർ ഹോസ്റ്റസ്!

ആ കാലത്തെ പെൺകുട്ടികൾ എല്ലാം അധ്യപികമാരാവാൻ തിര ക്കിട്ടു പഠിക്കുന്ന കാലമായിരുന്നു. അപൂർവ്വമായി ഡോക്ടർമാരാവുന്നവ രും ഉണ്ടായിരുന്നു. അധികം ആരും ദൂരെ പോയി പഠിക്കുവാൻ താല്പ ര്യപ്പെട്ടില്ല എന്ന് മാത്രമല്ല, മാതാപിതാക്കൾ പെണമക്കളെ ദൂരെ അയച്ചു പഠിപ്പിക്കുവാൻ ധൈര്യപ്പെട്ടില്ല എന്നതായിരുന്നു സത്യം. ഒരു ജോലി ലഭ്യമാകുന്ന രീതിയിലുള്ള വിദ്യാഭ്യാസം നേടിയ ശേഷം അവരെ വി വാഹം കഴിപ്പിച്ചയക്കുക എന്നതായിരുന്നു മാതാപിതാക്കളുടെ ലക്ഷ്യം. അതിൽ കൂടുതലൊന്നും അവർ പെൺകുട്ടികളിൽ നിന്ന് ആഗ്രഹിച്ചി ല്ല.. ആ സമയത്താണ് സിദ്ധി അവൾക്ക് എയർഹോസ്റ്റസ് ആകണമെ ന്ന ആശ്യവുമായി രക്ഷിതാക്കളുടെ മുന്നിലെത്തിയത്. രാമസ്വാമി അ യ്യർ അവളുടെ ആവശ്യത്തെ നിസ്സാരമായി കണ്ടു ചിരിച്ചു തള്ളി.

'ഉനക്ക് മുതലിൽ എയർഹോസ്റ്റസുക്ക് സെലക്ഷൻ കെടക്കുമാന്ന് പാര്.. അതുക്ക് അപ്പുറമാ മത്തതെല്ലാം പാക്കലാം.'

രാമസ്വാമി അയ്യർ ചിരിച്ചു കൊണ്ട് പറഞ്ഞു. എവിടെയും മുന്നിലേ റുന്ന സ്വഭാവക്കാരിയായിരുന്നത് കൊണ്ട് സിദ്ധി മുഴുവൻ ഊർജവും തന്റെ സ്വപ്നസാഫല്യത്തിനു വേണ്ടി വിനിയോഗിച്ചു. ഒരിക്കൽ പോ ലും തോറ്റു പിന്മാറാതെ മുന്നോട്ടു പോകുന്ന അവളോട് അപ്പ പറഞ്ഞ വാക്കുകൾ അവളൊരു വെല്ലുവിളിയായി സ്വീകരിച്ചത് വീട്ടിൽ ആരും അറിഞ്ഞില്ല. അവളുടെ മുറിയിലെ ചുമരിൽ യഥേഷ്ടം വിമാനത്തിന്റെ ചിത്രങ്ങളും അതിന്റെ യാത്രാപഥങ്ങളും നിറഞ്ഞതായിരുന്നു. രാവേറെ ചെല്ലുമ്പോഴും അവൾ സ്വപ്നങ്ങളിൽ തന്റെ വിമാനയാത്രകളെക്കുറിച്ച് വർണ്ണചാർത്ത് നിറച്ചു. അനിയൻ ഗൗതമിനോട് അവൾ ഓരോ സമയ ത്ത് താൻ നയിക്കാൻ പോകുന്ന സ്വപ്നതുല്യമായ ജീവിതത്തെക്കുറി ച്ച് പറഞ്ഞു കൊണ്ടിരുന്നു.

'മുതലിൽ ഫ്ളൈറ്റ് ലാൻഡ് പണ്ണത് ദുബായില് ആകുമെ, അതുക്ക് അപ്പുറം നേരാ പാരിസ്, ലണ്ടൻ. ഓരോ നേരത്തിലെയും ഓരോ ഇട ത്തില് ഇറുക്കും. ഇന്ത മാതിരി വേലൈ താൻ എനക്ക് വിറുപ്പം. അന്ത മാതിരി പറന്ത് നടക്ക വേണ്ടും.. അതാക്കും എന്നുടെ ആസൈ ...'

കൈ കൊണ്ട് ആംഗ്യം കാണിച്ചു ചുണ്ട് കൂർപ്പിച്ച് അവൾ വിമാനം

പറക്കുന്നതിന്റെ ശബ്ദമുണ്ടാക്കി, എന്നിട്ട് അവനെ നോക്കി ചിരിച്ചു.

അങ്ങനെ സ്വപ്ന നഗരങ്ങളിൽ ചെന്നെത്താനുള്ള ഓരോ വഴിയും അവൾ സ്വയം നെയ്തെടുത്തു. അലമേലു അവളുടെ ഈ പറച്ചിലിനെ കേവലമൊരു ജല്പനമായിട്ടേ കണ്ടുള്ളൂ. തന്റെ പാട്ടിയോടും സിദ്ധി പറഞ്ഞു,

'നാൻ അപ്പടി പറന്ത് നടക്കുമ്പോത് പാട്ടിയ്ക്കും സന്തോഷം താനേ? തിരുമ്പി വരുമ്പോത് നാൻ എൻ പാട്ടിയ്ക്ക് എന്ന കൊണ്ട് വരണം? പാട്ടിക്ക് ഉലകത്തിലെ താൻ ബേസ്ഡ് ഷാൾ വാങ്കി വാറേൻ.' അവൾ പാട്ടിയോട് വാഗ്ദാനം ചെയ്തു.

'എന്റെ ചെല്ലം.' പാട്ടി അവളുടെ നെറ്റിയിൽ വീണു കിടക്കുന്ന മുടി തഴുകി ഒതുക്കി വെച്ച് പേരക്കിടാവിനെ ചേർത്തു നിർത്തി പുൽകുമായിരുന്നു.

കുറച്ചു ദിവസം കഴിഞ്ഞപ്പോൾ പോസ്റ്റ്മാൻ സിദ്ധിക്ക് ഒരു രജിസ്റ്റേർഡ് കൊണ്ട് വന്നു. ഒപ്പിട്ട് വാങ്ങുമ്പോൾ അവളുടെ ഹൃദയം വല്ലാതെ മിടിക്കുന്നുണ്ടായിരുന്നു. ആ കത്ത് സ്വപ്നത്തിലേക്കുള്ള ആദ്യത്തെ കൽ വെയ്പ്പായിരുന്നു. അത് കൊച്ചിയിൽ വെച്ച് നടക്കുന്ന എയർ ഹോസ്റ്റസ് പ്രവേശനത്തിനു വേണ്ടിയുള്ള ഇന്റർവ്യൂവിന് ക്ഷണിച്ചു കൊണ്ടുള്ള കത്തായിരുന്നു. ആ കടലാസും പിടിച്ചു കൊണ്ട് അവൾ അപ്പ വരുന്നതും കാത്തിരുന്നു. വൈകുന്നേരം രാമസ്വാമി അയ്യരുടെ മുന്നിൽ ആ കടലാസ് കാണിക്കുമ്പോൾ അവൾക്ക് വല്ലാത്ത ഉത്സാഹമായിരുന്നു. കൊച്ചിയിലേക്ക് പോകേണ്ടതായി വരുമെന്ന് പറഞ്ഞപ്പോൾ രാമസ്വാമി അയ്യർ കുറച്ചൊന്നു പിൻവലിഞ്ഞു.

'സിദ്ധി ഇത്തനെ ദൂരം പോക വേണ്ടുമാ? ഒരു ഇന്റർവ്യൂക്കാകെ കൊച്ചി വരേക്കും പോകുമാ? നീ ഒരു വാട്ടി യോസിച്ച് പാര് അതുക്ക് അപ്പുറമാ സൊല്ല്.' അയാൾ ചോദിച്ചു.

ആ അവസരം കുഞ്ഞു നാൾ തൊട്ട് കണ്ട സ്വപ്നത്തിന്റെ സാക്ഷാത്കാരമായിരുന്നു അവൾക്ക്. ആ ഒരവസരം കളയുവാൻ അവൾ ഒരുക്കമായിരുന്നില്ല.

'ഒരു വാട്ടി അപ്പ പ്ലീസ്. ഇനി സൊല്ലമാട്ടെ.'

അവൾ അതു പറയുമ്പോൾ ഈ ഒരു അവസരം മതി അവൾക്ക് എന്നവൾക്ക് ഉറപ്പായിരുന്നു. തന്റെ ആഗ്രഹത്തിനൊപ്പം അപ്പ നിൽക്കുമെന്നു അവൾക്ക് അറിയാമായിരുന്നു. അവളുടെ ആഗ്രഹം പോലെ തന്നെ അവർ കൊച്ചിയിലേക്ക് പുറപ്പെടുവാൻ തീരുമാനിച്ചു. അത് അവളുടെ സ്വപ്നം യാഥാർത്ഥ്യമാവാനുള്ള ആദ്യത്തെ കാൽവെയ്പ്പായിരുന്നു. അ

93

തുകൊണ്ട് തന്നെ ആ യാത്രയ്ക്ക് വേണ്ടി അവൾ ഒരുപാട് ഒരുക്കങ്ങൾ നടത്തി. അവൾ ഗൗതമിനെ പിടിച്ചിരുത്തി അവളെ ഇന്റർവ്യൂ നടത്തു വാൻ അവനോട് ആവശ്യപ്പെട്ടു. പല വിധത്തിലും അവൾ സ്വയം തയ്യാ റെടുത്താണ് അങ്ങോട്ട് പുറപ്പെടുവാൻ ഒരുങ്ങിയത്. അങ്ങനെ അതിരാ വിലെ പാലക്കാട് നഗരത്തിൽ എത്തി അവിടുന്ന് ഫാസ്റ്റ് പാസഞ്ചറിൽ കയറി അവർ കൊച്ചിയിലേക്ക് പുറപ്പെട്ടു. ആ യാത്രയും അവിടെയുള്ള അഭിമുഖവും കഴിഞ്ഞ് അവൾക്ക് അവിടെ നിന്ന് ഒരു കൂട്ടുകാരിയേയും കിട്ടി, സുഭാഷിണി. പാലക്കാട്ടിൽ നിന്ന് വന്ന അവളുടെയും അച്ഛന്റെ യും കൂടെയാണ് അവർ തിരിച്ചു വന്നത്. രണ്ടു പേരും ഒരേ സ്വപ്നത്തി ന്റെ ചിറകിലേറി പറക്കാൻ ആഗ്രഹിക്കുന്നവരായത് കൊണ്ട് തന്നെ അ വർ പെട്ടെന്നടുത്തു. പാലക്കാട് നഗരത്തിൽ കൊപ്പത്തായിരുന്നു അവ ളുടെ വീട്. പരസ്പരം വിലാസവും കൈമാറിയാണ് അവർ പിരിഞ്ഞത്.

പിന്നെ ആ അഭിമുഖം കഴിഞ്ഞ് അവർ തിരിച്ചു വീട്ടിലെത്തിയപ്പോൾ അവൾക്കു ഒരു പ്രതീക്ഷ ഉണ്ടാവില്ല എന്നായിരുന്നു രാമസ്വാമി അയ്യരു ടെ ധാരണ. അതെല്ലാം മറന്നു അവർ മുന്നോട്ടു നീങ്ങി. കുറച്ചു നാൾ കഴിഞ്ഞ് സിദ്ധിയുടെ പേരിൽ മറ്റൊരു രജിസ്റ്റർഡ് കൂടി വന്നു. ഇത്തവ ണ അത് അവളെ തിരഞ്ഞെടുത്തു എന്ന വിവരമറിയിച്ചു കൊണ്ടുള്ള കത്തായിരുന്നു. സിദ്ധിയുടെ സ്വപ്നങ്ങൾ പൂവണിഞ്ഞുയെന്ന് അവൾ ക്ക് വിശ്വസിക്കാനായില്ല. അവൾ തന്റെ യാത്ര പൂർത്തിയാക്കാനുള്ള എ ല്ലാവിധ ഒരുക്കങ്ങളും സജ്ജമാക്കുവാൻ തിടുക്കപ്പെട്ടു. അവൾ ആദ്യം ഈ കാര്യം അമ്മയോട് പറഞ്ഞു. പാട്ടിയോടും പിന്നെ മുന്നിൽ കണ്ടവ രോട് എല്ലാം അവൾ ഈ കഥ പറഞ്ഞു നടന്നു. വൈകുന്നേരം രാമ സ്വാമി അയ്യർ ജോലി കഴിഞ്ഞു തിരിച്ചു വന്നപ്പോൾ അദ്ദേഹത്തിനു മു ന്നിൽ സിദ്ധി ഈ വാർത്ത അവതരിപ്പിച്ചു.

'അപ്പ എനക്ക് സെലെക്ഷൻ കിടച്ചാച്ച്. ഡൽഹിയിലെ ഹെഡ് ഓ ഫീസിൽ പോക വേണ്ടും. അങ്കെ ആറ് മാതങ്ങൾ ട്രെയിനിങ് ഇറുക്ക്. അതുക്ക് അപ്പറം നാൻ എയർ ഹോസ്റ്റസ് ആവേൻ.'

അവളുടെ വാതോരാതെയുള്ള പറച്ചിൽ കേട്ടപ്പോൾ രാമസ്വാമി തിക ച്ചും അത്ഭുതപ്പെട്ടു പോയി. അവൾക്ക് ഇതിൽ സെലെക്ഷൻ കിട്ടുമെന്ന് അദ്ദേഹം കരുതിയില്ല. ഒരിക്കൽ പോയി വന്നാൽ അതോടെ അവളുടെ ആഗ്രഹം തീരുമെന്ന് അയാൾ കരുതി. പക്ഷേ കാര്യങ്ങൾ അതിനപ്പുറ ത്തേക്ക് നീങ്ങുന്നത് അദ്ദേഹത്തിനു കാണാനാവുന്നുണ്ടായിരുന്നു. മക ളുടെ കഴിവിൽ തനിക്ക് വിശ്വാസമുണ്ടായിരുന്നില്ല എന്നതിൽ അദ്ദേഹം ഖേദിച്ചു.

ഇത്രയും ദൂരം മകളെ ജോലിയ്ക്ക് അയക്കാൻ രാമസ്വാമി അയ്യർക്ക് താല്പര്യമില്ലായിരുന്നു. ദൂരം മാത്രമല്ലല്ലോ വിമാനത്തിലാണെങ്കിലും ആ ളുകൾക്ക് ചായയും ചോറും കൊടുക്കുന്ന ജോലി തന്നെയല്ലേ എന്നാ ളുകൾ പറയുമെന്നതിനാൽ അദ്ദേഹം വല്ലാത്ത മനോവിഷമത്തിലായി. അവളോട് ഇനി പതുക്കെ പറഞ്ഞു മനസ്സിലാക്കാമെന്ന് അയാൾ കണ ക്കുകൂട്ടി. പക്ഷേ സിദ്ധിദാത്രി അന്ന് വൈകുന്നേരം കോവിലിലേക്ക് പോകുമ്പോൾ തന്റെ ജോലികാര്യം എല്ലാവരോടും പറഞ്ഞു. ഇനി അ ഗ്രഹാരത്തിൽ ആരും ഇത് അറിയാൻ ബാക്കിയില്ലായിരുന്നു. മുതിർന്ന വർ രാമസ്വാമിയെ കാണുവാനായി കാത്തിരുന്നു.

'എന്ന ഉനക്ക് പൈത്യം പുടിച്ചിറിക്കാ വയസു പൊണ്ണെ ഇവളോ ദൂ രം അനുപ്പതർക്ക് ഉനക്ക് എപ്പടി മനം വന്തത്? ഇത് യതുവുമേ സരിയ ല്ലെ...' ഒരാൾ ഇതു പറഞ്ഞപ്പോൾ മറ്റൊരാൾ പറഞ്ഞത് മറ്റൊരു കാര്യ മായിരുന്നു.

'അല്ല രാമസ്വാമി, അന്ത പട്ടാഭിയുടെ പൊണ്ണു മാതിരി യതാവത് നട ന്ത് അപ്പുറം സൊല്ലി പ്രയോജനമില്ലെ.'

ആദ്യ ഇന്റർവ്യൂ മുതലുള്ള കാര്യം പറഞ്ഞപ്പോൾ അതിന് രാമസ്വാ മിയെയും ഗുണദോഷിക്കാൻ ഏറെ ആളുകളുമുണ്ടായിരുന്നു. അലമേ ലുവിനും ഒരുപാട് മനോവേദന ഉണ്ടാക്കുന്ന തരത്തിലുള്ള കുറ്റപ്പെടു ത്തൽ കേൾക്കേണ്ടി വന്നു. അന്ന് രാത്രി രാമസ്വാമി അത്താഴമേശയിൽ വെച്ച് തന്റെ നിലപാട് എല്ലാവരോടുമായി പറഞ്ഞു. സിദ്ധിയെ ഡൽ ഹിയിലേക്ക് അയക്കുന്നില്ല. പകരം അവളെ ബി എഡിന് ചേർക്കാൻ തീരുമാനിച്ചു. എയർ ഹോസ്റ്റസ് കുടുംബത്തിൽ പിറന്ന കുട്ടികൾക്ക് പ റഞ്ഞിട്ടുള്ളതല്ല. അവസാനത്തെ വാക്കുകൾ സിദ്ധിയുടെ കാതുകളിൽ ചാട്ടുളി പോലെ പതിച്ചു. അപ്പയുടെ ഈ മുഖം അവൾക്ക് അപരിചിത മായിരുന്നു. അന്ന് അത്താഴമേശയിൽ നിന്ന് തുടങ്ങിയ ഭിന്നാഭിപ്രായം പിന്നെ അടുത്തെങ്ങും അവസാനിച്ചില്ല. സിദ്ധി തന്റെ വാശിയിൽ ത ന്നെ ഉറച്ചു നിന്നു. അയ്യർ മൃദു ഭാഷയിൽ പറഞ്ഞു തുടങ്ങിയ കാര്യം പിന്നെ രൂക്ഷമായ ഭാഷയിൽ പറയുവാൻ തുടങ്ങി. പക്ഷേ സിദ്ധിയിൽ അതു വിപരീതഫലമാണ് ഉണ്ടാക്കിയത്. അവൾ അവളുടെ സ്വപ്നങ്ങ ളിൽ എയർ ഹോസ്റ്റസ് എന്ന ചിന്ത നിറഞ്ഞു നിൽക്കുകതന്നെ ചെയ് തു. ആ സ്വപ്നം അവളുടെ വ്യക്തിത്വവും ജീവിതലക്ഷ്യവുമായിരുന്നു. അതാണപ്പോൾ കൈകളിലൂടെ ചോർന്നു പോകുന്നത്.

അച്ഛനിൽ പെട്ടെന്നുള്ള മാറ്റം അവൾക്ക് ഉൾക്കൊള്ളാനായില്ല. വീ ട്ടിൽ എന്നും പ്രശ്നങ്ങൾ ഉണ്ടാവുകയും സിദ്ധി മിക്കവാറും അത്താഴപ്പ

ട്ടിണിയായി കിടന്നു. അവൾ അങ്ങനെ ചെയ്യുമ്പോൾ അച്ഛനും അമ്മ
യും പട്ടിണിയായിരുന്നു. എന്നാലും വാശി വിടാൻ രണ്ടു പക്ഷവും ത
യ്യാറായില്ല.

ഡൽഹിയിലേക്ക് പോകാനുള്ള ഡേറ്റ് അടുത്തടുത്ത് വരുന്തോറും
സിദ്ധി സംഘർഷത്തിലായി. പോകാനുള്ളതിന്റെ തലേ ദിവസം അന്തി
മമായി സിദ്ധി അപ്പയോട് ഒന്നു കൂടി ഡൽഹിയിലേക്കുള്ള യാത്രയെ
പറ്റി പറഞ്ഞു നോക്കി. അത് വിപരീത ഫലത്തിലാണ് ചെന്നവസാനിച്ച
ത്. അലമേലുവും പാട്ടിയും അവളെ ഗുണദോഷിക്കുകയും നല്ലത് പോ
ലെ ആലോചിച്ച ശേഷം മാത്രം ഇത്തരം വാശി കാണിക്കാൻ പെൺകു
ട്ടികൾ മുതിരാവു എന്ന് കൂടി കൂട്ടി ചേർത്തപ്പോൾ ആ വീട്ടിൽ അവൾ
തികച്ചും ഒറ്റപ്പെട്ടു. അവൾക്കു അന്നൊരു കാര്യം ബോധ്യപ്പെട്ടു, ഇനി
ഒരിക്കലും തനിക്ക് വീട്ടുകാരുടെ സമ്മതത്തോടെ തന്റെ സ്വപ്നം സാ
ക്ഷാത്കരിക്കപ്പെടില്ലെന്ന്. അന്ന് രാത്രി നിദ്രാവിഹീനനായി കിടക്കുക
യായിരുന്ന രാമസ്വാമിയും അലമേലുവും മകളുടെ വാശി നിറഞ്ഞ സ്വ
ഭാവത്തിനെക്കുറിച്ച് ആകുലപ്പെടുമ്പോൾ അടുത്ത മുറിയിൽ കിടക്കു
ന്ന സിദ്ധി മനസ്സിൽ പല തീരുമാനങ്ങളും ഉറപ്പിക്കുകയായിരുന്നു.

പിറ്റേന്ന് അവൾ സാധാരണ പോലെ കോളേജിലേക്കു പോയി. അ
ന്ന് വൈകുന്നേരം സമയമായിട്ടും അവൾ വീട്ടിലേക്ക് വന്നില്ല. കുറച്ചു
നേരം കഴിഞ്ഞ് വരുമെന്ന് കരുതി അവർ കാത്തിരുന്നു. പക്ഷേ സന്ധ്യ
യായിട്ടും അവളെ കാണാതെയായപ്പോൾ അവർ അന്വേഷണം തുടങ്ങി.
കോളേജിൽ അന്വേഷിച്ചപ്പോൾ അന്ന് അവൾ അവിടെ എത്തിയില്ല എ
ന്നാണറിയാൻ കഴിഞ്ഞത്. പക്ഷേ ഏറെ താമസിയാതെ തന്നെ അല
മേലുവിന് ഗൗതമിന്റെ മുറിയിൽ നിന്ന് ഒരു കത്ത് കിട്ടി. തന്റെ ജീവിത
ലക്ഷ്യം പൂർത്തീകരിക്കാൻ ഡൽഹിയിലേക്ക് പോകുന്നു എന്ന് മാത്രം
എഴുതി വെച്ചാണ് സിദ്ധി പോയത്. അച്ഛന്റെ എതിർപ്പാണ് അവളെ കൊ
ണ്ട് ഈ സാഹസത്തിനു മുതിരാൻ പ്രേരിപ്പിച്ചത് എന്ന് വ്യക്തമായിരു
ന്നു. ഡൽഹിയിലേക്ക് തന്റെ ഒരു സുഹൃത്തിന്റെ കൂടെയാണ് പോകു
ന്നത് എന്നും. ചെയ്യുന്നത് തെറ്റാണ് എന്നും അതിൽ അവൾ പറഞ്ഞിരു
ന്നു. പക്ഷേ തന്റെ സ്വപ്നം പൂർത്തിയാക്കാൻ പോകുന്നു എന്നായിരു
ന്നു ആ കത്തിൽ. ഏതായാലും അന്വേഷണം അതോടെ അവിടെ അവ
സാനിച്ചു. കുറേ ആളുകൾ അത് വിശ്വസിച്ചു. കുറച്ചു പേർ അതിനെ
യും വളച്ചൊടിച്ചു വേറെ കഥ മെനഞ്ഞു. അവൾ ഒരു പയ്യനോടൊപ്പം
ഒളിച്ചോടി എന്നും അഗ്രഹാരത്തിൽ ആളുകൾ പറഞ്ഞു തുടങ്ങി. പെൺ
കുട്ടിയുടെ അഹങ്കാരത്തിനെ ചൊല്ലി അവർക്കിടയിൽ ചർച്ചകൾ പിന്നെ

യും നടന്നു.

ഒരു ദിവസം സുഭാഷിണിയുടെ അച്ഛനെ പാലക്കാട് വെച്ച് രാമസ്വാ
മി അയ്യർ കണ്ടപ്പോൾ അടുത്തയാഴ്ച അവർ സുഭാഷിണിയെ കാണു
വാൻ ഡൽഹിയിലേക്ക് പോകുമ്പോൾ സിദ്ധിയ്ക്ക് എന്തെങ്കിലും കൊ
ടുത്തയക്കണോ എന്ന് അദ്ദേഹം ചോദിച്ചു. അദ്ദേഹത്തിനു സിദ്ധിയുടെ
കാര്യമറിയില്ല എന്ന് അയ്യർക്ക് മനസിലായി. അദ്ദേഹത്തിന്റെ ചോദ്യ
ത്തിന് വ്യക്തമായി ഒരു ഉത്തരവും നൽകാനാവാതെ രാമസ്വാമി അയ്യർ
പിടഞ്ഞു. മകളുടെ ഇറങ്ങിപ്പോക്കിന് വ്യക്തമായ ഒരു ഉത്തരം കണ്ടെ
ത്തിയിരുന്നുവെങ്കിലും അദ്ദേഹം വിവശനായി തീർന്നു. ആരുമറിയാതെ
തന്നിഷ്ടത്തിനു ഇറങ്ങിപ്പോയതു വഴി അവൾ ഉണ്ടാക്കിയ ചീത്തപ്പേരിൽ
നിന്ന് എങ്ങനെ ഒഴിഞ്ഞു മാറാനാകും? അദ്ദേഹം പരിക്ഷീണനായി ത
ളർന്നു പോയി. രാമസ്വാമി അയ്യർക്ക് അതിന്റെ ആഘാതത്തിൽ നിന്ന്
മോചിതനാവാൻ കുറേ നാൾ എടുത്തു. അവൾ ഒരിക്കൽ പോലും വീട്ടി
ലേക്ക് ഒരു കത്തെഴുതുകയോ ഫോണിൽ വിളിക്കുകയോ ചെയ്തിരു
ന്നില്ല. പക്ഷേ ഒരുപാട് കാലത്തിന് ശേഷം അവളുടെ എഴുത്ത് വന്ന
പ്പോൾ അവർ ആശങ്കയിലായി.

ദുഃഖിക്കണോ അതോ സന്തോഷിക്കണോ എന്നറിയാതെ അവർ ഇ
രുവരും പരസ്പരം നോക്കി ഇതികർത്തവ്യതാമൂഢരായിരുന്നു. പക്ഷേ
സിദ്ധിയുടെ പാട്ടി അവിടെയിരുന്നു പറഞ്ഞു.

'എൻ പേത്തി, യാർ കൂടെയും പോകമാട്ട. അവൾ വേലയ്ക്കാകെ
താൻ പോണെൻ. അത് എപ്പടി കുറ്റമാകും. ഇപ്പോ ഗൗതം ബാംഗ്ലൂർ
താനെ വേലെ സെയ്യറാൻ. അപ്പൊ രാമാ നീ ഒന്നുമേ സൊല്ലലയെ.
നീ അവളെ മട്ടും എതുക്ക് അപ്പോ പോക കൂടാത് എന്റ് സൊന്നേൻ?
എൻ പേത്തി, എനക്ക് ഷാൾ കൊണ്ട് വരുവാ എന്ട്ര സത്തിയം സെ
ഞ്ചിറുക്കാ.'

അത്രയും പറഞ്ഞപ്പോഴേക്കും അവരുടെ കണ്ണുകൾ നിറഞ്ഞു കവി
ഞ്ഞു. ഇത്രയും വർഷം കഴിഞ്ഞിട്ടും സിദ്ധി തന്റെ വാക്ക് പാലിച്ചു എ
ന്നത് അവരെ സംബന്ധിച്ചു അഭിമാനകരമാണ്. തന്റെ സ്വപ്നങ്ങളെ
എത്തിപിടിച്ചു നക്ഷത്രത്തിളക്കത്തോടെ നിൽക്കുന്ന അവളെ അകക്ക
ണ്ണിൽ കണ്ട് പാട്ടി സായൂജ്യമടഞ്ഞു. അവളെ തിരിച്ചു വിളിക്കണമെന്ന്
അവർ വാശി പിടിച്ചു. അലമേലുവിനും അവളോട് നീതി പുലർത്തുന്ന
തിൽ തങ്ങൾ പരാജിതരായി എന്ന് തോന്നി തുടങ്ങിയിട്ട് കാലമേറെയാ
യിരുന്നു. രണ്ടു മക്കളിൽ രണ്ടു പേരോടും തങ്ങൾ തികച്ചും വ്യത്യസ്ത
മായി പെരുമാറി എന്നവർക്ക് ബോധ്യമുണ്ടായിരുന്നു. പക്ഷേ അവർക്ക്

കുട്ടികളുടെ അപ്പയോട് അത് പറയാനുള്ള ധൈര്യമുണ്ടായിരുന്നില്ല.

സമൂഹത്തിന്റെ ധാർമ്മികത എന്നും അങ്ങനെ തന്നെയായിരുന്നുവ ല്ലോ. ആദ്യമായിട്ട് എന്ത് തുടക്കം കുറിക്കുമ്പോഴും എതിർപ്പുകളുടെ കൂമ്പാരമായിരിക്കും. പിന്നെ പതിയെ അതേ കാര്യം എല്ലാവരും അം ഗീകരിച്ചു കൊള്ളും. ഏറ്റവും മുന്നിൽ നിന്ന് മറ്റുള്ളവർ ചെയ്യുന്നതും ന മുക്ക് കാണാനാവും. ഈ നീണ്ട കാലഘട്ടത്തിൽ അഗ്രഹാരത്തിലും മാറ്റങ്ങൾ വന്നു. എങ്കിലും അന്നത്തെ ആ സാഹചര്യത്തിൽ സിദ്ധി ചെ യ്തത് സമൂഹത്തിനു മുന്നിൽ തെറ്റായിരുന്നു. എങ്കിലും കാലം മായ് ക്കാത്ത മുറിവുകളില്ലല്ലോ?

അലമേലു അപ്പോൾ തന്നെ ഒരു എഴുത്ത് ആ കത്തിലെ വിലാസ ത്തിൽ അവൾക്ക് എഴുതി അയച്ചു. ഒരുപാട് ദിവസത്തെ കാത്തിരിപ്പിന് ശേഷം അന്നൊരു നാൾ അവിടെ ഫോൺ ബെല്ല് മുഴങ്ങി. അലമേലു വേഗം വന്നു ഫോൺ എടുത്തു. അവർ ഹലോ എന്ന് പറഞ്ഞു മറുപടി ക്കായി കാത്തു. അപ്പുറത്ത് കനത്ത നിശ്ശബ്ദത മാത്രമായിരുന്നു. പിന്നെ യും കുറച്ചു നേരം കഴിഞ്ഞപ്പോൾ അലമേലു പതുക്കെ വിളിച്ചു,

'സിദ്ധി...'

അപ്പുറത്തു നിന്ന് ഒരു ദീർഘ നിശ്വാസം ഉതിർന്ന് വീണു.

'അമ്മാ...'

പിന്നെ അത്രയും വർഷത്തെ അകൽച്ചയുടെയും വേദനയുടെയും ഹിമശൈലം പതുക്കെ ഉരുകി ഒലിച്ചു അത് നിലാനദി പോലെ പതു ക്കെ ഒഴുകി. പിന്നെ അത് വൻ വെള്ളച്ചാട്ടത്തെ പോലെ കുതിച്ചു ഒഴു കി തുടങ്ങിയപ്പോൾ അവിടെ പരിഭവവും സങ്കടവും പതുക്കെ മാഞ്ഞു പോയി മാത്രമല്ല ചില നിമിഷങ്ങൾ കൊണ്ട് അവർ ഇരുവരും അവർ ക്കിടയിൽ ഈ കാലമത്രയുമുള്ള പരിഭവം മാത്രമല്ല വേദനയും സന്തോ ഷവുമെല്ലാം പങ്കു വെച്ചു. അവർ തമ്മിൽ ഒരു വിളിയുടെ അകലം മാ ത്രമേയുണ്ടായിരുന്നുള്ളൂ. പേത്തിയും പാട്ടിയും സംസാരിക്കുവാൻ തു ടങ്ങിയപ്പോൾ അവരുടെ മുന്നിൽ ഈ ലോകം തന്നെ തുറന്നു വെച്ച പോലെ അനുഭവപ്പെട്ടു. താൻ കണ്ട സ്വപ്നത്തിന്റെ യഥാർത്ഥ വശം അവൾ പാട്ടിയോട് പറയുമ്പോൾ അവൾക്ക് നൂറ് നാവായിരുന്നു. ഒന്ന് ഒന്നര മണിക്കൂർ സംസാരിച്ച ശേഷം അവൾ പിന്നെ വിളിക്കാമെന്ന് പറ ഞ്ഞു വെക്കുമ്പോൾ വർഷങ്ങളുടെ അകൽച്ച അവർ ഒരുമിച്ച് നടന്നു താണ്ടിയിരുന്നു. ആ പതിവ് എന്നും തുടർന്നു. രാമസ്വാമി അയ്യരും മക ളോട് സംസാരിച്ചു.

ഒരു തെറ്റും എല്ലാകാലവും തെറ്റായി നിലനിൽക്കില്ല, കാലം കടന്നു

പോകുമ്പോൾ അത് ശരിയായി മാറുന്നു. ശരികളിൽ ശരിയായത് ത ന്നെ മാറുന്നതാണ് കാലം! ഒരുപാട് കാലത്തിന് ശേഷം ഒരു വെള്ളി യാഴ്ച്ച അലമേലു താലം നിറയെ രക്തവർണ്ണമുള്ള പൂക്കളെടുത്തു ര ക്തവർണ്ണത്തിലുള്ള പുടവ ചാർത്തി കീഴ്ക്കാവിലേക്ക് പോകുവാൻ തീ രുമാനിച്ചു. മകൾ പോയതിന് ശേഷം അവർ ദേവിയോടും പിണങ്ങി ഇ രിക്കുകയായിരുന്നു. പക്ഷേ അവൾ അന്ന് എത്തുന്നു എന്നറിഞ്ഞതിൽ സന്തോഷിച്ച് അവർ ദേവീ സന്നിധിയിലേക്ക് പുറപ്പെട്ടു. വൈകുന്നേരം അവർ തിരിച്ചു വന്നു വിളക്ക് വെക്കുമ്പോൾ ഉമ്മറത്തു ഒരു കാർ വന്നു നിന്ന്. അതിൽ നിന്ന് വളരെ ആധുനികമായി വേഷവിധാനം ധരിച്ച ഒരു പെൺകുട്ടി ഇറങ്ങി വന്നു. അവളുടെ വരവും നോക്കിയിരുന്ന വീട്ടിലു ള്ളവർ അപ്പോഴേക്കും പുറത്ത് എത്തി. അകത്തേക്ക് നടക്കുമ്പോൾ സി ദ്ധിയുടെ കണ്ണുകൾ നിറഞ്ഞിരുന്നു. പക്ഷേ തന്റെ ജീവിതത്തിൽ തന്റെ സ്വപ്നങ്ങളെ എത്തിപ്പിടിക്കാൻ വേണ്ടി മാതാപിതാക്കളെ വേദനിപ്പിച്ച തിനെക്കുറിച്ച് ഇന്ന് അവൾക്ക് പൂർണ്ണ ബോധ്യമുണ്ട്. ജീവിതം ഒരിക്ക ലും അവസാനിക്കാത്ത പാഠമാണല്ലോ. വീടിന്റെ ഉള്ളിൽ അച്ഛനെ ക ണ്ടപ്പോൾ അവൾ ഓടിപ്പോയി അദ്ദേഹത്തിന്റെ കാൽക്കൽ വീണു. അ ത് കഴിഞ്ഞു പാട്ടിയുടെ അടുത്ത് എത്തിയപ്പോൾ അവൾ ബാഗിൽ നി ന്ന് കശ്മീരിൽ നിന്നുള്ള പഷ്മീന ഷാൾ കൊണ്ട് പുതപ്പിച്ചു അവരെ കെട്ടിപ്പിടിച്ചു നിന്നു. വാക്കുകൾ പാലിക്കപ്പെടുമ്പോൾ അതിന് മേൽത്ത രം മഹത്വം കൽപ്പിക്കപ്പെടുന്നു!

രാവിലെ ഇന്ദുഗോപൻ കുളി കഴിഞ്ഞു വസ്ത്രം മാറ്റി നിൽക്കുമ്പോ ഴാണ് അഴകി വന്നത്. അവനുള്ള ഭക്ഷണം വിളമ്പി മുറിയടിച്ചു വാരി തുടങ്ങുമ്പോൾ എന്നത്തെ പോലെ അന്നും അവർ പുതിയ വിശേഷ ങ്ങൾ അവനോട് പറഞ്ഞു. അവർക്ക് അഗ്രഹാരത്തിൽ നടന്ന കാര്യ ങ്ങൾ അവനോട് പറയാൻ അതീവ താല്പര്യമായിരുന്നു. അവൻ ന ല്ലൊരു കേൾവിക്കാരനായത് കൊണ്ടായിരുന്നു അവർ അവനോട് ഇങ്ങ നെ പറയുന്നത് എന്ന് അവന് തോന്നാറുണ്ട്.

'അഗ്രഹാരത്ത് വിമാനത്തിൽ ജോലി ചെയ്യുന്ന ഒരു പെണ്ണുണ്ട്. അ വൾ വർഷങ്ങൾക്ക് മുൻപ് ജോലിക്കു വേണ്ടി പോയതാണ്, ഇപ്പോൾ തിരിച്ചു വന്നു. അവളെ അച്ചനും അമ്മയും വീട്ടിലേക്കു വിളിച്ചു. ഞാ നും പോയി കണ്ടു. എന്ത് സുന്ദരിയായെന്നോ? പക്ഷേ പണ്ട് ആ കുട്ടി ക്ക് നല്ല നീളൻ മുടിയുണ്ടായിരുന്നു. ഇപ്പൊ അതൊന്നും ഇല്ല. എല്ലാം വെട്ടി എന്നാലും നമ്മുടെ പരിചയത്തിലെ കുട്ടിയല്ലേ, എന്നോടും വർ ത്തമാനം പറഞ്ഞു...'

ഇന്ദുഗോപൻ വളരെ താല്പര്യത്തോടെയാണ് ആ കഥ കേട്ടത്. ജോ ലി ചെയ്യുവാനായി വീടു വിട്ട് പോയ പെൺകുട്ടി അവന് വലിയൊരു അ തിശയമായി. ആ കഥ അവരോട് മുഴുവൻ പറയാൻ ആവശ്യപ്പെട്ടു കൊ ണ്ട് അവൻ ഭക്ഷണം കഴിക്കാൻ ഇരുന്നു. നിറയെ ഉള്ളിയും പച്ചമുള കും ഇഞ്ചിയും കറിവേപ്പിലയും അരിഞ്ഞിട്ടു ഉണ്ടാക്കിയ ഊത്തപ്പവും ചട്ട്ണിയും പൊടിയും സാമ്പാറും നല്ല രുചിയോടെ അവൻ കഴിച്ചു. അ ഴകിയമ്മ കഥ പറഞ്ഞു തീരുമ്പോഴേക്കും അവൻ ഭക്ഷണം തീർത്തിരു ന്നു. കൈ കഴുകി ഓഫീസിലേക്ക് പോകുവാൻ ഇറങ്ങുമ്പോൾ അന്ന് വീണ്ടും ഒരു കത്തു കൂടി എടുത്ത് അവൻ പോക്കറ്റിൽ കരുതി. എത്ര യും വേഗം ആ കത്തുകൾ കൊടുത്തു തീർക്കുവാൻ അവന് തിടുക്കം ഉണ്ടായിരുന്നു.

പോസ്റ്റ്ഓഫീസിൽ നിന്ന് സാധാരണ സമയത്ത് അവൻ ഇറങ്ങി. ഒ രു എഴുത്ത് കൊടുക്കുവാൻ മുന്നിലെ വഴിയിലൂടെ പോകുമ്പോൾ ഗിരി യേട്ടൻ മുന്നിൽ നിൽക്കുന്നു. അവൻ സൈക്കിൾ ഒരു സൈഡിൽ ഒതു ക്കി നിർത്തി ഇറങ്ങി.

'ഗിരിയേട്ടാ എങ്ങോട്ടേക്കാ ?'

'ദാ, ഞാൻ പാടത്തേക്ക് ഇറങ്ങിയതാണ്. കൊയ്ത്താകാറായി. ഇ ത്തവണ നല്ല കതിരൊക്കെയുണ്ട്. നേരത്തെ കൊയ്യണം.'

'ആഹ് അതേതായാലും നന്നായി.'

'അതൊക്കെ പോട്ടെ നിന്റെ വിശേഷം എന്താ? ജോലിയൊക്കെ ഇ ഷ്ടപ്പെട്ടോ? ഈ നാടും നാട്ടുകാരും എങ്ങനെ?'

'ജോലിയും നാടും എല്ലാം ഇഷ്ടമായി ഗിരിയേട്ടാ. ഏട്ടനോട് ഒരു കാ ര്യം പറയാനുണ്ടായിരുന്നു.'

'എന്താ ഇന്ദുഗോപാ?'

'ഞാൻ അച്ഛൻ കൊടുക്കാൻ ബാക്കി വച്ച പഴയ എഴുത്തുകൾ കുറ ച്ചു ആൾക്കാർക്ക് കൊടുത്തു.'

'ഗോപാ ആരെങ്കിലും അതെ പറ്റി അന്വേഷിച്ചു വന്നോ? എന്തെങ്കി ലും പ്രശ്നമുണ്ടായോ?'

'ഇല്ല ഗിരിയേട്ടാ, ആരും ഇതു വരെ എന്നെ അന്വേഷിച്ചു പോസ്റ്റ് ഓ ഫീസിലേക്കോ വീട്ടിലേക്കോ വന്നിട്ടില്ല. പക്ഷേ ഓരോ എഴുത്തു കൊ ടുക്കുമ്പോഴും എന്റെ ഉള്ളിൽ തീയാണ്. കാലം കടന്നു പോയ ആ ക ത്തുകൾ കൊണ്ട് അവർക്ക് ഉപയോഗമുണ്ടോ എന്നറിയില്ല പക്ഷേ ഞാൻ അത് അവരെ ഏൽപ്പിക്കുകയെന്നത് എന്റെ കടമയാണെന്ന് കരുതി കൊ ടുക്കുന്നു. അത് ആർക്കും ഒരു ഉപദ്രവമാകും എന്ന് ഞാൻ വിശ്വസിക്കു

ന്നില്ല.'

'നീ പറയുന്നത് എനിക്ക് മനസ്സിലാവുന്നുണ്ട്. ഇത്രയും വർഷം കഴി
ഞ്ഞു ആ കത്തുകൾക്ക് അവരുടെ ജീവിതത്തിൽ എന്ത് പ്രസക്തിയാ
ണ് ഉള്ളത് എന്ന് എനിക്ക് മനസ്സിലാവുന്നില്ല. ഒരുപക്ഷേ അവർക്ക് ഈ
കത്ത് കിട്ടിയാലും കിട്ടിയില്ലയെങ്കിലും ഒരു പോലെയാണെങ്കിലോ? നീ
അത് വിചാരിച്ചു വിഷമിക്കേണ്ട.'

'ഗിരിയേട്ടാ ഞാനും ഇതൊക്കേ ഒരുപാട് ചിന്തിച്ചതാണ്. പക്ഷേ ഒ
രാളുടെ സ്വന്തമായ സ്വത്ത് നമ്മൾ കൈക്കലാക്കുന്നതിന് തുല്യമാണ്
ആ കത്തുകൾ കൊടുക്കാതെ ഇരിക്കുന്നത്. ഇനി എന്ത് വന്നാലും അ
ത് നേരിടാൻ ഞാൻ തയ്യാറാണ്.'

ആവേശത്തോടെയുള്ള അവന്റെ വർത്തമാനം കേട്ടപ്പോൾ ഗിരിധ
രൻ അവനെ ഒരു നിമിഷം നോക്കി. പിന്നെ തലയാട്ടി. അവൻ യാത്ര പ
റഞ്ഞു മുന്നോട്ടു നീങ്ങി തുടങ്ങിയിരുന്നു. ഗിരിയേട്ടനെ കണ്ടപ്പോൾ അ
വന് വല്ലാത്ത സന്തോഷവും സമാധാനവും അനുഭവപ്പെട്ടു. എന്ത് ഉ
ണ്ടെങ്കിലും ഗിരിയേട്ടൻ കൂടെ ഉണ്ടാവും എന്നൊരു വിശ്വാസം അവന്റെ
മനസ്സിൽ ഉണർന്നു. അന്നത്തെ എഴുത്തുകൾ അവൻ കൊടുത്തിട്ടു നേ
രെ പോസ്റ്റ് ഓഫീസിലേക്ക് പോയി. പിന്നെ നേരെ വീട്ടിലേക്ക് അവൻ
പോയി. വീട്ടിലേക്ക് കയറുന്നതിന് മുൻപ് അവൻ അഗ്രഹാരത്തിൽ ക
യറി കത്ത് കൊടുത്തിട്ട് വരാമെന്ന് കരുതി സൈക്കിൾ അങ്ങോട്ടേക്കു
തിരിച്ചു. അഗ്രഹാരത്തിലേക്ക് കടന്ന് അവൻ മുന്നിൽ ഒരു വശത്തേക്ക്
സൈക്കിൾ ഒതുക്കി പോക്കറ്റിലെ കത്ത് എടുത്ത് നോക്കി.

മണിമേഖല
ഡോർ നമ്പർ: 12
ദേവനിള അഗ്രഹാരം
ദേവാർച്ച
പാലക്കാട്

ഇതിന് മുൻപ് അതിനടുത്ത് ഒരു എഴുത്ത് കൊടുത്തത് അവന് ഓർ
മ്മ വന്നു. അവിടെ അറ്റത്തെ വീടിന്റെ മുന്നിൽ ഉച്ച നേരത്തു എത്തു
മ്പോൾ വാതിൽ തുറന്നു കിടന്നെങ്കിലും ഉമ്മറത്തു ആരും ഉണ്ടായിരു
ന്നില്ല. മുൻവശത്തെ ബെൽ അടിച്ചപ്പോൾ അതിൽ നിന്ന് കിളി നാദം ഉ
തിർന്നു വീണു. സ്വല്പം പ്രായമായൊരു സ്ത്രീ പുറത്തേക്കു വന്നു. ഇ
ന്ദുഗോപൻ അവരുടെ അടുത്ത് ചെന്ന് ആ എഴുത്ത് എടുത്ത് അവരുടെ

കയ്യിൽ കൊടുത്തു.

'പുതിയ പോസ്റ്റ്മാൻ താനേ?'
അവർ ചോദിച്ചു.
'അതെ.'
അത് പറയുമ്പോൾ അവൻ അവരെ നോക്കി ഒന്നു പരിചയഭാവത്തിൽ
ചിരിച്ചു പിന്നെ തിരിഞ്ഞു നടന്നു.

മണിമേഖല

മാമിയാർ അവിടെ അച്ഛന് ഉച്ചഭക്ഷണത്തിനുള്ള ഒരുക്കങ്ങൾ തുട ങ്ങിയിരുന്നു. അങ്ങോട്ടേക്ക് അവൾക്ക് പ്രവേശനമില്ല. മണിമേഖല ത ന്റെ നിറമില്ലാത്ത ചേല ഒന്നു കൂടി വാരി പുതച്ചു അടുക്കളയിൽ ഓടി നടന്നു ഓരോ പണികൾ ചെയ്തു. ഊണ് മേശയിൽ വെള്ളം കൊണ്ട് വെച്ച് ഉള്ളിലേക്ക് വരുമ്പോൾ ഉമ്മറത്തു നിന്ന് അച്ഛന്റെ വിളി കേട്ടു.

'സരസ്വതി ഇങ്കെ വാ.'

'എന്നങ്കെ...' അവർ അങ്ങോട്ട് പോയി.

അപ്പോഴേക്കും ഉമ്മറത്തു നിന്ന് ബെൽ അടിക്കുന്ന സ്വരം കേട്ടു. സരസ്വതിയമ്മാൾ മുന്നിലേക്ക് പോയി. അവിടെ അവരെ കാത്ത് പോ സ്റ്റ്മാൻ നിൽക്കുന്നുണ്ടായിരുന്നു. പുതിയ ആളാണെന്നു അവർക്ക് മന സ്സിലായി. അയാൾ തന്ന എഴുത്ത് നോക്കിയപ്പോൾ അതിൽ മണിമേഖ ലയുടെ പേര് എഴുതിയിരിക്കുന്നു. അവർ ആശ്ചര്യത്തോടെ ആ കത്ത് ഉയർത്തി പിടിച്ചു, പിന്നെ ഉള്ളിലേക്ക് നോക്കി വിളിച്ചു,

'മേഖല ഇതെ പാർ ഉനക്ക് ഒരു ലെറ്റർ... യാർ ലെറ്റർ?'

ഒരു ഞെട്ടലോടെ മണിമേഖല തലയിൽ നിന്ന് ഉതിർന്നു വീണ കാ ശി പട്ടിന്റെ തുമ്പ് വലിച്ചിട്ടു അവൾ അടുക്കളയിൽ ഒതുങ്ങി നിന്നു. അ വിടെ തിട്ടിന്റെ മേലെ എഴുത്ത് വെച്ച് അവർ മാറി നിന്നു. മണിമേഖല അവിടുന്ന് ആ എഴുത്ത് എടുത്ത് ഉള്ളിലേക്ക് നടന്നു. ഏറ്റവും അറ്റത്തു ള്ള ചായിപ്പിലേക്ക് അവർ നടന്നു. ആ ഇറപ്പ് പോലെയുള്ള മുറിയിൽ ത ന്റെ ഒറ്റ ബെഞ്ച് കട്ടിലിൽ തന്റെ ഓലപ്പായയിൽ ഇരുന്നു. അവൾ നോ ക്കി. തനിക്ക് ആരാണ് കത്തെഴുതാനുള്ളത് എന്ന് ആലോചിച്ചു ആ ക ത്തിലേക്ക് നോക്കി അവൾ അതിശയപ്പെട്ടു. ആ കത്ത് അതീവ ശ്രദ്ധ യോടെ അവൾ തുറന്നു. അതിലെ വാചകങ്ങളിലൂടെ അവൾ കണ്ണോടി ച്ചു. അവളുടെ കണ്ണുകൾ നിറഞ്ഞു തുടങ്ങി.

മേഖലയ്ക്ക് അറിയാൻ അമ്മ എഴുതുന്നു,
നിന്നെ പറ്റി ആലോചിക്കുമ്പോൾ എന്നും സങ്കടം മാത്രമാണ്.

നിന്നേയും കുട്ടുവിനെയും പറ്റി പറയാത്ത ഒരു ദിവസം പോലുമില്ല. നീ അയച്ച രണ്ടു കത്തും കിട്ടി. നിന്റെ വിഷമങ്ങൾ ഒന്നും അറിയാതെയല്ല മേഖലാ, ആഞ്ജനേയന്റെ അപ്പ സമ്മതിച്ചു തരുമോ എന്നെനിക്ക് അറിയില്ല. ഇവിടെ നിന്റെ അച്ഛനും അനിയനും നീ ഇവിടെ വരുന്നതിനോട് പൂർണ്ണ യോജിപ്പാണ്. ഈ കത്ത് കിട്ടിയാലുടൻ നീ എത്രയും പെട്ടെന്ന് കുട്ടുവിനെയും കൊണ്ട് വരണം.

ആ വീട്ടിൽ അന്ന് ഉണ്ടായ സംഭവമെല്ലാം ഇപ്പോഴും ഇവിടെ ആരും മറന്നിട്ടില്ല. അങ്ങോട്ട് ഇനി ആരും വരില്ല. നീ എത്രയും പെട്ടെന്ന് ഇ ങ്ങോട്ടേക്കു പോരൂ.

ശിവകാമി

അവർ രണ്ടാവർത്തി വായിച്ചു! അവളുടെ കൈകളിലൂടെ എഴുത്ത് ഊർന്ന് നിലത്തു വീണു. ആ കണ്ണുനീർ പിന്നെ ഒരു പൊട്ടിക്കരച്ചിലാ യി മാറി. മറവിയുടെ നനുത്ത പാട മാറ്റി ജീവിതത്തിലെ ചില ഓർമ്മ കൾ അവളുടെ മുന്നിൽ തെളിഞ്ഞു വന്നു. അങ്ങനെയൊരു തീരുമാന ത്തിലെത്താൻ അവളുടെ അമ്മയ്ക്കും അച്ഛനും ഇത്രയും കാലമെടു ത്തു. അവളുടെ ഓർമ്മകളിൽ പത്ത് വർഷം മുൻപുള്ള ആ ദിവസം കട ന്നു വന്നു. അല്ലെങ്കിലും അതൊന്നും ഓർക്കാത്ത ഒരു ദിവസം പോലു മില്ല. എങ്കിലും ഇന്ന് അവളുടെ മുറിവുകളിൽ നിന്ന് വല്ലാതെ രക്തം പൊടിഞ്ഞു നീറുവാൻ തുടങ്ങിയത് മണിമേഖല അറിഞ്ഞു.

ദേവനിലയിലേക്ക് മണിമേഖല ആദ്യമായി കടന്നു വരുന്നത് ആഞ്ജ ജനേയ ശാസ്ത്രിയുമായുള്ള വിവാഹശേഷമായിരുന്നു. പൂജാദികർമ്മങ്ങ ളിലും ശാസ്ത്രത്തിലും അഗ്രഗണ്യനായ സൂര്യശാസ്ത്രികളുടെ മരുമ കളായി അവൾ അവിടേക്കു വരുമ്പോൾ അവൾക്ക് ചുറ്റും സന്തോഷ ത്തിന്റെ പൂക്കൾ നിറഞ്ഞിരുന്നു. പേർ പോലെ തന്നെ മണിമേഖല അ തീവ സുന്ദരിയായിരുന്നു. നീണ്ട കണ്ണുകളും അതിൽ കറുത്ത ഞാവൽ പഴം പോലെ മനോഹരമായ വലിയ കൃഷ്ണമണികളും, വെളുത്ത നി റവും, മുട്ടറ്റം നീണ്ട മുടിയും അവളുടെ മനോഹാരിത പല മടങ്ങായി വർദ്ധിപ്പിച്ചു. മണിമേഖലയെ പോലെ ഒരു സുന്ദരിയും ഉയർന്ന വിദ്യാ ഭ്യാസവുമുള്ള പെൺകുട്ടിയെ മരുമകളായി ലഭിച്ചതിൽ സുധാസരസ്വ തിയും സന്തുഷ്ടയായിരുന്നു.

കാലം കഴിയവേ മണിമേഖലയ്ക്കും ആഞ്ജനേയനും ഒരു മകൻ ജനിച്ചു. എല്ലാവരും അവനെ കുട്ടു എന്ന് വിളിച്ചു. ജീവിതം അനായാ സേന മുന്നോട്ട് പോകുമ്പോഴാണ് ആ ദുരന്തം അവരുടെ ജീവിതത്തിൽ

105

വന്നു ഭവിച്ചത്. കുട്ടുവിന്റെ മൂന്നാം പിറന്നാളിന്റെ അന്ന് ഉച്ചക്ക് സദ്യ ക ഴിഞ്ഞു ടൗണിലേക്ക് പോയ ആഞ്ജനേയന്റെ ബൈക്ക് ലോറിയിൽ ഇ ടിച്ചു. തലയ്ക്കു പരിക്കേറ്റ് അയാളെ ജില്ലാശുപത്രിയിൽ കൊണ്ട് പോ കുന്നു എന്ന വാർത്ത ലഭിക്കുമ്പോൾ അവൾക്ക് തനിക്ക് ചുറ്റും എന്താ ണ് നടക്കുന്നത് എന്ന് നിശ്ചയമില്ലായിരുന്നു. ആശുപത്രിയിലെ ഐസി യുവിന്റെ മുന്നിൽ അവൾ ജീവച്ഛവമായി കാവലിരുന്നു. ഒരാഴ്ചത്തെ ജീവൻമരണ പോരാട്ടത്തിനു ശേഷം അയാൾ മരണത്തിനു കീഴടങ്ങു മ്പോൾ ആ കുടുംബം വഴിയാധാരമായി. ജീവിതത്തിനു മുന്നിൽ പക ച്ചു നിൽക്കുന്നത് പലരുടെയും കണ്ണ് നനയിപ്പിക്കുന്ന രംഗമായിരുന്നു. ആ ദിവസം അഗ്രഹാരം ശോകമുഖരിതമായിരുന്നു.

ചെറുപ്പക്കാരനായ ആ യുവാവിന്റെ മരണം ആ കുടുംബത്തിന്റെ അടിവേര് തന്നെ ഇളക്കി. കേട്ടവർ കേട്ടവർ ആ ദുരന്തത്തിനു സാക്ഷ്യം വഹിക്കാനെത്തി, വീണ് കിടക്കുന്ന മാതാപിതാക്കളെയും മണിമേഖല യെയും ആശ്വസിപ്പിക്കാനാവാതെ അവർ വിറങ്ങലിച്ചു നിന്നു. മരണാന ന്തരചടങ്ങുകൾ ഓരോന്നായി ഒരു ഭാഗത്ത് നടക്കുമ്പോൾ വീടിന് ഉ ള്ളിൽ അവൾ ബോധമില്ലാതെ കിടക്കുകയായിരുന്നു. അവിടെയുള്ള വ യസ്സായ പാട്ടി അവളെ വിളിച്ചു ഒരു വശത്തേക്ക് കൊണ്ട് പോയി നിറമു ള്ള ചേല മാറ്റി വെളുത്ത കാശി പട്ട് ധരിപ്പിച്ചു. ഭർത്താവ് മരിച്ച സ്ത്രീ കൾക്ക് എന്തിനാണ് നിറമുള്ള പുടവ, ആരെ കാണിക്കാനാണ് ഒരുക്ക ങ്ങൾ, എല്ലാം ഉപേക്ഷിച്ച് വിധവയുടെ നിറമില്ലാത്ത ജീവിതം നയിക്കു വാൻ അന്ന് മുതൽ അവൾ വിധിക്കപ്പെട്ടു. ചുറ്റുമുള്ള വയസ്സായ വിധവ കൾ അവളുടെ കൈകളിൽ നിന്ന് ഓരോ വളകളും അഴിച്ചു മാറ്റി, നെറ്റി യിലെ സിന്ദൂരം മായ്ച്ചു കളഞ്ഞു. അവളുടെ നീണ്ട മുടി നിവർത്തി യിട്ടു.

'അന്ത അമ്പട്ടനെ ഉള്ളെ കൊണ്ട് വാ, മുടി വെട്ടറുത്ക്ക്.' ഏതോ മൊട്ട പാട്ടി പറയുന്നുണ്ടായിരുന്നു.

അഗ്രഹാരത്തിലെ നിയമങ്ങൾ വളരെ കർശനമാണ്. അത് ധിക്കരി ക്കുവാൻ ആർക്കും ധൈര്യമില്ല. എല്ലാ ചിട്ടവട്ടങ്ങളും തെറ്റിക്കാതെ കൃ ത്യമായി പാലിക്കുന്ന ശാസ്ത്രികളുടെ വീട്ടിൽ അതിനൊന്നും ഒരു മുട ക്കവും വരുത്താൻ ആരും തയ്യാറായില്ല. ചെറു പ്രായത്തിലുള്ള മണി മേഖലയുടെ ദുരിതം കാണാനാവാതെ മറ്റുള്ളവർ അകത്ത് മാറി ഇരു ന്നു അവളുടെ ദുർവിധിയോർത്ത് കണ്ണീർ പൊഴിച്ചു. വിധവയുടെ തല മുണ്ഡനം ചെയ്യുവാൻ എത്തിയ അമ്പട്ടൻ സമൃദ്ധമായി ഒഴുകി കിടക്കു ന്ന അവളുടെ മുടിയിൽ കത്തി വെച്ചു. തലയിൽ നിന്ന് വേർപെട്ട് താഴെ

വീണ നീണ്ടു കിടക്കുന്ന തലമുടിയിഴകൾ കറുത്ത നാഗങ്ങളെ പോലെ തോന്നിച്ചു. അവളുടെ രൂപമാറ്റം കണ്ട് അകത്തളത്തിലിരുന്ന പെണ്ണു ങ്ങൾ നടുങ്ങി. അവർ ആ കാഴ്ച കാണാനാവാതെ മുഖം തിരിച്ചു. മരി ച്ച മനസ്സുമായി ഇനി ഒഴുക്കുവാൻ കണ്ണുനീർ ഇല്ലാതെ അവൾ അവിടെ ഇരുന്നു. ചടങ്ങുകൾ കഴിഞ്ഞെങ്കിലും അവൾ തികച്ചും അപരിചിതമാ യൊരു ചുറ്റുപാടിൽ അകപ്പെട്ട അവസ്ഥയിലായിരുന്നു. ഉള്ളിലെ വിശാ ലമായ മുറിയിൽ നിന്ന് പിന്നാമ്പുറത്തുള്ള ഇടുങ്ങിയ മുറിയിലേക്ക് മാറ്റ പ്പെട്ടപ്പോൾ ജീവിതത്തിൽ വരാനിരിക്കുന്ന ദുരന്തങ്ങളുടെ മുന്നോടി ആ യിട്ടവൾക്ക് അനുഭവപ്പെട്ടു. അവളുടെ മുറിയിലേതുപോലെ ജീവിത ത്തിലും ഇരുട്ട് നിറഞ്ഞു നിന്നു. പിന്നീട് അങ്ങോട്ടുള്ള അവളുടെ നാളു കളിലെ ഘനമേറിയ ഇരുട്ടിൽ തപ്പി തടഞ്ഞ് നടക്കുമ്പോൾ വെളിച്ചത്തി ന്റെ കൈത്തിരി നാളവുമായി ആരും അവളെ തേടി വന്നില്ല.

രാവിലെ എണീറ്റു വീട്ടിലെ പണിയൊരുക്കി അവൾ അടുക്കളയിൽ മറഞ്ഞു നിന്നു. കുടുംബത്തിലുള്ളവരുടെ മുന്നിൽ പോലും പെടാതെ അവൾ ഒഴിഞ്ഞു നടന്നു. തന്റെ ദൗർഭാഗ്യത്തിന്റെ നിഴൽ മറ്റുള്ളവരുടെ തലയിൽ വീഴാതെ ഇരിക്കാൻ അവൾ സ്വയം ഒതുങ്ങി. കുടുംബത്തി ലും അഗ്രഹാരത്തിലും ശുഭകാര്യങ്ങൾ നടക്കുമ്പോൾ അവൾ എല്ലാ ത്തിൽ നിന്നും അകറ്റി നിർത്തപ്പെട്ടു. എല്ലാത്തിൽ നിന്നും സ്വയം അക ന്നു നിൽക്കുമ്പോഴും അവളുടെ മനസ്സിൽ ആശയുടെ ഒരു നെയ്തിരി കത്തുന്നുണ്ടായിരുന്നു.

കുട്ടു!

അവളുടെ മകൻ!

കുട്ടു കുറച്ചു വലുതായയപ്പോൾ അവനെ സ്കൂളിൽ ചേർക്കുവാൻ ശാസ്ത്രികൾ തീരുമാനിച്ചു. അതിൽ അവളോട് യാതൊരു വിധത്തിലു ള്ള അഭിപ്രായം ആരായലുമുണ്ടായില്ല. തൊട്ടടുത്തുള്ള സർക്കാർ സ് കൂളിൽ അവൻ പോയി തുടങ്ങിയത് അവൾ പ്രത്യേകിച്ച് വികാരങ്ങൾ ഒന്നുമില്ലാതെ നോക്കി നിന്നു. വിധിയുടെ വിളയാട്ടം പോലെ ജീവിതം വീണ്ടും പല ദുർഘടമായ വഴികളും അവൾക്കായി കാത്തു വെച്ചിരു ന്നു. മകൻ വളരുന്നതിനൊപ്പം അവന്റെ ആഗ്രഹങ്ങളും ആവശ്യങ്ങളും വളർന്നു. അതൊന്നും സാധിച്ചു കൊടുക്കാൻ അവൾക്കായില്ല. അവ ന്റെ ചെറിയ ചെറിയ ആവശ്യങ്ങൾ കണ്ടില്ലെന്ന് നടിക്കുമ്പോൾ അവളു ടെ ഉള്ളം വിങ്ങും.

ആഞ്ജനേയൻ മരിച്ചതിന്റെ ഒരു വർഷം തികയുന്നതിന്റെ അന്ന് അവളുടെ വീട്ടിൽ നിന്നും അച്ഛനും അമ്മയും വന്നിരുന്നു. കുട്ടുവിനെ

കൊണ്ട് ചടങ്ങ് എല്ലാം ചെയ്യിക്കുമ്പോൾ അവൾ വാതിലിനു പിന്നിൽ മ റഞ്ഞു നിന്ന് എല്ലാം നോക്കി കണ്ടു. അടുക്കളയിൽ നിന്ന് മറ്റുള്ളവർ ഓരോന്ന് ഒരുക്കി കൊടുക്കുമ്പോഴും ഉള്ളം തിളച്ചു മറിയുന്ന വികാര ങ്ങൾ ഒതുക്കി തികച്ചും അന്യമായി പോയൊരു ജന്മത്തിന്റെ ശേഷിപ്പ് പോലെ അവൾ സ്വയം തീർത്ത വാത്മീകത്തിൽ ഒതുങ്ങി. ശ്രാദ്ധം ചെ യ്യാൻ ഇരുപത്തിനാല് പേർ ഉണ്ടായിരുന്നു അവളുടെ വീട്ടുകാരും മറ്റു കുടുംബാംഗങ്ങളും എല്ലാവരും വന്നപ്പോൾ അവിടെ നിന്ന് തിരിയാൻ സ്ഥലമില്ലാത്ത പോലെ അനുഭവപ്പെട്ടു. മണിമേഖല തന്റെ മുറിയിൽ ചുരുണ്ടു കൂടി. തന്റെ ജീവിതത്തിൽ കരിനിഴൽ വീഴ്ത്തിയ ആ ദുർദി നം അവളുടെ ഓർമ്മയിൽ നിന്ന് പോകാതെ ഒന്ന് കൂടി പ്രോജ്ജ്വലിച്ചു. അപ്പോഴാണ് ചടങ്ങ് തീർന്നു കുട്ടുവിനു ഇടാനായി ഉടുപ്പ് തിരയുവാൻ അവിടെ എത്തിയ സരസ്വതിപ്പാട്ടി അവളുടെ പെട്ടി തുറന്ന് നോക്കിയ പ്പോൾ അതിൽ അവളുടെ കുറച്ചു വെളുത്ത കാശിപ്പട്ടും കുട്ടുവിന്റെ വ സ്ത്രങ്ങളും കൂടെ അതിനുള്ളിൽ ഒരു ചുവന്ന പട്ടുസാരി അവരുടെ ക ണ്ണിൽ പെട്ടു. ശ്രാദ്ധ ദിനം തന്നെ ഇങ്ങനെയൊന്ന് കണ്ണിൽപ്പെട്ടപ്പോൾ അവർ ഒരു ഞെട്ടലോടെ അത് കയ്യിലെടുത്തു.

'എന്ന മണി, നീ ഇപ്പോതും നിറമുള്ള സേല ഇതുക്കുള്ളിൽ വെച്ചി റുക്കെ? ഒന്നുമേ വെക്ക കൂടാതു.. ഉനക്ക് തെരിയും ലെ ?'

അവരുടെ കയ്യിലെ ചുവന്ന കാഞ്ചിപുരം കണ്ടപ്പോൾ മണിമേഖല തീയിൽ പെട്ടത് പോലെ പുളഞ്ഞു.

തന്റെ വിവാഹ സാരി!

തന്റെ പ്രിയതമന്റെ അവസാന അടയാളം!

ആരും കാണാതെ താൻ സൂക്ഷിച്ചു വെച്ചിരുന്ന ആ പുടവ ആ ദിവ സം തന്നെ മറ്റുള്ളവരുടെ മുന്നിൽ അനാവൃതമായത് അവളെ പറഞ്ഞ റിയിക്കാനാവാത്തവിധം സങ്കടത്തിലാഴ്ത്തി. കൈനീട്ടി ആ ചേല എത്ര യും പെട്ടെന്ന് വാങ്ങി തന്റെ നെഞ്ചോട് ചേർത്ത് അവൾക്കു അവിടുന്ന് ഇറങ്ങി ഓടാൻ തോന്നി. പക്ഷേ അപ്പോഴേക്കും എല്ലാവരും അത് കണ്ട് കഴിഞ്ഞിരുന്നു. ഏറേയും പ്രശ്നമായത് വയസ്സായ ആളുകൾക്കാണ്. വിധവാ വേഷം സ്വീകരിച്ചയുടനെ എല്ലാവരും അവളുടെ വസ്ത്രങ്ങൾ ദാനം കൊടുക്കുവാൻ ആവശ്യപ്പെട്ടു, അതാണ് അവിടുത്തെ കീഴ്വഴ ക്കം. തകർന്ന് മനസ്സും വിചിലിതമായ ചിന്തകളുമായി ഇരിക്കുന്ന അവ ളുടെ മുന്നിൽ ആ നിർദ്ദേശം ഒരു കനത്ത പ്രഹരം പോലെയാണ് അ വൾക്ക് തോന്നിയത്. മനസ്സ് കല്ല് പോലെയാക്കി അവൾ തന്റെ മുന്നിലു ള്ള മുതിർന്നവരുടെ ആജ്ഞ ശിരസാവഹിച്ചു കൊണ്ട് ആ നിർദ്ദേശ

108

ത്തിനു തലയാട്ടി. നിമിഷനേരം കൊണ്ട് ആ അലമാരയിലുള്ള വസ്ത്ര ങ്ങൾ തീർന്നു. കട്ടിലിന്റെ അടിയിൽ ഒരു പെട്ടിയിലായിരുന്നു കുട്ടുവി ന്റെ വസ്ത്രങ്ങൾ വെച്ചിരുന്നത് ആ പെട്ടിയിൽ ഏറ്റവും അടിയിലായിരു ന്നു ഈ കല്യാണസാരി. അത്കൊണ്ട് അന്ന് അതു മാത്രം ആരുടെ യും കണ്ണിൽ പെട്ടില്ല. പിന്നെ വീട്ടിലെ ഏറ്റവും പിൻവശത്തുള്ള നേഴി യിലേക്ക് പറിച്ചു നട്ടപ്പോൾ ആ പെട്ടിയും അവളുടെ മുറിയിലേക്ക് കട ന്നു വന്നു. അന്നുമുതൽ അവളുടെ ജീവിതത്തിലെ ഏക പ്രകാശവും നിറവുമാണ് ആ ചുവന്ന നിറമുള്ള പട്ടുചേല! പലപ്പോഴും ഇരുട്ടിൽ അ വളുടെ കണ്ണുനീർ തുള്ളികൾ തീർക്കുന്ന മഴവില്ലിൽ ജ്വലിച്ചു നിൽക്കു മായിരുന്നു. അവളുടെ സ്വപ്നങ്ങളിൽ ആഞ്ജനേയൻ തെളിഞ്ഞു വരു ന്ന നേരത്ത് ഈ പട്ടു ചേല കെട്ടിപിടിച്ച് അവൾ പൊട്ടി കരയാറുണ്ട്. അത് എന്നും അവൾക്ക് ഒരാശ്രയമാണ്. ഒരുകാലത്തു സുമംഗലിയായി രുന്നതിന്റെ ബാക്കിപത്രമായി ഇപ്പോൾ അവളുടെ കയ്യിൽ അത് മാത്ര മാണ് ഉള്ളത്. ആ ചേലയാണ് ഇപ്പോൾ സരസ്വതി പാട്ടിയുടെ കയ്യിൽ ഒരു തൊണ്ടി സാധനം കണക്ക് പിടിച്ചിരിക്കുന്നത്. മണിമേഖലയ്ക്ക് ചുറ്റും ഇരുട്ട് നിറഞ്ഞു. ഒരു നിമിഷം കൊണ്ട് ആ പ്രശ്നം അവിടെ ആ വീട്ടിൽ ഉള്ള എല്ലാവരുടെയും മുന്നിൽ അവതരിപ്പിക്കപ്പെട്ടു. കുറ്റവാളി യെ പോലെ മണിമേഖല അവിടെ ഉള്ളിൽ നിൽക്കുമ്പോൾ പ്രധാന വേ ദിയിൽ അവൾക്കുള്ള ശിക്ഷാവിധികൾ ഒരുങ്ങുകയായിരുന്നു. എല്ലാ ക ണ്ണുകളും തന്നിലേക്ക് നീളുന്നത് അവൾ അറിഞ്ഞു. ഒരുപാട് ശബ്ദങ്ങ ളും ഒരുപാട് ചോദ്യങ്ങളും അവളുടെ നേരെ ഉയരുന്നത് അവൾ അറി യുന്നുണ്ടായിരുന്നു. അവിടെ കൂടിയിരുന്നു പലവരും പലതും പറഞ്ഞു

'എതുക്കാകെ നീ ഇന്ത പുടവയെ വിട്ടു കൊടുക്ക മാട്ടേൻ? മൊട്ട പാട്ടി നിറമുള്ള സേല പോട കുടാത്. അപ്പുറം ഇന്ത സേലയെ കൈകലെ വെയ്ക്കറത് റൊമ്പ പാവം താനെ?'

അതു കേട്ടപ്പോൾ അടുത്ത ഒരു കാര്യം കൂടി മറ്റൊരാൾ പറഞ്ഞു.

'ഇത് കൈല് വെക്കുമ്പോത് നാമ അതുകാകെ ആസപടറോം എന് ട്ര താനേ അർത്ഥം. ഇതുക്ക് പ്രായശ്ചിത്തം ചെയ്യ വേണ്ടും.'

'ആ... മ ആ.. മ.. ഇന്ത തപ്പ് സെയ്താൽ ഉപവാസം താനെ പ്രായ ശ്ചിത്തം. ഇല്ലെന്നാ വേറെ എന്ന?'

'വിധവകൾക്ക് എല്ലാമേ കടവുൾ താനേ. നമ്മ എത്തിന വാട്ടി ഇങ്കെ പാപം സെയ്താലും അത് അങ്കെ ആഞ്ജനേയനുടെ ആത്മാവുക്ക് താ നെ കഷ്ടം. അവരുക്ക് അങ്കെ കഷ്ടപ്പെടാമൽ ഇറുക്കവേണ്ടുമെൻട്രാൽ ഉപവാസവും ജപവും മുടങ്കാമൽ ഇറുക്ക വേണ്ടും. അതുക്കാകെ താ

നേ നാമ ഇങ്കെ ഇറുക്കൊ .'

തന്റെ വൈധവ്യ ജീവിതത്തിലും പാപം ചെയ്തു കൂട്ടിയ മണിമേഖ ലയ്ക്ക് മുടങ്ങാതെ ഒരു വർഷം ഉപവാസം അനുഷ്ഠിച്ചു പാപപരിഹാ രം തേടുവാൻ നിർദ്ദേശമുണ്ടായി. അതിനെ എതിർക്കുവാൻ ആർക്കും ധൈര്യമുണ്ടായില്ല. പക്ഷേ ആ ചുവന്ന പട്ടു ചേല എടുക്കാൻ മാത്രം ആരും മുന്നോട്ടു വന്നില്ല. ഒരു ദുരന്തമാംഗല്യത്തിന്റെ അവസാനചിഹ്നം പോലെ അതവിടെ തന്നെ കിടന്നു. ഒരു കൊല്ലത്തോളം മണിമേഖലയു ടെ കണ്ണുനീരും നിശ്വാസങ്ങളും ഏറ്റു വാങ്ങി കിടക്കുന്ന ആ ചേല ഒരു ദുശ്ശകുനം പോലെ അവിടെ കിടന്നു. തൊട്ടടുത്ത മുറിയിൽ ഇരിക്കുന്ന മണിമേഖലയുടെ അമ്മയും സുധാസരസ്വതിയും മകളുടെ ഈ ദുർവി ധിയിൽ മനംനൊന്ത് അവിടെ തളർന്നിരുന്നു. പോകുന്ന പോക്കിൽ കുറ ച്ചു പേർ മണിമേഖലയുടെ അമ്മയോട് ഇങ്ങനെയും പറഞ്ഞു,

'ഒരു വിധവ സെയ്യവേണ്ടിയ മര്യാദൈ ഒന്ട്രുമെ മണിമേഖലയ്ക്ക് തെരിയാത്. ഇതെല്ലാം വളർപ്പ് ദോഷം താനേ. അവൾക്ക് ഇനി പട്ടു പു ടവൈ സുത്തി പൊട്ട് പൂവോടെ ഇരുക്കണമാ? അതുക്കും ഇനി അവ തയങ്കലയെ.'

ഈ വാക്കുകൾ അഗ്നിപാതം പോലെ അവരുടെ ചെവികളിൽ ചെ ന്നു വീണു. അടുത്ത് നിൽക്കുന്ന സുധാസരസ്വതിയെ അവർ തളർച്ച യോടെ നോക്കി. അവരും നിർജ്ജീവാവസ്ഥയിൽ നിൽക്കുകയാണ്. എ ങ്കിലും മണിമേഖലയുടെ പക്ഷം പറയാനായി ആരുമുണ്ടായിരുന്നില്ല. ആരും ഒന്നും പറയാതെ നിൽക്കുന്നത് കണ്ടപ്പോൾ മണിമേഖലയുടെ അച്ഛൻ ശാസ്ത്രികളുടെ മുഖത്തേക്ക് നോക്കി. കല്ലിച്ച മുഖഭാവത്തോ ടെ ഇരിക്കുന്ന ശാസ്ത്രികളോട് എന്ത് പറയണം എന്ന് അറിയാതെ അ ദ്ദേഹം അവിടെ നിന്ന് എഴുന്നേറ്റു. അദ്ദേഹം അവിടുന്ന് നടന്നു, അദ്ദേഹ ത്തിനു എന്തൊക്കെയോ പറയാനുണ്ട് പക്ഷേ യാതൊന്നും പറയാൻ പ റ്റുന്നില്ല. വാക്കുകൾ വരുന്നില്ല. അഗ്രഹാരത്തിന്റെ നിയമം അനുസരിച്ച് അവൾ ചെയ്തത് തെറ്റാണോ എന്നായിരുന്നില്ല ആ പിതാവ് ചിന്തിച്ച ത്. അവൾ തന്റെ ഭർത്താവിന്റെ ഒരു ഓർമ്മക്കായി ഒരടയാളം എന്ന നി ലയിൽ കയ്യിൽ കരുതിയ ഒരു വസ്തു ഇന്നവൾക്ക് തീരാശാപമായി മാ റിയത് വേദനയോടെ നോക്കി നിൽക്കേണ്ടി വന്നതിന്റെ കുണ്ഠിതം അ ദ്ദേഹത്തിന്റെ മനസ്സിൽ നുരഞ്ഞു പൊന്തി.

പക്ഷേ ആരോട് പറയാൻ?

മുന്നിൽ നടക്കുന്നതെല്ലാം ശരിയാണ് എന്ന മട്ടിൽ അംഗീകരിച്ചു കൊ ണ്ട് മുന്നിൽ ഇരിക്കുന്ന ശാസ്ത്രികളിൽ നിന്ന് എന്ത് പ്രതീക്ഷിക്കുവാൻ?

അദ്ദേഹം വിഷണ്ണനായി. ഒരു വൻ കുറ്റം ചെയ്ത അപരാധിയെ പോ ലെ അവളെ വിചാരണ ചെയ്തു സായൂജ്യമടഞ്ഞ് ഒരു വശത്തേക്ക് മാ റിയിരിക്കുന്ന പെണ്ണുങ്ങളോട് മറുത്ത് എന്തെങ്കിലും പറയുവാനോ മ ണിമേഖലയ്ക്കു വേണ്ടി വാദിക്കുവാനോ അദ്ദേഹത്തിനു കഴിയാതെ അവിടെ തളർന്നു നിന്നു. ഒരു പിതാവിന് മാത്രം ചിന്തിക്കുവാനും മന സ്സിലാക്കുവാനും കഴിയുന്ന തരത്തിൽ അദ്ദേഹം തന്റെ മകളുടെ അവ സ്ഥ തിരിച്ചറിഞ്ഞു. പക്ഷേ അതുകൊണ്ട് എന്ത് പ്രയോജനം? അദ്ദേ ഹം ഒരു പരാജിതനെ പോലെ കിതച്ചു കൊണ്ട് അവിടെ ചുറ്റും നോ ക്കി. ഒരു സഹായമോ പിന്തുണയൊ നല്കാനുള്ള മനോനില അവിടെ നിന്നിരുന്ന ആരിലുമുണ്ടായിരുന്നില്ല.

'ശാസ്ത്രികളെ, മണിമേഖല ഈ സേല ഭദ്രമാ വൈയ്ത്തതിനാ ലെ അവൾ തന്നുടെ സുട്രുമിറുക്കര മനിതങ്കളെ മര്യാദൈ കുടുക്കാമൽ ഇരുന്താൽ. മാട്രാർക്കും അതുക്കുള്ള വഴി എന്ന വേണ്ട്ര തെരിയവില്ല യെ. ആഞ്ജനേയനുടെ സാവ് ഉങ്കൾക്കിറുക്കര മാതിരി അവളുക്കും താങ്കലയെ. അതുക്ക് അപ്പുറം ഇത്തനയും പെരിയ ദണ്ഡനൈ അവളു ക്ക് കൊടുക്ക വേണുമാ? അവളെ ഒരു കുറ്റവാലിയാക്ക കൂടാത്. ഒരു സേല എടുത്തു വെച്ചത് മട്ടും അവൾ സെയ്ത കുട്രം. അത് പോട്ട് നട ക്കവില്ലെ. വേറ് ഒരു സട്ടങ്കളും അവൾ തവറിയത്തില്ലെ. ഒന്നുമേ സെ യ്യല്ലേ. .അവളോട് കരുണൈ കാട്ട വേണ്ടും.'

ഓരോ വാക്കു പറയുമ്പോഴും അദ്ദേഹം കരച്ചിലിന്റെ വക്കിൽ എ ത്തിയിരുന്നു. പിന്നെയും മണിമേഖലയുടെ അച്ഛന് മകളുടെ പക്ഷത്ത് എന്തൊക്കയോ പറയണമെന്നുണ്ടായിരുന്നു. പക്ഷേ തണുത്തുറഞ്ഞു ഇരിക്കുന്ന ശാസ്ത്രികളുടെ മുഖത്ത് നോക്കിയപ്പോൾ പിന്നെ ഒന്നും പ റയുവാൻ തോന്നിയില്ല. കുറച്ചു കഴിഞ്ഞപ്പോൾ ശാസ്ത്രികൾ പതുക്കെ പക്ഷേ ദൃഢമായ സ്വരത്തിൽ പറഞ്ഞു,

'മണിമേഖല തപ്പ് സെയ്താൽ അവൾ പ്രായശ്ചിതം സെയ്ത് താൻ ആകണം. അതിർക്ക് ബദിൽ കാണ്ടട്ടുമേ, പച്ചതണ്ണി കുടിക്കാമെ അ വൾ ഉപവാസം ഇരിക്കട്ടും. ഇന്ന് കാർത്തിക നാൾ ആക്കും അടുത്ത കാർത്തിക വരേയ്ക്കും ഒരു നാളെക്ക് ഒരു നേരം മട്ടും സാപ്പാട്, ഈ ശരൻമാരോട് അവൾ സെഞ്ച തപ്പുക്ക് മന്നിപ്പ് കേട്ട് ഒരു മാദം ഉപവാ സം ഇരുക്കട്ടുമെ.'

ശാസ്ത്രികൾ പറഞ്ഞു നിർത്തി. തിരുവായ്ക്ക് എതിർവായ് ഇല്ല എ ന്ന പോലെ ആ തീരുമാനം കേട്ടപ്പോൾ ആരും ഒരെതിരഭിപ്രായവും പ റഞ്ഞില്ല, മറിച്ചു അത് ശരിവെയ്ക്കുന്ന പോലെ ഒരു മുറുമുറുപ്പ് ഉയർ

ന്നു വന്നു. മണിമേഖലയുടെ അച്ഛനിൽ ഒരു നടുക്കം പെയ്തിറങ്ങി. ഒ രു മാസം ഒരു നേരം മാത്രം ഭക്ഷണം കഴിച്ചു തന്റെ തെറ്റിന് മാപ്പ് അ പേക്ഷിച്ചു ഇരിക്കുവാൻ മകൾക്ക് ശിക്ഷ വിധിച്ചിരിക്കുന്നു. തലയുയർ ത്തി അതൊന്ന് ചോദ്യം ചെയ്യാനുള്ള ത്രാണി പോലും അദ്ദേഹത്തിനു നഷ്ടപ്പെട്ടിരുന്നു.

മണിമേഖലയുടെ മുറിയിലേക്ക് അദ്ദേഹം വേച്ചു വേച്ചു നടന്നു. പ്ര ധാനമുറിയിൽ നിന്നു മാറി പുറകു വശത്തെ നേഴിയിലേക്ക് നടക്കുമ്പോൾ അവിടുത്തെ ഇരുട്ടുമായി ആ പിതാവിന്റെ കണ്ണുകൾ പൊരുത്തപ്പെടാ നാവാതെ പിടഞ്ഞു. അദ്ദേഹത്തിന്റെ ഉള്ള് തേങ്ങി ഈ കട്ടപിടിച്ച ഇരു ട്ടും തണുപ്പും നിറഞ്ഞ മുറിയിൽ അതിലേറെ ഇരുൾ നിറഞ്ഞ ജീവിതം തള്ളി നിക്കേണ്ട ഗതികേടിൽ ജീവിക്കുന്ന മകളുടെ കാര്യം ആലോചി ച്ചപ്പോൾ അദ്ദേഹം നടുങ്ങി. ഉള്ളിലേക്ക് നോക്കിയപ്പോൾ ഒരു ശുഷ്കി ച്ച് ഇരുണ്ട രൂപം ഒരു മൂലയിൽ ചടഞ്ഞു കൂടി ഇരിക്കുന്നത് അദ്ദേഹം കണ്ടു. പുറത്തേക്ക് വന്ന തേങ്ങൽ കടിച്ചമർത്തി അദ്ദേഹം അവിടെ നി ന്നു. അപ്പോൾ അദ്ദേഹത്തിന്റെ സാന്നിധ്യം മനസ്സിലാക്കിയ പോലെ മ ണിമേഖല മുഖം ഉയർത്തി.

'അപ്പാ'

തലയുയർത്തി നോക്കിയ മണിമേഖലയുടെ നാവിൽ നിന്ന് അറിയാ തെ ആ വാക്കുകൾ വീണത് കേട്ട് അവളുടെ അമ്മ വാതിലേക്ക് നോ ക്കി. അന്ന് അവിടെ നടന്ന സംഭവങ്ങൾ അവരും കരച്ചിലിന്റെ വക്കിലാ യിരുന്നു. അവർ എഴുന്നേറ്റ് വാതിൽക്കൽ നിൽക്കുന്ന അദ്ദേഹത്തിന്റെ അടുത്തേക്ക് നീങ്ങി നിന്നു.

'ഇനി എന്ത്?' അദ്ദേഹത്തിന്റെ മുഖത്ത് ആ ഭാവവും നാവിൽ ആ ചോദ്യവുമായിരുന്നു. എത്രയും പെട്ടെന്ന് അവിടുന്നു പോകണമെന്നാ യിരുന്നു അവരുടെ ആഗ്രഹം.

പക്ഷേ മകൾ!

അവളെ ആ നരകത്തിൽ വിട്ടു പോകാൻ പറ്റാതെ അവർ വിഷമിച്ചു. പക്ഷേ അവിടെ നിൽക്കുവാനും കഴിയില്ല. കഠിനമായ ഉപവാസം കഴി യുമ്പോൾ മകളുടെ ആരോഗ്യം ക്ഷയിക്കുമെന്ന് അവർക്ക് ഉറപ്പുണ്ടായി രുന്നു. അന്ന് അച്ഛനും അമ്മയും അവിടുന്ന് ഇറങ്ങുമ്പോൾ എത്രയും വേഗം അവിടുന്ന് ഇറങ്ങി അവരോടൊപ്പം പോകുവാൻ അവളുടെ ഉ ള്ളം പിടക്കുകയായിരുന്നു. പക്ഷേ ആ കാരാഗൃഹത്തിൽ നിന്ന് അവൾ ക്ക് മോചനമില്ലാത്തതിനാൽ അവൾ പിടഞ്ഞു. ജീവിതത്തിന്റെ ഓരോ കണികയിലും വേദന നിറച്ചു അവൾ അവിടെ തന്നെ നില കൊണ്ടു.

കുട്ടുവിന് വേണ്ടി.

എല്ലാ പ്രതിസന്ധിഘട്ടത്തിലും അവൾ ശക്തിനേടി പൊരുതുവാൻ തുനിഞ്ഞില്ല പക്ഷേ അതിൽ നിന്ന് അവൾ സ്വന്തം മനസ്സിനെ ശിലയാ ക്കി മാറ്റി ഈ കാലമത്രയും കഴിച്ചു കൂട്ടി. അന്നത്തെ ആ സംഭവത്തി നു ശേഷം അവൾക്കു സ്വന്തം വീട്ടിൽ നിന്നുപോലും ഒരു പിന്തുണയും ലഭിച്ചില്ല എന്ന് ഖേദമുണ്ടായിരുന്നു. പക്ഷേ പ്രതാപിയായ ശാസ്ത്രിക ളുടെ മുന്നിൽ വന്നു നിന്നു സംസാരിക്കാൻ അച്ഛൻ ഒരിക്കലും മുതിരി ല്ല എന്നവൾക്ക് അറിയാമായിരുന്നു. അച്ഛന് ആഗ്രഹമില്ലാഞ്ഞിട്ടല്ല അ ത് അദ്ദേഹത്തിനു സാധിക്കാത്തത് കൊണ്ടാണ് എന്ന് അവൾക്ക് നന്നാ യി അറിയാമായിരുന്നു. മകന്റെ വിദ്യാഭ്യാസമായിരുന്നു അവളുടെ പ്ര ധാന ലക്ഷ്യം അതവൻ നേടുന്നതിൽ ഒട്ടും പിറകിലല്ലായിരുന്നു. ഇ പ്പോൾ ഇത്രയും കാലത്തിനു ശേഷം അമ്മ വീട്ടിലേക്ക് വിളിച്ചിരിക്കു ന്നു. അവളുടെ സങ്കടം അണ പൊട്ടിയൊഴുകി. പുറകിൽ നിന്ന് വരുന്ന സ്വരം കേട്ട് സുധാസരസ്വതി അങ്ങോട്ട് വന്നു.

'മേഖലാ, എന്നാച്ച്? ഉനക്ക് എന്നാച്ച്?' അവർ വീണ്ടും വീണ്ടും അത് ചോദിച്ചു മുന്നോട്ടു വന്നു.

സുധാസരസ്വതിയുടെ വാക്കുകൾ കേട്ടപ്പോൾ അവൾ മുഖം തുടച്ചു എണീറ്റ് വന്നു. പിന്നെ ആ കത്ത് എടുത്ത് അവരുടെ കയ്യിൽ കൊടു ത്തു. സുധാസരസ്വതി ആ കത്തിലേക്കും അവളെയും മാറി മാറി നോ ക്കി പിന്നെ അത് വായിക്കുവാൻ തുടങ്ങി. അവരുടെ മുഖം വിവർണ്ണമാ വുന്നത് കണ്ടു.

'എന്ന മേഖലാ ഉനക്ക് അങ്കെ പോകണമാ?'

അവരുടെ ചോദ്യത്തിൽ വേദന നിറഞ്ഞു നിൽക്കുന്നത് അവൾക്ക് മനസിലായി.

പെട്ടെന്ന് മുഖം ഉയർത്തി നോക്കിയ അവൾക്ക് അലിവോടെ തന്നെ നോക്കി നിൽക്കുന്ന സുധയെ കണ്ടപ്പോൾ അതിശയമായി.

'മേഖലാ നീ ഞങ്ങൾക്ക് ആഞ്ജനേയൻ തന്നെയാണ്, അവന്റെ ഭാ ര്യയും മകനും അവന് തുല്യമാണ്. ഞങ്ങൾക്ക് നീ മാത്രമേയുള്ളൂ. മറു ത്തൊന്നും പറയേണ്ട. നീ'

അർധോക്തിയിൽ അവർ നിർത്തിയപ്പോൾ ഒരു തരം അവശ്വസനീ യതയോടെ അവൾ അവരെ നോക്കി. ജീവിതം ഇങ്ങനെയൊരു ദിവസം കൂടി മുന്നിൽ കൊണ്ടു തരുമെന്ന് അവൾ ഒരിക്കലും വിചാരിച്ചില്ല. ജീ വിതയാത്രയിൽ സങ്കല്പത്തിനു വിപരീതമായി പലതും സംഭവിക്കുമെ ന്ന് അവൾക്ക് അന്ന് തിരിച്ചറിഞ്ഞു. ഇത്രയും നീണ്ട കാലയളവിൽ അ

വൾ അനുഭവിച്ച യാതനകൾക്ക് മുന്നിൽ ഇതൊന്നും ഒരു പ്രാധാന്യമർ ഹിക്കുന്നില്ല എന്നവൾക്ക് അറിയാം. ഇപ്പോഴുള്ള ഈ മാറ്റം ഏതു വിധ ത്തിലും അവളുടെ ജീവിതത്തിലുണ്ടായ നഷ്ടം നികത്താനാവില്ല എന്ന് ആരെക്കാളും കൂടുതൽ അവൾക്കറിയാം. അവൾ മുറിയിൽ നിന്നെണീ റ്റ് പുറത്തേക്ക് വരുമ്പോഴേക്കും സുധാസരസ്വതി ശാസ്ത്രികളോട് ഈ കാര്യം പറഞ്ഞു കഴിഞ്ഞിരുന്നു. അവിടെ അപ്പോഴേക്കും ഒരു മൂകത പ രന്നു കഴിഞ്ഞിരുന്നു. പത്ത് വർഷങ്ങൾക്ക് ഇപ്പുറം ശാസ്ത്രികൾക്ക് പ ഴയ ആരോഗ്യവും, തന്റേടവും കൈമോശം വന്നിരിക്കുന്നു. അന്ന് രോ ഷവും വിദ്വേഷവും ശാസ്ത്രികളുടെ മുഖമുദ്രയായിരുന്നുവെങ്കിൽ ഇ ന്ന് വാർദ്ധക്യത്തിന്റെ തളർച്ചയും നിസ്സഹായാവസ്ഥയുമാണ് അദ്ദേഹ ത്തിനു കൂട്ട്. അച്ഛന്റെ തനി പകർപ്പായി വളർന്നു വരുന്ന കുട്ടു ഇന്നവർ ക്ക് ഒരു ആശ്രയവും ആശ്വാസവുമാണ്. ഉള്ളിൽ സ്വയം ഉൾവലിഞ്ഞു കാലം തീർക്കുന്ന മണിമേഖലയുടെ പുറത്തേക്കുള്ള ജാലകം തന്നെ കുട്ടുവാണ്. ആ കത്ത് വന്നതിനു ശേഷം അവളിൽ ഉണ്ടായ മാറ്റം സു ധാസരസ്വതിയും ശാസ്ത്രികളും മനസ്സിലാക്കിയിരുന്നു. അഗ്രഹാരത്തി ലെ കടുത്ത ചിട്ടകൾ ഈ കാലം കൊണ്ടു മാറിക്കഴിഞ്ഞിരുന്നു. ഇ പ്പോൾ വിധവകൾ മൊട്ടയടിക്കാറില്ല വെള്ള കാശിപ്പട്ട് ചുറ്റാറില്ല. എ ന്നാൽ തന്നോട് ചെയ്ത അക്രമത്തിന്റെ നേർസാക്ഷിയായി ഇന്നും മ ണിമേഖല മൊട്ടയടിച്ച തലയും കഞ്ഞിപ്പശമുക്കിയ കാശിപട്ടു ധരിച്ചും നടന്നു. ആഴ്ചയിലെ മിക്കവാറും ദിവസങ്ങൾ വ്രതം നോൽക്കുന്നതും അവൾ തെറ്റിക്കാറില്ല. ഒരിക്കൽ കുട്ടു ചോദിച്ചു,

'അമ്മ മട്ടും ഏതുക്ക് മൊട്ട അടിക്കത്, ഇങ്കെ യാരും ഇന്ത മാതിരി ഇല്ലയെ? അമ്മാ നീ ഏതുക്ക് എപ്പോതും വ്രതം എടുക്കറേ?'

അപ്പോൾ അവൾ പറയും, 'അപ്പ സൊറകത്തുക്ക് ഒരു പ്രച്ചിനവുമി ല്ലതെ ഇറക്കതുക്ക് നാങ്കൾ വ്രതം എടുക്ക വേണ്ടിയത് താനേ   പ്രാർ ത്ഥനൈ സെയ്യവേണ്ടും.'

കണ്ംമിടറി അത് പറയുമ്പോൾ അവൾക്ക് അതൊരു ഓർമ്മപ്പെടു ത്തൽ കൂടിയായിരുന്നു.

തന്റെ അസ്തിത്വത്തെക്കുറിച്ച്, തന്റെ ദൗത്യത്തെക്കുറിച്ച് അവൾ സ്വ യം തന്റെ അവസ്ഥ ബോധ്യപ്പെടുത്തി നടന്നു തീർത്ത നീണ്ട പത്ത് വർഷങ്ങളെക്കുറിച്ച്!

പക്ഷേ ഇന്നവൾക്ക് മുന്നിൽ പുതിയൊരു ഒരു വഴി തെളിഞ്ഞു വന്ന പ്പോൾ ആർക്കും അതിനെയെതിർക്കാൻ ശക്തിയില്ലാത്തത് പോലെ തോ ന്നി. അന്ന് വൈകുന്നേരം വരെ അവളോട് പിന്നെ ആരും ഒന്നും പറ

ഞ്ഞില്ല. ഉമ്മറത്തെ കസേരയിൽ നിന്ന് എണീക്കാതെ ശാസ്ത്രികൾ അന്നേ ദിവസം കഴിച്ചു കൂട്ടി. പിറ്റേന്നും അതാവർത്തിച്ചപ്പോൾ അവൾ ക്ക് ഒരു പകരം വീട്ടലല്ല മറിച്ച് തന്റെ സ്വത്വത്തിനെ എതിർത്ത ഒരു വി ഭാഗത്തിന്റെ ദയനീയമായ പതനമാണ് അവൾക്ക് കാണാനായത്. അ ന്ന് സുധാസരസ്വതി മണിമേഖലയോട് ചോദിച്ചു,

'നീ എന്ന മുടിവ് എടുത്താച്ച് മേഖല?'

അതു കേട്ട് അവൾ ഒന്നും മിണ്ടിയില്ല. അവർ വീണ്ടും പറഞ്ഞു,

'നീ എങ്കളെ വിട്ട് പോക വേണാ. നാങ്കൾ രണ്ട് ആണ്മാക്കളെ വിട്ട് നീ പോക കൂടാത്. ഉന്നെ മട്ടും പാർത്ത് നാങ്കൾ ഇറുക്കൊ. ഉലകത്തു ക്ക് മുന്നാടി നീയും കുട്ടുവും എങ്കളുടെ കൂടെ ആക്കും. ആനാൽ ഉങ്ക ളെ പാർത്തു ആക്കും നാങ്കൾ വാഴ്ന്ന് കൊണ്ട് ഇരിക്കറോ. നീ എങ്കളെ വിട്ട് പോകാതമ്മ'

അവസാനവാക്കുകൾ പറയുമ്പോൾ അവർ കരയുകയായിരുന്നു.

അന്ന് ഏറെ കാലത്തിനു ശേഷം അവളിൽ ഒരു തണുത്ത മഴ പെയ് തിറങ്ങി. സ്നേഹത്തിന്റെ ഉള്ളുറവകൾ തുറക്കപ്പെടുന്നു, അവർ തന്നെ സ്നേഹിക്കുന്നു എന്ന തിരിച്ചറിവ് അവളിൽ ചെറുതല്ലാത്ത ഒരു അവി ശ്വസനീയത നിറച്ചു. വൈധവ്യ ജീവിതത്തിന്റെ കയ്പ്പനീർ ആവോളം കുടിച്ചവൾക്ക് അതൊന്നുമൊരിക്കലും മറക്കുവാൻ സാധിക്കുമായിരുന്നി ല്ല. ഓരോ ദിവസവും കൊഴിഞ്ഞു വീഴുമ്പോഴും അവൾ തന്റെ മനസ്സി ലുള്ള ഒരുപാട് ചോദ്യങ്ങൾക്ക് ഉത്തരം കണ്ടുപിടിക്കാൻ ശ്രമിച്ചു. വൈ ധവ്യം സമ്മാനിച്ച ജീവിതം എവിടെയാണെങ്കിലും അവൾക്ക് ഒന്ന് ത ന്നെയാണ്. ജീവിതം ഇനി മാറാൻ പോകുന്നില്ല. പക്ഷേ തനിക്ക് ഒരു മാറ്റം കൊണ്ടു വരാൻ ആവുമോ എന്നും അറിയില്ല. അഗ്രഹാരത്തിലെ മാറ്റങ്ങൾ അവളും അറിയുന്നുണ്ടായിരുന്നു. അവൾക്ക് ശേഷം ആ അ ഗ്രഹാരത്തിൽ ആരും വിധവകളായിട്ടില്ല. പക്ഷേ മറ്റുള്ളവരിൽ നിന്ന് മു ടി അറുക്കാത്ത നിറമുള്ള വസ്ത്രം ധരിക്കുന്ന വിധവകളെ പറ്റി അവ ളും കേട്ടിരുന്നു. ഇപ്പോൾ ആരും 'മൊട്ടപ്പാട്ടി'കൾ അല്ല. മണിമേഖലയു ടെ മനസ്സിൽ ഒരു ഹൃദയം പൊള്ളുന്ന ചിരി വിരിഞ്ഞു. ഇന്നും ആ ദിന ങ്ങൾ ഓർക്കുമ്പോൾ അവൾക്ക് നോവും. ഹൃദയം വല്ലാതെ പിടയും. പിന്നെ പിന്നെ അവൾ ഒന്നും ഓർക്കാതെയായി. അവളുടെ ദിനചര്യ യിൽ മുഴുകി.

അന്ന് ഒരുപാട് നാളുകൾക്ക് ശേഷം അവൾ അമ്മയോട് തനിക്ക് അ മ്പലത്തിൽ പോയി തൊഴണം എന്ന് പറഞ്ഞപ്പോൾ അവർ അവളോട് കൂടെ താനും വരാം എന്ന് പറഞ്ഞു. എല്ലാവരും തൊഴുത് കഴിഞ്ഞു

115

പോകുന്ന നേരത്ത് കോവിലിലേക്ക് തൊഴാൻ രണ്ടുപേരും കയറി ചെ
ന്നു. ആ സമയമായിരുന്നു വിധവകൾക്ക് പണ്ട് മുതലെ ക്ഷേത്രം തൊ
ഴാൻ സമയം നിശ്ചയിച്ചിരുന്നത്. ഇന്നും ആ നിയമം തെറ്റിക്കുവാൻ അ
വർ ഒരുക്കമായിരുന്നില്ല.

കോവിലിൽ ചെന്ന് കയറി തൊഴുതു തിരിച്ചു വരുമ്പോൾ അവർ ആ
കാഴ്ച കണ്ടത്! ചുവന്ന തീ ജ്വാലയുടെ നിറമണിഞ്ഞ സ്ത്രീകൾ ആ
വഴിയിലൂടെ വരുന്നു ഏവരുടെയും കയ്യിൽ ഓരോ താലവുമുണ്ട് അ
തിൽ ചുവന്ന നിറത്തിലുള്ള കുങ്കുമവും, തെച്ചിയും ചെമ്പരത്തിയും
നിറഞ്ഞിരിക്കുന്നു. അവരെ കണ്ടപ്പോൾ എല്ലാവരും മാറി നിന്ന് അവർ
ക്കായി വഴി കൊടുത്തു. അപ്പോഴേക്കും മണിമേഖലയും സുധാസര
സ്വതിയും അവർക്ക് മുന്നിൽ എത്തിയിരുന്നു. പതുക്കെ നടന്ന് നീങ്ങു
ന്ന അവർ തങ്ങളുടെ വീടുകളിലേക്ക് പോകുന്നത് നോക്കി അവർ നി
ന്നു. പിന്നെ എന്തോ ഓർത്തത് പോലെ അവർ കുറച്ചു നേരം അവിടെ
നിന്നു. മുന്നോട്ട് നടന്നു തുടങ്ങിയ സുധ അവളെ തിരിഞ്ഞു നോക്കി,
പിന്നെ അവളെ വിളിച്ചു.

'മേഖലാ വാ, നാമ പോലാം...'

അവൾ അവർക്ക് പിറകെ നടന്നു നീങ്ങി. എന്തൊക്കയോ ഓർമ്മ
കൾ അവളുടെ മനസ്സിൽ ഉയർന്നു പൊങ്ങി. വിവാഹിതയായി ഈ അ
ഗ്രഹാരത്തിൽ എത്തിയപ്പോൾ ഒരിക്കൽ അവൾ സുധയോടൊപ്പം കീഴ്
ക്കാവിൽ പോയിരുന്നു. അന്ന് അവൾ തന്റെ കല്യാണസാരി ഉടുത്താ
ണ് അങ്ങോട്ട് പോയത്. ചുവന്ന പട്ടിൽ അവളൊരു ദേവതയാണെന്ന്
തോന്നി. അന്നത്തെ ഓർമ്മകൾക്ക് ഇപ്പോൾ സുഗന്ധമില്ലാതെയായിരി
ക്കുന്നു. അത് വല്ലാത്ത നോവും നീറ്റലുമുണർത്തുന്ന ഒരു ഓർമ്മയായി
രുന്നു. അവളുടെ കൺകോണുകളിൽ നിന്ന് കണ്ണുനീർ അടർന്നു വീ
ണു. തിരിച്ചു നടക്കുമ്പോൾ സുധയും ഇതു തന്നെയാണ് ഓർത്തത്.
അന്ന് വീട്ടിലെത്തി കുറച്ചു കഴിഞ്ഞപ്പോൾ സുധാസരസ്വതി ഉള്ളിലെ
മുറിയിൽ നിൽക്കുന്ന മണി മേഖലയുടെ അടുത്തെത്തി അവളോട് ചോ
ദിച്ചു,

'നീ എന്ന മുടിവ് എടുത്താച്ച്?'

'എന്ത് അമ്മാ?' അവൾ പതുക്കെ ചോദിച്ചു

'അല്ല വീട്ടിലേക്ക് പോകുന്നതിന് പറ്റി. ഉന്നുടെ അമ്മ പറഞ്ഞത് ശ
രിയാണോ അല്ലയോ എന്നല്ല, നിനക്ക് എവിടെ വേണമെങ്കിലും താമ
സിക്കാം. ഞങ്ങൾക്ക് ഇനി കുട്ടുവും നീയും മട്ടും ഉള്ളു, ബാക്കി ഉന്നു
ടെ ഇഷ്ടം.'

അതു പറഞ്ഞു അവർ തിരിഞ്ഞു നടക്കുമ്പോൾ കണ്ണുകൾ തുടി ക്കുന്നുണ്ടായിരുന്നു.

'അമ്മേ എനിക്ക് വീട്ടിലേക്ക് ഒന്ന് കത്തയക്കണം ' അവൾ പറഞ്ഞു.

സുധാസരസ്വതി ഒന്നും പറയാതെ ഉമ്മറത്തു പോയി എഴുതുവാനു ള്ള കടലാസും കവറും എടുത്തു കൊണ്ടു വന്നു അവൾക്ക് കൊടു ത്തു. പിന്നെ അവൾ മുറിയിലേക്ക് നടന്നു സുധാസരസ്വതി അടുക്കള യിലേക്കും നടന്നു. മനസ്സിലെ സംഘർഷം കാരണം സുധയുടേയും ഹൃ ദയതാളം തെറ്റിത്തുടങ്ങി. അന്ന് വൈകുന്നേരം ശാസ്ത്രികൾ മേഖല യെ ഉമ്മറത്തേക്ക് വിളിച്ചു. കാലങ്ങളായി അവൾ അച്ഛന്റെ മുന്നിൽ ചെ ന്ന് നിന്നിട്ട്. ഇപ്പോൾ എന്തിനാണ് വിളിപ്പിക്കുന്നത്?

അവൾ വിഹ്വലതയോടെ മുന്നോട്ടു നടന്നു. ഉമ്മറത്തെ വാതിലിനു പിറകിൽ നിന്നപ്പോൾ ഉമ്മറത്തെ ചാരു കസേരയിൽ കിടന്നു കൊണ്ടു അദ്ദേഹം പറഞ്ഞു,

'മേഖലാ, ഉനക്ക് അമ്മാവോടെ ലെറ്റർ വന്തിറിച്ച് എന്ന് സുധ സൊ ല്ലിയാച്ച്, അവങ്ക വീട്ടുക്ക് ഉനൈ കുപ്പിട്ടേൻ എന്ട്റും സൊല്ലിയാച്ച്. ഉനക്ക് അങ്കെ പോകണം എന്ന് എതിർപാർക്കലയേ. ഉനക്ക് ഇങ്കെ നിറ യെ സിറമം ഇറുക്ക് എന്ന് എനക്ക് തെരിയും നാങ്കളും ഉനൈ നിറയെ തൊന്തരവ് പണ്ണിയിറക്ക്. നാൻ സെഞ്ചത് തപ്പാ സരിയാന്ന് കൂട എന ക്ക് തെരിയാത്. ആഞ്ജനേയൻ പോയതുക്ക് അപ്പുറം എങ്കൾക്ക് നീ യും കൂട്ടുവും മട്ടും ഇറുക്ക്. ബാക്കി ഉന്നുടെ വിരുപ്പം. നല്ല പടിയാ യോ സന സെഞ്ച് നീ ഒരു മുടിവ് എട്.'

അദ്ദേഹം അത് പറഞ്ഞു നിർത്തുമ്പോൾ വല്ലാതെ കിതയ്ക്കാൻ തു ടങ്ങി. മേഖല ഒന്നും മിണ്ടാതെ അവിടെ നിന്നു. അദ്ദേഹത്തിന്റെ വാക്കു കൾ അവളിൽ ഒരായിരം ഓർമ്മകൾ നിറച്ചു. അവൾ പതുക്കെ അടുക്ക ളയിൽ പിൻവാങ്ങുമ്പോൾ പുറകിൽ നിന്ന് സുധാലക്ഷ്മി അവളെ വി ളിച്ചു.

'ഇന്താ ഇത് വയ്. ഇത്തന കാലം ഉനക്കാകെ നാൻ ഇത് എടുത്തു വെയ്ത്ത്. ഇനി ഇത് ഉൻ കയ്യിലിരിക്കട്ടുമേ. ഇതു ഉന്നുടെതാക്കും യാ രും ഇത് വാങ്കി കൊണ്ടു പോകമാട്ടെ. ഭദ്രമായി വെച്ചുക്കൊ.'

അതു പറഞ്ഞു അവർ കൈയിലുള്ള ഒരു മഞ്ഞ സഞ്ചി അവളുടെ കയ്യിൽ വെച്ചു കൊടുത്തു. മേഖല ആ സഞ്ചി അതിശയത്തോടെ നോ ക്കി. അവൾ ആ പൊതി പതിയെ തുറന്നു നോക്കി. അതിൽ ചുവന്ന ഒ രു പട്ടു സാരി ഇരിക്കുന്നു. അവളുടെ കണ്ണുകളിൽ ഇരുട്ട് നിറഞ്ഞു. അവളുടെ കല്യാണസാരി..

ആ ചുവന്ന പട്ടു പുടവ അവളുടെ കയ്യിലിരുന്ന് വിറച്ചു. കൈകൾ ചുട്ടു നീറി. അന്നത്തെ ആ ഓർമ്മകൾ പോലും അവളെ ഞെട്ടി വിറപ്പി ക്കുന്നവയായിരുന്നു. ആ ഒരു ദിവസത്തെ സംഭവങ്ങൾ പിന്നീടുള്ള ജീ വിതം മുഴുവൻ അവളെ ശാപം പോലെ പിന്തുടർന്നു. അവളുടെ ജീവി തത്തിലെ ഏറ്റവും മനോഹരമായ ദിവസത്തിന്റെ ഓർമ്മകളും അതു പോലെ ഏറ്റവും വേദനയുണ്ടാക്കിയ ഓർമ്മകളും ആ പുടവയുമായി കെട്ടുപിണഞ്ഞു കിടക്കുന്നു എന്നത് ഒരു വിരോധാഭാസം പോലെ അ വൾക്ക് തോന്നി. ആ ചുഴിയിൽ പെട്ട് അവൾ വല്ലാതെ പിടഞ്ഞു. അവ ളുടെ ഉള്ളിലെ നീറ്റൽ ഒരു വിങ്ങലായി പുറത്തേക്ക് വന്നു. കരച്ചിലിന്റെ ചീളുകൾ പുറത്തേക്ക് വരാതെയിരിക്കുവാൻ വേണ്ടി പണിപ്പെടുമ്പോൾ അവൾ തളർന്നു തുടങ്ങി. ആ പൊതിയുമായി അവൾ മുറിയിലേക്ക് നട ക്കുവാൻ തുടങ്ങിയപ്പോൾ അവൾ ഒരു കാര്യം ഓർക്കുകയായിരുന്നു ഇ ത്രയും കാലം അമ്മ ഈ പുടവ തനിക്കു വേണ്ടി കാത്തു സൂക്ഷിച്ചോ? അവർ തന്നെ പറ്റി ചിന്തിച്ചിരുന്നു എന്ന തിരിച്ചറിവ് അവളുടെ മനസ്സി നെ ആർദ്രമാക്കി. ആ മനസ്സിന്റെ സ്നേഹം അവളുടെ മിഴികളെ സജ്ജ ലമാക്കി. അവൾ കണ്ണുനീരിലും തിരിഞ്ഞ് അമ്മയെ നോക്കി പുഞ്ചിരി ച്ചു. അവൾ കൂട്ടുവിനെ കൊണ്ടു മുറിയിലേക്ക് നടന്നു. ആ രാത്രി അ വൾക്ക് നിദ്രാവിഹീനമായിരുന്നു.

പിറ്റേന്ന് രാവിലെ മണിമേഖല സാധാരണ പോലെ അടുക്കളയിൽ ജോലി ചെയ്യുമ്പോൾ സുധാലക്ഷ്മി അങ്ങോട്ട് കടന്നു വന്നു. അന്ന് അ വളുടെ മുഖത്തു അവർക്ക് പ്രശാന്തമായ സ്വച്ഛത അവർക്ക് കാണാനാ യി. തന്റെ കർത്തവ്യം നിറവേറ്റിയ ആശ്വാസത്തോടെ അവർ അവളെ നോക്കിയപ്പോൾ അവൾ അവരെ നോക്കി പുഞ്ചിരിച്ചു. ഒരായിരം പൂർ ണ്ണചന്ദ്രൻ ഉദിച്ചു വരുന്നത് പോലെ അവളുടെ ആ പുഞ്ചിരിയിൽ അവർ ക്ക് ആഞ്ജനേയന്റെയും കുട്ടുവിന്റെയും പുഞ്ചിരിക്കുന്ന മുഖം കാണാ നാവുന്നുണ്ടായിരുന്നു. പരസ്പരം താങ്ങാവുമ്പോൾ അവിടെ ഈശ്വരൻ വസിക്കുമെന്ന കാര്യം സത്യം തന്നെയാണ് എന്നവർക്ക് അപ്പോൾ ബോ ധ്യപ്പെട്ടു. അപ്പോഴേക്കും അടുത്തേക്ക് വന്ന അവൾ അവരുടെ കൈ പി ടിച്ചിരുന്നു.

'അമ്മാ നാൻ എൻ അമ്മാവുക്ക് ലെറ്റർ എഴുതിട്ടേയ്ൻ. ഇത്തനയും വരുടം നാൻ ഇങ്കെ താനേ ഇരുന്തേൻ, ഇനി നാൻ എങ്കെയും പോക മാ ട്ടേ. കുട്ടു അവനോടെ അപ്പവോടെ വീട്ടിൽ താനെ വളരേണ്ടിയത്. അ മ്മവോട് നാൻ സൊല്ലിയിരുക്ക്.'

അത് പറയുമ്പോൾ അവൾ സ്വയം ആശ്വാസം കണ്ടെത്തുകയായി

രുന്നു. ആരോടും പരിഭവവും പിണക്കവുമില്ല. ഇനി ആർക്കും യാതൊ രു വേദനയും താനായിട്ട് ഉണ്ടാക്കുകയില്ല എന്നവൾ നിശ്ചയിച്ചിരുന്നു. അതിനവൾ സ്വയം തയ്യാറെടുത്തു. ആരോടും പരിഭവം പറയാൻ അ വൾക്ക് താല്പര്യമുണ്ടായിരുന്നില്ല. വിധി എന്ന വിപത്തിനെ നേരിടുക യല്ലാതെ വേറെ വഴിയൊന്നുമില്ല എന്നവൾ ഈ കാലത്തിനകം പഠിച്ചി രുന്നു. വീട്ടിൽ ഉള്ള വൃദ്ധനായ അച്ഛനോട് പകരം വീട്ടനുള്ള മാനസി കാവസ്ഥ ഇപ്പോൾ അവൾക്കില്ല. ഇതിൽ കൂടുതൽ ഒന്നും തന്നെ അ വൾ ഒരിക്കലും ആഗ്രഹിച്ചിരുന്നില്ല. ഇനി ആഗ്രഹങ്ങളല്ല ലക്ഷ്യങ്ങൾ മാത്രമാണ്. അതവൾ നേടാൻ സന്നദ്ധയായി, സജ്ജയായി നിന്നു.

വൈകുന്നേരം അഴകി ഭക്ഷണവും കൊണ്ടു വരുമ്പോൾ ഇന്ദുഗോ പൻ ഗഹനമായ ഒരു ചിന്തയിലായിരുന്നു. ഇന്നേ വരെ കൊടുത്ത എഴു ത്തുകൾ കാരണം പിന്നീട് അവനൊരു ബുദ്ധിമുട്ടും ഉണ്ടായിട്ടില്ല. പ ക്ഷേ ആ കത്തുകൾ കൈപ്പറ്റിയ വ്യക്തികൾക്ക് ഒരു ബുദ്ധിമുട്ടും ഉ ണ്ടാവാൻ പാടില്ല എന്നവന് നിർബന്ധമുണ്ടായിരുന്നു. ആ ചിന്ത അവ നിൽ എന്നും അലോസരമുണ്ടാക്കി കൊണ്ടിരുന്നു. ആ കാര്യം ഒന്നറി യാൻ അഴകിയമ്മയോട് ചോദിച്ചാലോ എന്ന് പോലും അവൻ ചിന്തിച്ചു. പക്ഷേ എന്ത് ചോദിക്കും എന്ന് അവന് നിശ്ചയമില്ലായിരുന്നു. അവൻ ചെയ്യുന്ന സ്വകാര്യമായ പ്രവൃത്തിയെ പരസ്യപ്പെടുത്താനും അവൻ ത യ്യാറായിരുന്നില്ല. മനസ്സിലെ വെപ്രാളം അവന്റെ മുഖത്തുണ്ടായിരുന്നു. മേശപ്പുറത്തു ഭക്ഷണം വിളമ്പി അവർ ഇന്ദുഗോപനെ വിളിച്ചു.

' വാ അത്താഴം വിളമ്പിയാച്ച്.'

അവർ വിളിച്ചു പറഞ്ഞു.

'ഇതാ വരുന്നു   അഴകിയമ്മേ.'

അവൻ വേഗം എഴുന്നേറ്റ് മേശമേൽ ചെന്നിരുന്നു. അവിടെ ഒട്ടുപി ഞ്ഞാണത്തിൽ നല്ല കുത്തരിചോറും തേങ്ങാച്ചമ്മന്തിയും പയറു പൊട്ടി ച്ചതും കൊണ്ടു ഉപ്പേരിയും നല്ല നെയ്യിൽ കാച്ചിയ പപ്പടവും വിളമ്പി അ വർ അവനായി കാത്തിരിക്കുകയായിരുന്നു. അവൻ കഴിക്കാൻ ഇരുന്ന പ്പോൾ അവർ ഓട്ട് കിണ്ണത്തിൽ നിന്നു അല്പം നെയ്യും തേങ്ങചിരവിയ തും കൂടി അവന്റെ പാത്രത്തിലേക്ക് പകർന്നു. അപ്പോൾ അതിന് അ സാധ്യ രുചി കൈവന്നതായി അവന് തോന്നി. ആ കഞ്ഞി ആസ്വദിച്ചു കഴിക്കുമ്പോൾ പതിവ് പോലെ അവർ അഗ്രഹാരത്തിലെ പുതിയ വി ശേഷങ്ങൾ അവനോട് പങ്കു വെച്ചു.

'നമ്മുടെ അഗ്രഹാര ശാസ്ത്രികളുടെ മരുമകൾ മാത്രമാണ് തല മൊട്ടയടിച്ച് വിധവാ വേഷത്തിൽ ഇപ്പോഴും ഇരിക്കുന്നത്. ഈ മാസം

മുതൽ അമ്പട്ടനോട് അങ്ങോട്ട് വരേണ്ട എന്ന് ശാസ്ത്രികൾ പറഞ്ഞു എന്നാണ് അറിഞ്ഞത്. അതും ഒരു നല്ല വാർത്തയാണ്.. വല്ലപ്പോഴും മാ ത്രമേ ആ കുട്ടിയെ പുറത്തേക്ക് കാണു, ആ വേഷത്തിൽ അവളെ കാ ണുമ്പോൾ നെഞ്ച് വല്ലാതെ വേദനിക്കും. എന്നാൽ ഇപ്പോൾ ആണ് അവർക്ക് അത് തോന്നിപ്പിച്ചത്.'

അവർ പറഞ്ഞതൊക്കെയും അവൻ അതിശയത്തോടെ കേട്ടിരുന്നു.

'അഴകിയമ്മേ ഇപ്പോഴും വിധവകൾ മൊട്ടയടിക്കുമോ? വെള്ളവസ്ത്രം ഉടുക്കുമോ?'

'ആഹ് ബ്രാഹ്മണർക്ക് അത് വളരെ കണിശമാണ്. തല മൊട്ടയടിച്ച് വെള്ള കാശിപ്പട്ട് ധരിച്ചു ഈശ്വരനാമം ജപിച്ചു ഉപവാസമിരുന്നു ഈ കാലമത്രയും കഴിക്കണം. അതാണ് അഗ്രഹാരത്തിലെ നിയമം. അത് ആരും തെറ്റിക്കാറില്ല... പക്ഷേ ഇപ്പോഴതൊക്കെ ആരും ചെയ്യാറില്ല. പി ന്നെ മണിമേഖലയുടെ കാര്യത്തിൽ അവളുടെ കഥ വേറെയാണ്. അ തൊന്നും ആലോചിക്കാൻ കഴിയാറില്ല. അവളുടെ കഥ ആലോചിക്കു മ്പോൾ ഇപ്പോഴും എന്റെ ഉടൽ വിറക്കും. അതിനാണ് ഇപ്പോൾ ഒരു അ റുതി വന്നിരിക്കുന്നത്. ഇനി ആ കഷ്ടപ്പാട് ആർക്കും വേണ്ട. ഇതും ഒരു മാറ്റം ആണ്.'

ഇന്ദുഗോപന് അത് കേട്ടപ്പോൾ വല്ലാത്ത ഒരു ഞെട്ടലാണ് ഉണ്ടായ ത്. ഇപ്പോഴും പഴയ ചിട്ടകൾ കൃത്യമായി പാലിച്ചു വരുന്ന ഒരു ജനവി ഭാഗവും, അതിൽപ്പെട്ടു ഉഴലുന്ന കുറേ ജീവിതങ്ങളുടെ നേർകാഴ്ച്ച അ വനെ ചെറുതല്ലാതെ നോവിച്ചു. പിന്നെയും എന്തൊക്കയോ അവരോട് ചോദിക്കണമെന്ന് അവനുണ്ടായിരുന്നു. പക്ഷേ വാക്കുകൾ തൊണ്ടയിൽ കുരുങ്ങി കിടന്നു.

'ഇപ്പോഴും ഇങ്ങനെയൊക്കെ ഉണ്ടോ?'

അതിന് മറുപടി പറയാതെ അവർ തലയാട്ടി.

'അഴകിയമ്മാ, അപ്പോൾ പഴയ കാലത്തെ ചിട്ടകളും വേറെ ഉണ്ടാ യിരിക്കുമല്ലോ അതൊക്കെ ഒരുപാട് കണിശമായിരിക്കുമല്ലോ?'

'അതെ ഒരുപാട്. വിധവകൾ ഒരു മംഗളകാര്യത്തിനും വന്നു കൂടാ. അവർ ദൂരെ നിന്ന് അത് നോക്കുന്നത് കൂടി വിലക്ക് ഉള്ള ഒരു കാലം ഉ ണ്ടായിരുന്നു. ഇപ്പോൾ അതൊക്കെ കുറച്ചു മാറി. എന്നാലും പഴയ രീ തിയും ഇവിടുത്തെ വിശ്വാസവും മാറ്റാൻ വല്ലാത്ത പ്രയാസമാണ്. അ തൊന്നും മുഴുവൻ മാറില്ല.'

ഇന്ദുഗോപൻ അതെല്ലാം മൂളി കേട്ടു. അപ്പോഴേക്കും ഭക്ഷണം തീർ ത്ത് കൈ കഴുകാനായി എഴുന്നേറ്റു. അഴകിയമ്മ അവിടെ പാത്രങ്ങൾ

കഴുകി വെയ്ക്കാൻ തുടങ്ങുമ്പോൾ ഇന്ദുഗോപൻ മുന്നിലേക്ക് വന്നു. ദൂ രെ വെട്ടങ്ങളുടെ ഒരു നാളം പോലെ മിന്നി നിൽക്കുന്ന അഗ്രഹാരം അ വനെ വല്ലാതെ മോഹിപ്പിക്കുന്നതിന് പകരം അന്ന് അഗ്രഹാരത്തിനു ഒ രു അപരിചിതഭാവം കൈ വന്നു. വിശ്വാസങ്ങളുടെ ഭാണ്ഡക്കെട്ട് അഴി ക്കുമ്പോൾ അതിൽ വേദന നിറഞ്ഞവയും ഉണ്ടാകുമെന്നും അതിന് മു ന്നിൽ നിസ്സായരായ ജീവിതങ്ങളും ഉണ്ടാവുമെന്ന് അവനൊരിക്കലും ഓർ ത്തിരുന്നില്ല. ഈയൊരു മറുവശം അവന്റെ സ്വപ്നത്തിൽ പോലും ഉ ണ്ടായിരുന്നില്ല എന്നതായിരുന്നു സത്യം. കോവിലും പൂജയും വ്രതവും മാത്രം ജീവിതചര്യയായ ആ അഗ്രഹാരവാസികൾക്ക്, ചില സമയത്ത് അത് തനിക്ക് കനത്ത ബാധ്യതയാകുമെന്ന സത്യം അവന് വിശ്വസി ക്കാനാവാതെ അവൻ കുറെ നേരം അഗ്രഹാരത്തിലേക്ക് നോക്കി നിന്നു.

തികച്ചും നിശ്ശബ്ദം, ശാന്തം പക്ഷേ എത്രയെത്ര നിശ്ശബ്ദമായ നില വിളികളും തേങ്ങലുകളും പാലിക്കപ്പെടാത്ത വാഗ്ദാനങ്ങളും മോഹങ്ങ ളും അവിടെ എരിഞ്ഞടങ്ങുന്നു എന്ന് അവൻ അതിശയപ്പെട്ടു. എല്ലായി ടവും ഒരു പോലെയാണ്, സ്ഥലവും കാലവും മുഖവും മാറുന്നു എന്ന് മാത്രം. ബാക്കി വികാരങ്ങളും പ്രശ്നങ്ങളുമെല്ലാം ഒന്ന് തന്നെ അഴ കിയമ്മ അന്ന് പോകുമ്പോൾ അവനും പുറകെ പടി വരെ ചെന്ന് അവർ പോകുന്നതും നോക്കി നിന്നു. അഴകിയമ്മക്കും ഒരുപാട് പറയാനുണ്ടാ വും എന്നവന് തോന്നി. എപ്പോഴും ഓരോ കഥ പറയുന്ന അവർക്ക് സ്വ ന്തം കഥ പറയാനും ഉണ്ടാകും! ഇന്ദുഗോപന്റെ മനസ്സിൽ അന്നാദ്യമാ യി അങ്ങനെയുള്ള ഒരു ചിന്ത മനസ്സിൽ ഉദിച്ചു.

ഉണ്ടാവണം..

അങ്ങനെയൊരു ഉത്തരമാണ് അവന്റെ മനസ്സ് പറഞ്ഞത്. ഒരുപക്ഷേ മറ്റാരെക്കാളും അവർക്ക് പറയാനുണ്ടാവും സ്വന്തം കഥ.

പിറ്റേന്ന് സാധാരണ പോലെ പോസ്റ്റ് ഓഫീസിലേക്ക് പോകുവാൻ ഇറങ്ങുമ്പോൾ അവൻ വീണ്ടും ഒരു എഴുത്ത് കൂടി എടുത്തു പോക്ക റ്റിൽ കരുതി. ഇന്ന് ഒരെണ്ണം കൂടി കൊടുക്കാം അവൻ മനസ്സിൽ കരു തി. അന്ന് പോസ്റ്റ് ഓഫീസിൽ പതിവിലും കൂടുതൽ തിരക്കുണ്ടായിരു ന്നു. പെൻഷൻ വാങ്ങുവാൻ ആൾക്കാരുടെ തിരക്ക് കണ്ടപ്പോൾ അ തിൽ പരിചിതമായ മുഖം ഉണ്ടോ എന്നവൻ പരിശോധിച്ചു. ആരെയും അവൻ കണ്ടില്ല. ആ പോസ്റ്റ് ഓഫീസിന്റെ പരിധിയിൽ താൻ കയറാ ത്ത കുറെ ഏറെ വീടുകൾ ഇനിയുമുണ്ടെന്നു അവനു അന്നാണ് മനസ്സി ലായത്. അവർക്ക് അഗ്രഹാരവുമായി ബന്ധമുണ്ടോ എന്ന് അവന്റെ ഉ ള്ളിൽ ഒരു സംശയം പൊന്തി വന്നു.

അച്ഛൻ!

ഒരുപക്ഷേ ഇവർക്കൊക്കെ അച്ഛൻ ഒരുകാലത്ത് എഴുത്ത് കൊടു ത്തിരിക്കാം. ഇവരിൽ ചിലർക്കെങ്കിലും അച്ഛനെ അറിയാമായിരിക്കും. ഒന്ന് വെറുതെ അവരോട് സംസാരിക്കാൻ അവന് ആഗ്രഹമുണ്ടായി. പ ക്ഷേ അതൊരു വേദനയുള്ള ഓർമ്മയായത് കാരണം അത് വേണ്ടെന്നു വെച്ചു. അച്ഛന്റെ അസുഖത്തെ പറ്റിയുള്ള അന്വേഷണം തനിക്ക് പൂർ ത്തീകരിക്കണമെങ്കിൽ ഒരുപാട് ദൂരം സഞ്ചരിക്കേണ്ടി വരുമെന്ന് അവ നറിയാമായിരുന്നു.

അന്ന് എഴുത്തുകളുമായി ഇറങ്ങുമ്പോൾ പോസ്റ്റ് ഓഫീസിലെ തിര ക്ക് ഒന്ന് ശമിച്ചു. ഇന്ദുഗോപൻ അവിടുന്നിറങ്ങി എല്ലായിടത്തും പോയി എഴുത്ത് കൊടുത്തു പിന്നെ ഉച്ചയോടെ അഗ്രഹാരത്തിലേക്ക് തിരിച്ചു. അവിടെ നിരത്തിൽ ആരുമുണ്ടായിരുന്നില്ല. മുന്നോട്ടു നീങ്ങവേ പോക്ക റ്റിൽ നിന്ന് ആ എഴുത്ത് എടുത്തു നോക്കി

നാരായണ അയ്യർ

ഡോർ നമ്പർ : 7

ദേവനില അഗ്രഹാരം

ദേവാർച്ച.

സൈക്കിൾ ഒരു വശത്തേക്ക് നിർത്തി അവൻ മുന്നോട്ട് നടന്നു ആ ദ്യത്തെ നിരയിലെ അവസാനത്തെ വീട്. ഒരേ നിരയിൽ ഉള്ള വീട് ആ ണെങ്കിലും ആ വീടിന് മറ്റു വീടിന്റെയത്ര പകിട്ടില്ലായിരുന്നു. അടർന്നു വീണ കുമ്മായവും നിറം മങ്ങിയ ചുമരുകളുമുള്ള ആ വീടിനു അലങ്കാ രങ്ങൾ കുറവായിരുന്നു എന്ന് ഒറ്റ നോട്ടത്തിൽ മനസ്സിലായി. പഴകിയ ആ വാതിലിനു മുന്നിൽ നിൽക്കുമ്പോൾ അവൻ ആ വീട്ടിലുള്ളവരെ വി ളിക്കാൻ വഴിയൊന്നും കാണാതെ വിഷമിച്ചു. വാതിലിനു മുന്നിൽ ഒരു ബെല്ലോ മണിയോ ഉണ്ടായിരുന്നില്ല. അവസാനം ആ ഉമ്മറ കോലാ യിൽ നിന്ന് അവൻ ഒന്ന് മുരടനക്കി ഉള്ളിലേക്ക് നോക്കി വിളിച്ചു ചോദിച്ചു,

'ഇവിടെ ആരുമില്ലേ?'

കുറച്ചു കഴിഞ്ഞപ്പോൾ ഉള്ളിൽ നിന്ന് ഒരു മധ്യവയസ്ക നിറം മങ്ങി യ ഉടയാടകൾ ധരിച്ചു പുറത്തേക്ക് ഇറങ്ങി വന്നു. ഇന്ദുഗോപൻ കയ്യി ലെ എഴുത്തു അവർക്ക് കൊടുത്തു. ആ മധ്യവയസ്ക തന്റെ കയ്യിൽ കിട്ടിയ എഴുത്തു നോക്കി കുറച്ചു നേരം അതിശയപ്പെട്ടു നിന്നു. പിന്നെ അവർ അതുമായി ഉള്ളിലേക്ക് പോകുന്നത് കണ്ടു ഇന്ദുഗോപൻ തിരി കെ നടന്നു.

സൂര്യ ബ്രഹ്മി

ഉച്ചയൂണ് കഴിച്ചു ഉമ്മറത്തു ഇരുന്നു ടിവി കാണുകയായിരുന്നു നാ രായണ അയ്യർ. പുറത്തു ആരോ വിളിക്കുന്ന സ്വരം കേട്ടു അയ്യർ പതു ക്കെ ഇരിക്കുന്നയിടത്ത് നിന്ന് എഴുന്നേൽക്കാൻ ശ്രമിച്ചു. അത് കണ്ട പാർവതി അമ്മാൾ വേഗം അദ്ദേഹത്തോടു ഇരിക്കാൻ പറഞ്ഞു കൊ ണ്ട് മുൻവശത്തേക്കു നടന്നു. പുറത്ത് പോസ്റ്റ് മാൻ നീട്ടി പിടിച്ച എഴു ത്തുമായി നിൽക്കുന്നത് കണ്ടപ്പോൾ ഒരു അതിശയത്തോടും അവിശ്വാ സത്തോടും അവർ ആ കത്ത് കൈപ്പറ്റി. വിലാസം നോക്കിയപ്പോൾ അ തിലെ പേര് കണ്ടപ്പോൾ അവർ ഉറപ്പിച്ചു ഇല്ല മാറിയിട്ടില്ല. ഇവിടേക്ക് ഉ ള്ള എഴുത്തു തന്നെ!

ഉള്ളിൽ കടന്നയുടനെ അവർ ആ കത്ത് നാരായണ അയ്യരെ ഏല്പി ച്ച് അടുത്ത് ഇരുന്നു.

'ആരുടേതാക്കും ഇന്ത ലെറ്റർ? നമക്കാകെ യാര് ലെറ്റർ എല്ലാം എ ഴുതറുത് ?'

നാരായണ അയ്യർ എഴുത്ത് എടുത്തു നോക്കിയിട്ട് പൊട്ടിച്ചു വായി ച്ചു. എഴുത്തു വായിക്കുന്നതിനിടയിൽ അദ്ദേഹത്തിന്റെ മുഖത്തു ചില മാറ്റങ്ങൾ പ്രകടമായി. കണ്ണുകൾ കുറുകി, മുഖം മ്ലാനമായി. അതു ക ണ്ടപ്പോൾ പാർവ്വതിയമ്മാൾ വല്ലാതെ പരിഭ്രമിച്ചു.

'എന്നാച്ച് ഉങ്കൾക്ക്.. എന്നാച്ച്? ഇന്ത ലെറ്റർ യാരുടതു? ഇത് ഏതു ക്ക് എഴുതിയിറക്ക്?'

അവർ പരിഭ്രമത്തോടെ ചോദിച്ചു. നാരായണ അയ്യരിൽ നിന്ന് യാ തൊരു ഉത്തരവും ലഭിച്ചില്ലെന്നു മാത്രമല്ല അദ്ദേഹം ചാഞ്ഞു കസേര യിലേക്ക് കിടന്നു. പിന്നെ തന്റെ കയ്യിലിരുന്ന കത്തെടുത്തു അവരുടെ കയ്യിൽ കൊടുത്തു. അവർ ആ കത്തിലൂടെ കണ്ണോടിച്ചു പിന്നെ അവർ സാവധാനം കണ്ണടച്ചിരുന്നു.

'നമ്മ എന്ന സെയ്യ വേണ്ടും? അവർ അദ്ദേഹത്തോട് ചോദിച്ചു.

'തെരിയാത് പാർവ്വതി, പോക വേണ്ടിയത് താനേ. ഇനി വെക്കം വി സാരിച്ചിട്ടു കാരിയമില്ലെ. ഇത്തന്ന കാലത്തുക്ക് അപ്പുറം ഇന്ത മാതിരി

യെർ ലെറ്റർ അവ ഏതുക്ക് എളുതീട്ടേൻ? മക്കളോട് എന്നാ സൊല്ലുവേ?

'ആമാ, ഇതന്ന വരുടത്തക്ക് പിറക് ഇപ്പടി അവ ഏതുക്ക് നമ്മെ അഴ ക്കിറോ?'

അവർ രണ്ടു പേരും ചിന്തയിലാണ്ടു. എത്രയും വേഗം ഈ പ്രശ്ന ത്തിനൊരു പ്രതിവിധി തേടാൻ അവർ ആഗ്രഹിച്ചു. പക്ഷേ അതിനുള്ള വഴി അവർക്ക് മുന്നിൽ അടഞ്ഞു തന്നെ കിടന്നു. സത്യമേതാണ് മിഥ്യ യേതാണ് എന്നറിയാതെ അവർ വീണ്ടും വീണ്ടും ആ വരികൾ വായി ച്ചു. വൈകുന്നേരമായപ്പോൾ അവരുടെ പരവശം കൂടി. മക്കളോട് ഇത് എങ്ങനെ പറയും. നാരായണ അയ്യരുടെ അടുത്തേക്ക് പോയി അവർ ശബ്ദം താഴ്ത്തി പതുക്കെ ചോദിച്ചു.

'നമ്മ അങ്കെ പോക വേണ്ടും, അവ സൊന്നാ പോക വേണ്ടും, എന്ന നമ്മ അവക്കിട്ട വെയ്ച്ച ഒരു കട്ടമിറുക്ക്. അത് മറക്ക കൂടാത്...'

'ആമ പാർവതി, ആനാൽ ഇത്തനയും കാലത്തുക്ക് അപ്പുറം അവ കൾ ഏതുക്കാകെ നമ്മ പാക്കണുമെ.. എന്ട്ര സൊല്ലിയത്? എനക്ക് ഒ ന്നുമേ പുരിയലയേ.'

'സൂര്യ വരട്ടുമേ, അപ്പൊത് അവളോട് പേസി നമക്ക് ഒരു മുടിവ് എ ടുക്കലാം.'

'പാർവ്വതി ഇത് വേണമാ കൊഴന്തകൾക്കിട്ട് ഇത് സൊല്ലണമാ? അ വ നമ്മ അപ്പോതുള്ള നിലമൈ തെരിയുമാ? അവങ്കൾ നമ്മ കുട്രപ്പെടു ത്തുമേ?'

അന്തമാതിരി വരാത്, അവ നമ്മളെ പുരിഞ്ചിരിക്കും. ഒരു വാട്ടിയും നമ്മ കുഴന്തകൾ നമ്മ മനം തെരിയാമേ പോകമാട്ടേൻ.'

പ്രതീക്ഷയോടെ അവർ അത് പറഞ്ഞപ്പോൾ അദ്ദേഹം ഒന്നും പറ യാതെ ആ അഭിപ്രായത്തോട് ശരി വെച്ചു തലയാട്ടി.

വൈകുന്നേരം മക്കൾ വീട്ടിലെത്തുമ്പോൾ പാർവ്വതിയമ്മ വല്ലാത്ത പരവശയായിരുന്നു. അവരുടെ വെപ്രാളവും ഉത്കണ്ഠയും നിറഞ്ഞ പെ രുമാറ്റം മക്കളിൽ നിന്ന് ചോദ്യങ്ങൾ ഉണ്ടാകുമെന്ന് അവർക്ക് നിശ്ചയ മായിരുന്നു. മൃദുലയും മാധവിയും വേറെ സ്കൂളുകളിൽ ആയിരുന്നെ ങ്കിലും അവർ ഒപ്പമേ വരുള്ളു. അവർ ഇരട്ടകളായിരുന്നു, അതിന്റെ ഐ ക്യം അവരിൽ ആവോളമുണ്ടായിരുന്നു അവരുടെ വരവു എന്നത്തേയും പോലെ കലപില ബഹളത്തോടെയായിരുന്നു. കുറച്ചു കഴിഞ്ഞപ്പോൾ ചാരുരൂപയും എത്തി, അവൾ നല്ലൊരു പാട്ടുകാരിയായിരുന്നു. അവൾ പ്ലസ് വൺ വിദ്യാർത്ഥിനിയാണ്. ചേച്ചിയുടെ നൃത്തക്ലാസ്സിന്റെ കൂടെ ചെറിയ തോതിൽ പാട്ട് ക്ലാസ്സ് അവൾ നടത്തുന്നുണ്ട് ഏറ്റവും ഒടുവിൽ

സൂര്യയും എത്തി. ഒരു നർത്തകിയായി പേരെടുക്കണമെന്നായിരുന്നു സൂര്യയുടെ ആഗ്രഹം.

നാരായണ അയ്യരുടെ അസുഖവും അതിനെ തുടർന്നുണ്ടായ ദാരിദ്ര്യത്തിലേക്ക് വീണു പോയ ഒരു ബാല്യകാലമായിരുന്നു അവരുടേത്. തീരെ കൊച്ചു കുഞ്ഞായിരിക്കുമ്പോൾ തന്നെ തന്റെ വീട്ടിലെ അവസ്ഥ മനസ്സിലാക്കിയ അവൾ തികച്ചും അവസരോചിതമായി ഉയർന്നെഴുനേറ്റ് ആ കുടുംബത്തെ തളരാതെ, തകരാതെ പിടിച്ചു നിർത്തി. പ്ലസ് ടു വിദ്യാഭ്യാസം പൂർത്തിയാക്കിയപ്പോൾ സ്വയം കുടുംബപ്രാരാബ്ധം തലയിലേറ്റി അവർ ഒരു ജോലി സമ്പാദിക്കാൻ ഇറങ്ങി തിരിച്ചു. ഇടവഴിയിൽ പഠനം നിലച്ച അവൾക്ക് നൃത്താധ്യാപികയുടെ വേഷം സ്വീകരിക്കേണ്ടി വന്നപ്പോൾ അത് വീടിനു ഒരു താങ്ങായി മാറി. നിത്യവും വൈകുന്നേരം വീട്ടിലും കുറച്ചു കുട്ടികൾക്ക് അവൾ നൃത്തം അഭ്യസിപ്പിക്കുന്നുണ്ട്. അവൾ പതിയെ ആ വീട്ടിലെ നെടുംതൂണായി മാറി. കൂടാതെ നൃത്തം പഠിപ്പിക്കാനായി അവൾ നഗരത്തിലേക്ക് പോകുന്നത് ആദ്യമൊക്കെ നാരായണ അയ്യർ തടസ്സം നിന്നുവെങ്കിലും വീട്ടിലെ സ്ഥിതിഗതികൾ കാരണം പിന്നെ അത് സമ്മതിച്ചു. ഇപ്പോൾ നാലു പെണ്മക്കളും അച്ഛനും അമ്മയും അടങ്ങുന്ന കുടുംബത്തിന്റെ മുഴുവൻ ഉത്തരവാദിത്തവും അവളുടെ ചുമലിലാണ്.

പാട്ടിയിൽ നിന്ന് പഠിച്ച നൃത്തത്തിന്റെ ബാലപാഠങ്ങൾ അവൾ തൊട്ടടുത്ത വീട്ടിലെ കൊച്ചു കുഞ്ഞുങ്ങൾക്ക് പറഞ്ഞു കൊടുക്കുവാൻ തുടങ്ങിയപ്പോൾ അതൊരു ഉപജീവനമാർഗമായി മാറും എന്ന് ആരും കരുതിയില്ല. പക്ഷേ അത്ഭുതങ്ങൾ എപ്പോഴും സംഭവിക്കുമെന്ന് അവൾ വിശ്വസിച്ചിരുന്നു. അവളുടെ ജീവിതത്തിൽ വല്ല അത്ഭുതം സംഭവിച്ചോ എന്ന് എറ്റവും ഇളയവർ കളിയാക്കുമ്പോൾ ഒരു അത്ഭുതത്തിനായി അവൾ കാത്തിരിക്കുകയായിരുന്നില്ല പകരം ജീവിതത്തിൽ എന്ത് സംഭവിച്ചാലും അത് അത്ഭുതമായി അവൾ കരുതി. പക്ഷേ അവളുടെ വിശ്വാസം ഒരിക്കലും അവളെ നിരാശയാക്കിയില്ല.

സൂര്യ വീട്ടിലെത്തി കാപ്പി കുടിച്ച്, അന്നത്തെ ഡാൻസ് ക്ലാസിനുള്ള ഒരുക്കങ്ങൾ തുടങ്ങി. അപ്പോഴാണ് പാർവതിയമ്മ കാപ്പി എടുക്കാൻ അവിടെ വന്നത്. കപ്പ് എടുത്തു അവർ അവിടെ കുറച്ചു നേരമിരുന്നു. അവർ പോകാതെ അവിടെ ചുറ്റിപ്പറ്റി നിൽക്കുന്നത് കണ്ടപ്പോൾ അവൾ ചോദിച്ചു.

'യെൻ...അമ്മാ   ഏതാവത് പ്രചിനം ഇറുക്കാ?

' ഇല്ലെ നാൻ സുമ്മ ഇരുന്നത്...'

അതും പറഞ്ഞു അവർ എഴുന്നേറ്റു പോയി. അമ്മ പോയ വഴി സൂ
ര്യ കുറച്ചു നേരം നോക്കി നിന്നു. അല്പസമയത്തിനുള്ളിൽ ആ വീട്ടിൽ
നിന്ന് നൃത്തജതികൾ ഉയർന്നു കേട്ടു. കുറേയേറെ കുട്ടികൾ അവിടെ
പഠിക്കുവാൻ വരുന്നുണ്ട്. ഒരു മണിക്കൂറത്തെ ക്ലാസ്സ് തീരുമ്പോൾ നേ
രം ഇരുട്ടിയിരുന്നു. ക്ലാസ്സ് കഴിഞ്ഞു ഒന്ന് വിശ്രമിക്കാൻ തുടങ്ങുമ്പോൾ
പാർവ്വതിയമ്മ അവളുടെ അടുത്ത് വീണ്ടും വന്ന് ഇരുന്നു. ഇത്തവണ
സൂര്യ അമ്മയുടെ നേർക്ക് നോക്കി അവരുടെ കയ്യിൽ പിടിച്ചു പറഞ്ഞു.

'അമ്മ.. എതാവത് ഇറുക്ക്, എന്ന. വിഷയം ആനാലും സൊല്ലമ്മ. യ
താരുന്താലും അമ്മ നീ സൊല്ലു...'

അവൾ പാർവ്വതിയമ്മയുടെ രണ്ടു കയ്യും ചേർത്ത് അവൾ ചോദിച്ച
പ്പോൾ പാർവതി അവളുടെ മുഖത്തു നോക്കി ഒന്ന് വിതുമ്പി പിന്നെ
'ഞാൻ ഇപ്പോൾ വരാം.' എന്ന് പറഞ്ഞു ഉള്ളിലേക്ക് പോയി. വരുമ്പോൾ
കയ്യിൽ ആ കത്തുണ്ടായിരുന്നു. അവർ ആ കത്ത് അവളെ ഏല്പിച്ചു.

'എന്ന അമ്മ എതുക്ക് ഇന്ത ലെറ്റർ എനക്ക് കുടുത്തത്? ഇന്ത ലെ
റ്റർ യാരുടെതാക്കും?'

'നീ പടി മാ സൂര്യ ഉനക്ക് തെരിയും.'

അവർ അത് പറഞ്ഞു അവിടെ ഇരുന്നു. സൂര്യ കത്ത് തുറന്നു വായി
ച്ചു തുടങ്ങി,

'പ്രിയപ്പെട്ട നാരായണൻ വായിച്ചറിയാൻ,

ഇങ്ങനെ ഒരു കഞ്ഞെഴുതേണ്ടി വരുമെന്ന് ഞാൻ സ്വപ്നത്തിൽ പോ
ലും വിചാരിച്ചില്ല. അന്നത്തെ സാഹചര്യത്തിൽ നമ്മൾ എല്ലാം സംസാ
രിച്ചാണ് കുഞ്ഞിനെ കൊണ്ടു പോയത്. പക്ഷേ സൂര്യക്ക് ഇപ്പോൾ വ
ല്ലാത്ത ഒരു മാറ്റം. ഇവിടെ പുതിയ സ്ഥലവും പുതിയ ആളുകളും എ
ല്ലാം ആയത് കൊണ്ടാണോ എന്നറിയില്ല അവിടെ ഉള്ള പോലെ ഒരു പ്ര
സരിപ്പ് അവളിൽ ഇപ്പോൾ കാണാനില്ല. അവൾ വിഷമിക്കുന്നത് കാ
ണാൻ ഞങ്ങൾക്ക് ഇഷ്ടമല്ല. നാരായണനും പാർവ്വതിയും എത്രയും പെ
ട്ടെന്ന് ഇവിടെ വരെ വന്നു സൂര്യയെ കാണണം. ഒരുപക്ഷേ അത് അ
വൾക്ക് ഒരു സാന്ത്വനമാകും. ഇപ്പോൾ അവളുടെ വിഷമം ഞങ്ങൾക്ക്
താങ്ങാനാവുന്നില്ല. അവൾ വന്നപ്പോഴാണ് ഞങ്ങളുടെ ജീവിതത്തിൽ
ഒരർത്ഥം വന്നത്. അവളെ പിരിയാനോ അവളെ സങ്കടപ്പെടുത്താനോ
ഞങ്ങൾക്ക് തീരെ താല്പര്യമില്ല. എത്രയും വേഗം ഇങ്ങോട്ട് വരു. ബാ
ക്കി നേരിൽ..

എന്ന് സ്നേഹത്തോടെ,
ഡോ.ശിവരാമകൃഷ്ണൻ

താഴെ അയാളുടെ വിലാസം കൊടുത്തിരുന്നു. കത്ത് വായിച്ചു സൂ
ര്യ ഒന്നും മിണ്ടാനാകാതെ ഇരുന്നു.

'എന്ന അമ്മ ഇതിൽ എളുതി വെച്ചത്, സൂര്യ നാൻ താനേ.. ആനാ
ഇന്ത ലെറ്ററിൽ മട്ടും എന്നെ പത്തി അല്ല എളുതി വെച്ചിരിക്കെ.'

ഒരു നൂറ് ചോദ്യങ്ങൾ അവളുടെ ചുണ്ടുകളിൽ തങ്ങി നിന്നു. ആ
ചോദ്യങ്ങൾക്ക് ഉത്തരം നൽകുവാൻ ബദ്ധപ്പെട്ടു കൊണ്ടു പാർവതിയ
മ്മ അവിടെ ഇരുന്നു.

'അന്ത് കുഴന്തെ നീ അല്ലെ, നീ സൂര്യ ബ്രഹ്മി, അവ സൂര്യ ഗായ
ത്രി. അവളുടെ കാരിയം താൻ അന്ത ലെറ്ററിൽ സൊല്ലിയത്.. അവളെ
പാക്കതുക്ക് താൻ അവ സൊല്ലിയത്. ഉനക്ക് നാപകമിറുക്കാ? ഉന്നുടെ
ഇരട്ടയെ.'

സൂര്യ കുറച്ചു നേരം അനങ്ങാതെ ഇരുന്നു. പിന്നെ അവളുടെ ഓർ
മ്മയിൽ ചിലത് അവ്യക്തമായി തെളിഞ്ഞു. അവളുടെ ഇരട്ട സഹോദരി
സൂര്യ ഗായത്രി..!!

അമ്മ അവളുക്ക് എന്നാച്ച് ? എനക്ക് ഒന്നുമേ നാപകമില്ലയേ.'

പാർവതിയമ്മ പറഞ്ഞു തുടങ്ങി..

വർഷങ്ങൾക്ക് മുൻപ് അഗ്രഹാരത്തിൽ നാരായണ അയ്യർക്കും പാർ
വതി അമ്മാളിനും മൂന്ന് പെൺകുട്ടികളായിരുന്നു. മൂത്തവർ ഇരട്ടകളാ
യ സൂര്യ ബ്രഹ്മിയും സൂര്യ ഗായത്രിയും അതിനു താഴെ ചാരുരൂപയും.
മൂന്ന് ചെറിയ കുഞ്ഞുങ്ങളും അവരും സുഖമായി കഴിഞ്ഞു കൂടി. വരു
മാനം തുച്ഛമായിരുന്നുവെങ്കിലും അവർ സന്തുഷ്ടരായിരുന്നു.

ആയിടക്കാണ് നാരായണ അയ്യർക്ക് ദേഹാസ്വാസ്ഥ്യം അനുഭവപ്പെ
ട്ടത്. അദ്ദേഹത്തിന്റെ ഒരു ബന്ധു ഡോക്ടറായതിനാൽ നാരായണ അയ്യ
രുടെ അമ്മ അവിടെ പോയി ഒന്ന് കാണിക്കുവാൻ പറഞ്ഞു. പട്ടണ
ത്തിൽ താമസിക്കുന്ന അവരെ കാണാൻ അവർ പോകാൻ തീരുമാനി
ച്ചു. അവിടേന്ക്കുള്ള യാത്രയിൽ അയ്യർ ഭാര്യയെയും മക്കളെയും കൂ
ട്ടി. വല്ലപ്പോഴും മാത്രം പട്ടണത്തിൽ വരുന്ന അവർക്കും അതൊരു സ
ന്തോഷമായിരുന്നു. ചെറിയ രീതിയിലായിരുന്ന ചുമയും വിട്ട് വിട്ട് വരു
ന്ന പനിയും അദ്ദേഹത്തിന്റെ ആരോഗ്യം മോശമാക്കാൻ തുടങ്ങിയിരു
ന്നു. മരുന്ന് കഴിക്കുവാനാരംഭിച്ചു. പിന്നീട് നിരന്തരം നാരായണ അ
യ്യർ അങ്ങോട്ട് പോകുവാൻ തുടങ്ങിയപ്പോൾ മിക്കവാറും മക്കളും കൂടെ
ഉണ്ടാവും ആ യാത്രകളിൽ. മക്കളില്ലാത്ത ഡോക്ടറുടെ ഭാര്യ സൂര്യ ഗാ
യത്രിയുമായി വല്ലാതെ അടുത്തു. ചില ദിവസം അവിടെ അവൾ നിൽ
ക്കുവാനും ഇഷ്ടപ്പെട്ടു. അവരുടെ ഏതൊരു കാര്യവും നിർബാധം നട

ത്തുവാൻ അവിടെ വിലക്കുകൾ ഇല്ലായിരുന്നു. കുഞ്ഞുങ്ങൾ ഇല്ലാത്ത ഡോക്ടർ ദമ്പതിമാർ ഈ കുഞ്ഞുങ്ങളുടെ വരവ് ആസ്വദിച്ചു തുടങ്ങിയി രുന്നു. അതിനിടയിലാണ് പാർവ്വതി വീണ്ടും ഗർഭിണി ആയത്. പാർവ തിയുടെ ഗർഭകാലത്ത് കുഞ്ഞുങ്ങളെ ചിലപ്പോഴക്കെ അയ്യരുടെ അമ്മ ഡോക്ടറുടെ വീട്ടിൽ കൊണ്ടു പോകുമായിരുന്നു. ആ യാത്രകൾ ഗായ ത്രിയെ അവരുമായി കൂടുതൽ അടുപ്പിച്ചു. അവൾക്ക് അവിടെ താമസി ക്കുവാൻ ഇഷ്ടമായിരുന്നു. ആ ശീലം പിന്നെ ഒരുപാട് ബുദ്ധിമുട്ട് ഉണ്ടാ കുമെന്ന് പറഞ്ഞു പാട്ടി അവളെ നിരുത്സാഹപെടുത്താൻ തുടങ്ങുമ്പോൾ ഡോക്ടറുടെ ഭാര്യ അവളെ ചേർത്തു പിടിച്ചു കൊണ്ടു അവളോട് സ്നേ ഹത്തോടെ അവിടെ തങ്ങുവാനുള്ള അവരുടെ സമ്മതം പ്രകടിപ്പിച്ചു.

അങ്ങനെ ദിവസങ്ങൾ കഴിഞ്ഞു ഒരു ദിവസം പാർവ്വതി അമ്മാൾ പ്ര സവിച്ചു. ഇരട്ട പെൺകുഞ്ഞുങ്ങൾ! ആ കുടുംബത്തിലേക്ക് രണ്ട് പെൺ കുഞ്ഞുങ്ങൾ കൂടി വരുന്നത് അത്രയെന്നും സന്തോഷമുള്ള കാര്യമാ യിരുന്നില്ല. ആദ്യമേ ഒരു ഇരട്ടകൾ ഉള്ള കുടുംബം!

അതിന്റെ ഇടയിൽ കുടുംബനാഥൻ അസുഖം ബാധിച്ച്, അനാരോ ഗ്യകരമായ അവസ്ഥയിലേക്ക് കടന്നു പോകുമ്പോൾ ഈ കുഞ്ഞുങ്ങൾ വീണ്ടും ആ വീട്ടിലുള്ള ചിലവ് വർദ്ധിപ്പിച്ചു എന്ന് മാത്രമെ പാട്ടിക്ക് തോന്നിയുള്ളൂ. അവർ അത് തുറന്ന് പറയുകയും ചെയ്തു. കുഞ്ഞുങ്ങ ളെ തലോലിച്ചു കൊണ്ടിരുന്ന പാർവ്വതി അമ്മാൾ ഇത് കേൾക്കുമ്പോൾ ഒന്നും പറയാതെ കണ്ണുനീർ വാർത്തു. കുഞ്ഞുങ്ങളെ കാണാൻ ഡോ ക്ടർ ശിവരാമകൃഷ്ണനും ഭാര്യ പത്മവും വന്നു. അല്ലെങ്കിലെ ദാരിദ്ര്യ ത്തിൽ ജീവിക്കുന്ന അവരുടെ ഇടയിലേക്ക് കടന്ന് വന്ന ആ കുരുന്നു ജീവനുകൾ കണ്ടപ്പോൾ പത്മത്തിന്റെ മനസ്സ് പിടഞ്ഞു. അവരുടെ മന സ്സിൽ എന്തൊക്കെയോ കണക്കുകൂട്ടലുകൾ നടക്കുന്നുണ്ടായിരുന്നു പ ക്ഷേ ഒന്നും പറയാതെ അവർ തിരിച്ചു പോന്നു. വീട്ടിലേക്ക് മടങ്ങുമ്പോൾ മുൻപ് എപ്പോഴോ അവർ ഒരു കുഞ്ഞിനെ സ്വന്തമായി കിട്ടാൻ പ്രാർത്ഥ നയോടെ ആശയോടെ കാത്തിരുന്ന കാലം ഓർത്തു പോയി. പക്ഷേ നി രാശയായിരുന്നു ഫലം. അതോർത്തപ്പോൾ അവരുടെ നെഞ്ചകം വിങ്ങി. ആയിടക്ക് ഒരു ദിവസം പാട്ടി കുട്ടികളെയും കൊണ്ട് ഡോക്ടറുടെ വീട്ടി ലേക്ക് പോയത്. അന്ന് പത്മം തന്റെ സങ്കടം അവരോട് പറഞ്ഞു ഒരു പാട് കരഞ്ഞു.

'എനക്ക് ഒന്നുമേ പുരിയിലയെ അമ്മ. ഒരു കുഴന്തെ മട്ടും കിടക്കാ തെ നാൻ റൊമ്പ വരുത്തപ്പെട്ട് ഇരിക്കറേൻ വയതും കടന്ന് പൊക്കിറത് ആനാൽ എനക്ക് മട്ടും ഒരു വഴിയും മുന്നിൽ വരാമൽ ഇറുക്ക്.'

'പത്മം വൈദ്യം പാത്താച്ചാ?'

'നമ്മ ഊരിലെ എല്ലാ ഡോക്ടർയേയും പാത്താച്ച്, ആനാൽ ഒരു പ്ര
ച്ചിനയും ഇല്ലയെ. ഇപ്പടി താൻ അവ സൊല്ലുവാര് ആനാൽ ഒരു ഗുണ
വും ഇല്ലായെ.'

'വേണ്ടവറുക്ക് കിടക്കാതെ പോത്.. ഇന്ത പക്കം വേണാതവർക്ക് ക
ടവുൾ കുടുക്കുത് പാര്. അന്ത കൊടുമൈ യാര് പാക്കും. അവങ്കളെ എ
പ്പടി പാപോം.?'

പാട്ടി തന്റെ മനസിലുള്ള ഭാരം ഇറക്കി വെച്ചു തുടങ്ങി.

'അവനുക്കും ഒടമ്പു പ്രച്ചിനം താനേ, അവൻ ഒരാൾ മട്ടും വേലയ്
ക്ക് പോകവേണ്ടും വീട്ടിൽ സിലവുക്ക് എള് പേര് ഇറുക്ക്.'

അവർ പറഞ്ഞു തുടങ്ങിയപ്പോൾ പത്മം അവരെ സമാധാനിപ്പിക്കു
വാൻ ശ്രമിച്ചു.

'അമ്മാ എല്ലാം ശരിയാകും. ഒന്നുകൊണ്ടും വിഷമിക്കണ്ട എല്ലാം
ശരിയാകും.'

പക്ഷേ അവരുടെ മനസ്സിൽ അപ്പോൾ മറ്റൊരു ചിന്തയായിരുന്നു കട
ന്നു കൂടിയത്. അന്ന് വൈകുന്നേരം പാട്ടി പോകുമ്പോൾ കുട്ടികളിൽ
ഗായത്രി മാത്രം അവിടെ നിൽക്കാൻ നിർബന്ധം പിടിച്ചു. ഗായത്രിക്ക്
അവിടെ നിൽക്കുവാൻ കുറച്ചധികം ഇഷ്ടമായിരുന്നു. അവളെ ചേർത്ത്
പിടിച്ചു അന്ന് കിടക്കുമ്പോൾ അവരുടെ മനസ്സിൽ ആയിരം മോഹങ്ങൾ
ഒന്നിച്ചു പൊന്തി. അന്ന് അവർ ഒരു തീരുമാനത്തിലെത്തി. പിറ്റേന്ന് പ
ത്മം ഒറ്റക്ക് ദേവാർച്ചയിൽ എത്തി പാർവ്വതിയോടും പാട്ടിയോടും അവ
രുടെ മനസ്സിലെ കാര്യം അവതരിപ്പിച്ചു.

'പാർവ്വതി, നാങ്കൾ വേറെയാരുമല്ലയെ നാങ്കൾ ഗായത്രിയേ പാപ്പോം,
അവളുടെയ എല്ലാ സെലവൂകളും നാങ്കൾ പാപ്പോം, അവളെ എന്നു
ടെ പൊണ്ണാക പാപ്പോം.'

'അത് സരിയാവാത് പത്മം, അവളുക്ക് ആറ് വയതാച്ച്, അതു മട്ടുമ
ല്ലെ അവ കൊഞ്ചം ദിനം എല്ലാം സരി ആനാൽ മുഴുസാ അങ്കെ നിപ്പാ
ന്ന് തോന്നല.' പാട്ടി പറഞ്ഞു,

പാർവ്വതി ആ അഭിപ്രായത്തോട് തന്റെ എതിർപ്പ് പ്രകടിപ്പിച്ചു. പി
ന്നെ കുറച്ചു നേരം കൂടി അവരോട് സംസാരിച്ച് മടങ്ങുമ്പോൾ പത്മ
ത്തിനു ബോധ്യയുണ്ടായിരുന്നു തന്റെ ആഗ്രഹം നടക്കുമെന്ന്. പിന്നീട്
അങ്ങോട്ടുള്ള ദിവസങ്ങൾ അവർ നിരന്തരം ആ വീട്ടിലേക്ക് സന്ദർശനം
നടത്തി കുഞ്ഞുങ്ങൾക്ക് ധാരാളം പലഹാരം കൊണ്ടു പോയി. അവിടെ
ചിലവഴിക്കുന്ന ദിവസങ്ങളിൽ അവർ തന്റെ ഇംഗിതം നടത്തുവാൻ ഏറെ

പരിശ്രമിച്ചു കൊണ്ടിരുന്നു. തന്റെ വേദന അവരെ പറഞ്ഞു മനസ്സിലാ ക്കുവാൻ അവർ വളരെയധികം പ്രയത്നിച്ചു. ഒടുവിൽ ആ പ്രയത്ന ങ്ങൾ വിജയം കൈവരിച്ചു. വീട്ടിലെ ദാരിദ്ര്യമായിരുന്നു കാരണം പാർ വ്വതിയും നാരായണ അയ്യരും ഒടുവിൽ സമ്മതിച്ചു. ഒരാളെങ്കിലും രക്ഷ പ്പെടട്ടെ എന്നായിരുന്നു അവർ കരുതി. പിന്നെ ഡോക്ടർ അവർക്ക് എ പ്പോഴും കൈയയച്ചു സഹായം ചെയ്യുന്നതും അങ്ങനെയൊരു തീരുമാ നമെടുക്കുന്നതിന് കാരണമായി. ആഴ്ചയിൽ ഒരു ദിവസം അവളെ വീ ട്ടിൽ കൊണ്ടു വരാം എന്നും എപ്പോൾ വേണമെങ്കിലും അവളെ കാ ണാൻ പോകാമെന്നുമുള്ള ഉപാധികളോടെ സൂര്യ ഗായത്രിയെ ഡോക്ട റുടെ കൂടെ അയക്കാൻ ഒടുവിൽ അവർ സമ്മതം മൂളി. പുതിയ വീടും പുതിയ ജീവിതവും അവൾ ഒരുപാട് ഇഷ്ടപ്പെട്ടു അവളുടെ ഇഷ്ടത്തി നു അവൾ ദേവാർച്ചയിലേക്ക് വന്നു പോയി കൊണ്ടിരുന്നു. അല്ലെങ്കിൽ പാട്ടിയുടെ കൂടെ സൂര്യ ബ്രഹ്മി അങ്ങോട്ട് പോകുമായിരുന്നു. മറ്റാരെ ക്കാളും കുട്ടികളുടെ ഈ വേർപെടൽ ആ കുഞ്ഞുങ്ങളെ വല്ലാതെ വേദ നിപ്പിച്ചു. പരസ്പരം കാണാനാകാതെ അവർക്ക് ഇരിക്കുവാൻ പറ്റില്ലാ യിരുന്നു അങ്ങനെ രണ്ട് വീടുകളിലായി ഗായത്രിയുടെ ജീവിതം മുന്നോ ട്ട് പോയി. കുറച്ചു ദിവസങ്ങൾ കഴിഞ്ഞപ്പോൾ പതുക്കെ പതുക്കെ വരു ന്നതിന്റെ ഇടവേളകളുടെ ദൈർഘ്യം കൂടി കൂടി വന്നു. എങ്കിലും ഗായ ത്രി ഇടയ്ക്കു വന്നു. പട്ടണത്തിലെ ഏറ്റവും മുന്തിയ സ്കൂളിൽ അവ ളെ ചേർത്തു ഡോക്ടർ പഠിപ്പിക്കുന്നതും ഏറ്റവും മികച്ച രീതിയിലുള്ള അവളുടെ ജീവിതവും കണ്ടു പാർവ്വതിയും നാരായണൻ അയ്യരും ഒരു പാട് സന്തോഷിച്ചു. പക്ഷേ ഗായത്രി അവരിൽ നിന്ന് കുറച്ചു അകന്ന് തുടങ്ങിയെന്നും അവർക്ക് മനസ്സിലായി.

ഏതാനും മാസങ്ങൾ കഴിഞ്ഞപ്പോൾ ഡോക്ടർ ഒരു ദിവസം അങ്ങോ ട്ട് വന്നു അവരെ കൊണ്ടു ഏതാനും കടലാസ്സുകൾ ഒപ്പ് ഇടീച്ചു കൊ ണ്ടു പോയി. നിയമപരമായി ഇനി അവളുടെ രക്ഷകർത്താക്കൾ അവ രായാൽ ഭാവിയിൽ ബുദ്ധിമുട്ട് ഉണ്ടാവില്ല എന്നായിരുന്നു അവരോട് പ റഞ്ഞത്. പാട്ടിക്ക് ഡോക്ടറേ വലിയ വിശ്വാസമായിരുന്നു. അതുകൊണ്ട് തന്നെ നാരായണ അയ്യർ അതിൽ എല്ലാം ഒപ്പ് ഇട്ടുകൊടുത്തു. അതിന് ശേഷം എല്ലാ മാസവും നാരായണ അയ്യരുടെ കൈയിൽ ഒരു നിശ്ചിത തുക എത്തുവാൻ തുടങ്ങി. അത് അവർക്ക് വലിയൊരു അനുഗ്രഹമാ യിരുന്നു, അപ്പോഴേക്കും നാരായണ അയ്യർ നിത്യ രോഗിയായി തീർന്നി രുന്നു.

പിന്നീട് ഒരു ദിവസം ഡോക്ടർ വന്നു അവരോട് അദ്ദേഹത്തിനു തിരു

വനന്തപുരത്തേക്ക് സ്ഥലം മാറ്റം കിട്ടിയ കാര്യം പറഞ്ഞത്. അത് കേട്ട പ്പോൾ പാർവ്വതിയമ്മാൾ വളരെയധികം വേദനിച്ചു. അവർ പോകുമ്പോൾ സൂര്യ ഗായത്രിയും കൂടെ പോകേണ്ടി വരുമല്ലോ എന്നായിരുന്നു അവ രുടെ ഭയം. ആ ഘട്ടം നേരിടുകയല്ലാതെ, ഭയപ്പെട്ടിട്ട് എന്താണ് കാര്യം!

എപ്പോൾ ആവശ്യപ്പെട്ടാലും അവിടെ എത്തിക്കാം എന്ന് അവർ ആ ണയിട്ട് പറഞ്ഞു അവരെ സമ്മതിപ്പിച്ചു. അങ്ങനെ അവർ തിരുവനന്ത പുരത്തേക്ക് യാത്രയായി ആദ്യമൊക്കെ ദിവസവും അവർ അഗ്രഹാര ത്ത് ഫോൺ ഉള്ള വീട്ടിലേക്ക് വിളിച്ചു സംസാരിക്കുമായിരുന്നു പക്ഷേ പിന്നെ പിന്നെ അതൊരു ബുദ്ധിമുട്ട് പോലെയായി തീർന്നു. പിന്നെ വി ളിക്കാതെയായി. പക്ഷേ മാസാമാസം ആ വീട്ടിലേക്കുള്ള നിശ്ചിത തു ക എത്തിക്കുന്നതിൽ ഡോക്ടർ ഒരു വീഴ്ചയും വരുത്തിയില്ല.

അമ്മയുടെ ഓർമ്മകളുടെ വേലിയേറ്റത്തിനൊടുവിൽ ഈ കാലമത്ര യും കൂടെ കൈപിടിച്ചു നടന്ന രണ്ട് കൈകൾ എന്നെന്നേക്കുമായി വേർ പെട്ടുവെന്നു സൂര്യയ്ക്ക് തോന്നി. തിരിച്ചു നടക്കുമ്പോൾ ആശ്രയത്തി നായി മറ്റൊരു കൈ തന്നെ തേടി വരുമെന്ന് അവർ വൃഥാ ചിന്തിച്ചു.

'ഉനക്ക് അന്ത കാരിയം നാപകമിറുക്കാ സൂര്യ? അന്ത കാലത്ത് അ ന്ത മാതിരിയെല്ലാം ആയിട്ടേൻ, ഒരു ആള് എങ്കിലും പാതുകാപ്പാന ആ കട്ടുമേ എന്നത് മട്ടും നാൻ യൊസിച്ചത്. അപ്പാവും ഒന്നുമേ മറന്തിട്ടില്ല യേ. ആനാൽ അന്ത കാലത്തിലെ നമ്മ നിലമെ അപ്പടി താനേ..'

പാർവ്വതിയമ്മ പറഞ്ഞു നിർത്തുമ്പോൾ അവളുടെ കണ്ണിലൂടെ ക ണ്ണുനീർ വന്നു തുടങ്ങിയിരുന്നു. തന്റെ ഓർമ്മകളിൽ അവൾ ഉണ്ടോ? ഇല്ല മറക്കില്ല ഒരിക്കലും പക്ഷേ മറവിയുടെ ഒരു ആവരണം ആ ഓർമ്മ കൾക്ക് മേലെ വന്നു പതിഞ്ഞിട്ടുണ്ട്. പക്ഷേ തന്റെ കൈകളിൽ ഉള്ള ആ ചൂടും നനവുമുള്ള ആ പിടിത്തം ഇന്നും വിട്ടുപോയിട്ടില്ല.

ഗായത്രി..

അവളെ കാണണം.

ഒന്ന് വെറുതെ...

അവൾക്കിപ്പോൾ എന്തു പറ്റി..?

'അമ്മ ഇത്തന വർഷത്തുക്ക് അപ്പറം അവ ഏതുക്ക് ഇപ്പൊത് ഗായ ത്രിയോടെ പ്രച്ചിന സൊല്ലി ലെറ്റർ പോട്ടത്? ഇനി വേറെ ഏതാവതും ഇറുക്കുമൊ?'

അവൾ വ്യാകുലപ്പെട്ടു.

'തെരിയാത് സൂര്യ, അവളോടെ കാരിയം, പതിനയ്ത് ആണ്ടുകൾ താണ്ടി ഇപ്പൊത് അവളുക്ക് എന്ന പ്രച്ചിനം വന്തത്? ഇനി വേറെ യതാ

വത് പ്രച്ചിനം ഇറക്കതാ ?

പാർവ്വതിയമ്മ ഓരോന്ന് പറഞ്ഞു കരയാൻ തുടങ്ങി. സൂര്യ അപ്പോ ഴും ആലോചനയിലായിരുന്നു. പതുക്കെ അവൾ പറഞ്ഞു,

'അമ്മ നമ്മ പോക വേണം. അവളെ പാർക്കണം. ഇനി ഗായത്രിക്ക് ഏതാവത് വരുത്തം ഇരുക്കമൊ? നമക്ക് അത് തെരിയ വേണ്ടാമാ? എ ന്നാരുന്താലും പോക വേണ്ടും അമ്മാ.' അവൾ പറഞ്ഞു.

'ഏൻ കീഴ്ക്കാവ് അമ്മാ.. എന്നുടെ കുഴന്തയെ നീ പാത്തുക്കോ...' അവർ കണ്ണീരോടെ പ്രാർത്ഥിച്ചു.

'ഇന്ത വാട്ടി ഗായത്രി ഇങ്കെ വന്താൽ കോവിലുക്ക് അവളേനയും കൂ ട്ടി വരികറേൻ.' അവർ നേർച്ച നേർന്നു.

അഗ്രഹാരത്തിലെ വീടുകളിൽ നിന്ന് കീഴ്ക്കാവിലേക്ക് പോകുമ്പോൾ ഈ വീട്ടിൽ നിന്നും ആരും പോവാറില്ല. ഒരിക്കൽ താൻ അമ്മയോടൊ പ്പം പോയിരുന്നതു സൂര്യ ഓർത്തു അന്ന് തന്റെ കൈ പിടിച്ചു അവളും ഉണ്ടായിരുന്നു ഗായത്രി! പിന്നീട് ഇക്കാലമത്രയും അമ്മ അങ്ങോട്ട് പോ വുന്നത് കണ്ടിട്ടില്ല. ആ അമ്മയാണ് ഇപ്പോൾ കീഴ്ക്കാവിലെ അമ്മയെ വിളിച്ചു അപേക്ഷിക്കുന്നത്, അത് കണ്ടപ്പോൾ അവൾക്കും സങ്കടമായി. അതിലേറെ ആശ്ചര്യവുമായി.

കുറച്ചു കാൾ സംഘടിപ്പിച്ചു സൂര്യ യാത്രയ്ക്ക് തയ്യാറായി. തിരുവ നന്തപുരത്തേക്ക് പോകുവാൻ തീവണ്ടി തന്നെയാണ് ഏറ്റവും നല്ല ഉ പാധി എന്നവൾക്ക് അറിയാമായിരുന്നു. അമൃത എക്സ്പ്രസ്സിൽ പോ യാൽ ഒരു രാത്രിയുടെ ദൂരമേ ഉള്ളു എന്നവൾ മനസ്സിലാക്കി. പാർവതി അമ്മാൾ അവളോട് താനും കൂടി വരാം എന്ന് പറഞ്ഞപ്പോൾ അവൾ സ്നേഹപൂർവം വിലക്കി, വയ്യാത്ത അപ്പാവുക്ക് അമ്മ കൂടെ വേണം എ ന്നവൾ പറഞ്ഞു. പക്ഷേ പാട്ടി മുന്നോട്ടു വന്നു,

'സൂര്യ, പാർവ്വതി ഉന്നുടെ കൂടെ വരട്ടും. അവളെ മട്ടുമെ അവരുക്ക് തെരിയും. നീയും സൂര്യ കൂടെ പോയിട്ട് വാ.'

അവർ രണ്ട് പേരോടുമായി പറഞ്ഞു നിർത്തി.

സൂര്യ ഒന്ന് കൂടി ആലോചിച്ചു എന്നിട്ട് തല കുലുക്കി. അല്ലെങ്കിലും താൻ എന്ത് പറഞ്ഞു അവിടേക്ക് കയറി ചെല്ലും. താൻ പറയുന്നത് അ വർ അംഗീകരിക്കുമോ? അവൾക്ക് പല സന്ദേഹങ്ങൾ മനസ്സിൽ പൊ ന്തി വരുവാൻ തുടങ്ങി. പാർവ്വതിയും സൂര്യയും പോകുവാൻ തയ്യാറെ ടുപ്പ് തുടങ്ങി. നാരായണ അയ്യർക്ക് അവരുടെ കൂടെ പോകുവാൻ വല്ലാ ത്ത ആഗ്രഹം ഉണ്ടായിരുന്നു. ഈ ജന്മം ഇനിയും സൂര്യ ഗായത്രിയെ അദ്ദേഹത്തിന് കാണുവാൻ സാധിക്കുമെന്ന് ഉറപ്പില്ലായിരുന്നു. ജീവിതം

അദ്ദേഹത്തെ അത്രയേറെ തളർത്തിയിരുന്നു. റെയിൽവേ സ്റ്റേഷനിലേ
ക്ക് ഇറങ്ങുന്നതിനു മുൻപ് പാർവ്വതിയമ്മാൾ കീഴ് കാവിലേക്ക് ചുവന്ന
മാല നേർന്നു. അതു കണ്ടപ്പോൾ സൂര്യയ്ക്ക് ചിരി വന്നു.'

'അമ്മ അവളെ നമ്മ കൂടെ കൂട്ടി കൊണ്ട് വരുവതുക്ക് പോകലയെ.
ഒണ്റ് പാത്ത് വരുവതുക്ക് താനേ.'

അവൾ ചിരിയോടെ പറഞ്ഞു.

'എനക്ക് തെരിയും സൂര്യ...' പാർവ്വതിയമ്മ പറഞ്ഞു.

അവളെങ്കിലും സുഖമായി ഇരിക്കട്ടെ സൂര്യ മനസ്സിൽ പറഞ്ഞു. വി
ധിയുടെ വിളയാട്ടമാണോ അതോ തന്റെ സഹോദരിയുടെ ഭാഗ്യമാണോ
എന്നറിയില്ല എങ്കിലും അവളുടെ ഭാഗ്യത്തിൽ ഇന്ന് സൂര്യ ആശ്വാസം
കണ്ടെത്തി എന്നത് സത്യമാണ്.

പക്ഷേ ആ കത്ത്..!

അതിൽ എഴുതിയിരിക്കുന്നത് അവളെ വല്ലാതെ അലോസരപ്പെടു ത്തി കൊണ്ടിരുന്നു. വീട്ടിൽ നിന്ന് പുറപ്പെട്ടു തീവണ്ടിയിൽ ഇരിക്കുമ്പോൾ അവളുടെ മനസ്സിൽ ഒരായിരം ചിന്തകൾ ആയിരുന്നു.

സൂര്യ ഗായത്രി!

അവൾ എങ്ങനെയായിരിക്കും ?

അവൾ തന്നെ പോലെ തന്നെ ആയിരിക്കുമോ?

ആയിരിക്കും

അവൾ സ്വയം ആശ്വാസം കണ്ടെത്താൻ ശ്രമിച്ചു. പറഞ്ഞറിയിക്കാൻ കഴിയാത്ത ഒരു മാനസ്സികസംഘർഷം അവളിൽ പ്രകടമായി തുടങ്ങി യിരുന്നു. പാർവതിയമ്മയും തന്റെ ലോകത്ത് ആയിരുന്നു. കുറേ കാല ത്തിനു ശേഷം തന്റെ സന്താനത്തെ കാണുവാനായി പോകുമ്പോൾ മ നസ്സിൽ ഉണ്ടായ ചോദ്യങ്ങളും അവയുടെ ഉത്തരം തേടലും തികച്ചും ആശങ്കാജനകമായിരുന്നു അവരുടെ മനസ്സ്. ആ കുഞ്ഞിനെ എങ്ങനെ നേരിടും? അവളെ എന്ത് പറഞ്ഞു ഒന്ന് കെട്ടിപ്പിടിക്കും. അവൾ തന്നെ വെറുക്കുമോ? അവരും തന്റെ മനസ്സിലുള്ള ഒരായിരം സംശയങ്ങളിലൂ ടെ സഞ്ചരിച്ചുകൊണ്ടിരുന്നു.

സൂര്യ ബ്രഫി അപ്പോൾ തന്റെ ഹാൻഡ്ബാഗിൽ കിടക്കുന്ന ഒരു ക ഷ്ണം കടലാസ്സ് അവിടെ തന്നെയുണ്ടെന്ന് ഉറപ്പാക്കി. അവൾ അതിനെ മുറുക്കെ പിടിച്ചു ആ കടലാസ്സിൽ ഒരു വിലാസവും ഒരു ലാൻഡ് ലൈൻ നമ്പറും എഴുതിയിട്ടുണ്ടായിരുന്നു, അതിനെ ആസ്പദമാക്കി ആ നഗര ത്തിൽ ഡോക്ടർ ശിവരാമകൃഷ്ണനെ അന്വേഷിക്കുകയെന്നത് എത്രമാ ത്രം കഠിനമാണ് എന്നവൾ ഊഹിക്കുന്നുണ്ടായിരുന്നു. പുറപ്പെടുന്നതി നു മുൻപ് അവൾ ഒന്ന് രണ്ട് തവണ ആ നമ്പറിലേക്ക് വിളിച്ചു എങ്കി ലും ഒരു പ്രതികരണവും ഉണ്ടായില്ല. ഇനി വീട് മാറുകയോ ഫോൺ കേടാവുകയോ ചെയ്തിരിക്കുമോ അവൾ ആശങ്കപ്പെട്ടു. ഒരിക്കലും മു ന്നോട്ടു വെച്ച കാൽ പിന്നോട്ട് എടുക്കില്ല എന്ന വാശി ഉള്ളത് കൊണ്ടാ ണ് ആ യാത്രയ്ക്ക് അവൾ ഇറങ്ങി തിരിച്ചത്. പാർവതിയമ്മയ്ക്ക് മക ളെ തേടലാണെങ്കിൽ സൂര്യക്ക് ആ യാത്ര അവളെ തന്നെ തേടുന്നതിന് തുല്യമായിരുന്നു. അവൾക്ക് അവളോട് തന്നെ അടങ്ങാത്ത അഭിവാഞ്ഛ യായിരുന്നു തന്റെ പ്രതിബിംബത്തിനെ തേടുവാനായി അവൾ മുന്നിട്ടി റങ്ങി.

ഒരുപക്ഷേ അവളും തന്നെ അന്വേഷിക്കുകയായിരിക്കുമോ? സൂര്യ യുടെ മനസ്സിൽ അങ്ങനെയൊരു പ്രതീക്ഷ കൂടി ഉണ്ടായിരുന്നു.

നേരം വെളുക്കുമ്പോഴേക്കും തിരുവനന്തപുരം എത്തിയ അവർ

റെയിൽവേ സ്റ്റേഷനിൽ തന്നെ പ്രഭാതകൃത്യം നിർവ്വഹിച്ച് പുറത്ത് നി
ന്നും ഭക്ഷണം കഴിച്ച് കയ്യിലെ അഡ്രസ്സിലുള്ള നഗരത്തിന് കുറച്ചു
വെളിയിലുള്ള ഒരു പ്രദേശത്തേക്ക് ബസ് പിടിച്ചു. ബസിൽ ഇരിക്കു
മ്പോഴും അവളുടെ മനസ്സിൽ ആശങ്കയായിരുന്നു. പറഞ്ഞ സ്റ്റോപ്പിൽ
ഇറങ്ങി അവർ നടന്നു. അപരിചിതമായ സ്ഥലത്ത് ഇറങ്ങുമ്പോൾ ആ
ഭാഗത്ത് വീടുകളില്ലായിരുന്നു പകരം കുറേ കെട്ടിടങ്ങൾ മാത്രം. കടക
ളും അന്യ കച്ചവടസ്ഥാപനങ്ങളും അവിടെ ഉയർന്നു നിൽക്കുന്നു. അ
തിനിടയിൽ എവിടെ പോയി തിരക്കും അവൾ അമ്പരപ്പോടെ നിന്നു.

'സൂര്യ എന്ന പണ്ണുവേൻ, ഇന്തപക്കം എങ്കെ പോയി തേടലാം.'
അവർ ഭയത്തോടെ ചോദിച്ചു.

'പാക്കലാം അമ്മ.'

അവൾ വീണ്ടും മുന്നിലെ വഴിയിലൂടെ ഒന്ന് കൂടി ഉള്ളിലേക്ക് നട
ക്കാം എന്ന് തീരുമാനിച്ചു. വീടുകൾ ഇതിനൊക്കെ പുറകിൽ ആയിരി
ക്കും അവൾ ഉറപ്പിച്ചു. നടന്നു നീങ്ങി ആദ്യത്തെ വീട്ടിൽ കയറി കയ്യിലു
ള്ള അഡ്രസ് കാണിച്ചു അവരോട് ഡോക്ടർ ശിവരാമകൃഷ്ണനേയും
കുടുംബത്തെയും പറ്റി അന്വേഷിച്ചു. ഒരു യുവതിയാണ് ആ വീട്ടിൽ നി
ന്നു വന്നത്. അവൾ ആ വിലാസം തിരിച്ചും മറിച്ചും നോക്കി ഉള്ളിലേക്ക്
നോക്കി വിളിച്ചപ്പോൾ ഒരു പ്രായമുള്ളയാൾ ഇറങ്ങി വന്നു. അവരും ആ
വിലാസം നോക്കി അത് ഇപ്പോൾ ഇങ്ങനെയൊരു വീടോ ആളോ ആ
പരിസരത്ത് ഇല്ല എന്ന് പറഞ്ഞു അവരെ നിരാശയുടെ പടുകുഴിയിലേ
ക്ക് തള്ളി വിട്ടു. അപരിചിതമായ സ്ഥലവും അപരിചിതരുടെ ഇടയി
ലുള്ള അന്വേഷണവും അതിൽ വിപരീതമായ ഫലവും അവളെ തളർ
ത്തുന്നുണ്ടായിരുന്നു. അവിടുന്ന് തിരിക്കുമ്പോൾ ആ പ്രായമുള്ളയാൾ
അവരോട് ആ വഴിയിലെ ഏറ്റവും അറ്റത്തുള്ള വീട്ടിൽ ഒന്ന് ചോദിക്കാൻ
പറഞ്ഞു. ഒരുപക്ഷേ അവർക്ക് അറിയാൻ ഇടയുണ്ടാകുമെന്നു പറഞ്ഞു.

'ഞങ്ങൾ ഇവിടെ വന്നിട്ടു കുറച്ചേ ആയുള്ളൂ ആ വീട്ടിലുള്ളവർ ഇ
വിടെ തന്നെയുള്ളവരാണ് അവിടെ ഒന്ന് ചോദിക്കു.' അദ്ദേഹം പറഞ്ഞു.

അവരോട് നന്ദി പറഞ്ഞു അങ്ങോട്ടേക്ക് നടക്കുമ്പോൾ തന്റെ അവ
സാനത്തെ അത്താണിയിലേക്കുള്ള പ്രയാണം പോലെ അവർക്ക് തോ
ന്നി. ഒരുപക്ഷേ തങ്ങൾ തേടുന്നത് അവർ കാണിച്ചു തന്നേക്കും എന്ന
ഉൾവിളി അവരിൽ വല്ലാതെ ഉയർന്നു. പുറത്ത് വെയിൽ മൂത്തു തുട
ങ്ങി. അങ്ങോട്ടേക്ക് കാൽ നീട്ടി വെച്ച് നടക്കുമ്പോൾ പിടയുന്ന ഹൃദയ
ത്തോടെ അവർ നിശ്ശബ്ദത പാലിച്ചു. ആ വഴി അവസാനിക്കുന്നത് മ
റ്റൊരു പാതയിലേക്കാണ് തൊട്ടടുത്ത മറ്റൊരു വിപണനകേന്ദ്രം തുട

135

ങ്ങുന്നുണ്ടായിരുന്നു. കടകമ്പോളങ്ങളുടെ ഒരു നിര കൂടാതെ ഒരു ചെറി
യ ക്ഷേത്രവും ഉണ്ടായിരുന്നു. ആ വീട്ടിലേക്ക് കാൽ എടുത്തു വെയ്
ക്കുമ്പോൾ അവൾ അറിയാതെ മനസ്സിൽ ദേവിയെ വിളിച്ചു പ്രാർത്ഥിച്ചു
പോയി.

'അമ്മേ ദേവി   കാപ്പാത്തുങ്കോ'

അവളുടെ ആത്മഗതം കുറച്ചു ഉറക്കെയായി പോയി. ജിജ്ഞാസ നി
ലക്കാത്ത മനസ്സുമായി അവൾ ആ വീട്ടിലേക്ക് കയറി.

ഒരു കൂറ്റൻ ബംഗ്ലാവ്!

അതിന്റെ കാലെടുത്തു വെയ്ക്കുമ്പോൾ മുറ്റത്ത് തന്നെ ഒരു സ്ത്രീ
നിൽക്കുന്നുണ്ടായിരുന്നു. അവരോട് തങ്ങളുടെ വരവിന്റെ ഉദ്ദേശം പറ
യുമ്പോഴും തങ്ങളുടെ ആവശ്യം പൂർത്തികരിക്കാൻ പറ്റുമെന്ന് സൂര്യ
യ്ക്ക് സംശയമുണ്ടായിരുന്നു. അവർ അവരെ അവിടെ നിൽക്കുവാൻ
പറഞ്ഞിട്ട് ഉള്ളിൽ പോയി ഏതാനും നിമിഷങ്ങൾക്ക് ശേഷം ഒരു പ്രായ
മായ മുത്തശ്ശി പൂമുഖത്തേക്ക് വന്നു. അവർ ആഗതരോട് കാര്യം അ
ന്വേഷിച്ചു. അവരോട് സൂര്യ തന്റെ ആവശ്യം അറിയിച്ചു. വന്നവരെ സൂ
ക്ഷിച്ചു നോക്കുന്ന ആ വൃദ്ധനയനങ്ങളെ സാകൂതം സൂര്യ നോക്കി. ഒ
രുപക്ഷേ തന്റെ അന്വേഷണത്തിന്റെ ഗതി തന്നെ മാറ്റാൻ അവർക്ക് പ
റ്റുമെന്ന് അവൾക്ക് മനസിലായി.

'നിങ്ങൾ എവിടുന്നാ?'

'ഞങ്ങൾ പാലക്കാട് നിന്നാണ്. ഇവിടെ ഒരു പത്തു പതിനഞ്ചു വർ
ഷങ്ങൾക്ക് മുൻപ് ഡോക്ടർ ശിവരാമകൃഷ്ണനും ഭാര്യയും താമസിച്ചി
രുന്നു. അവർ ഇപ്പോൾ എവിടെയാണ് എന്നറിയാമോ?'

സൂര്യയുടെ ചോദ്യം കേട്ടപ്പോൾ സരയുബായി എന്ന് പേരുള്ള ആ
അമ്മ അവളെ സൂക്ഷിച്ചു നോക്കി പിന്നെ ആ നോട്ടം അവളുടെ പുറകി
ലായി അവശതോടെ നിൽക്കുന്ന പാർവ്വതിയമ്മയിലും ചെന്നെത്തി. സ
ഹായിയായി നിൽക്കുന്നവരോട് കുറച്ചു സംഭാരം കൊണ്ടുവരാൻ ഏല്
പിച്ചു അവർ രണ്ട് പേരെയും ഉള്ളിലേക്ക് വിളിച്ചു കയറ്റി ഇരുത്തി എ
ന്നിട്ട് അവർ പറഞ്ഞു.

'പണ്ട് ഇവിടെ ഈ വീടിനു തൊട്ടടുത്ത് ഡോക്ടർ ശിവരാമകൃഷ്ണ
നും കുടുംബവും താമസിച്ചിരുന്നു. പിന്നെ അവർ നഗരത്തിലേക്ക് പോ
യി. അതിവിടുന്ന് കുറച്ചു ദൂരത്താണ്. നിങ്ങൾ ഉദേശിച്ചത് അവരെ ത
ന്നെയല്ലേ?'

'അതെ, ഇതാണ് അവരുടെ വിലാസം.'

സൂര്യ കയ്യിലുള്ള വിലാസം അവരുടെ കയ്യിൽ കൊടുത്തു.

'ആ ഇത് ഇവിടുത്തെ തന്നെയാണ് മോളെ. പണ്ട് ഇവിടെ അടുത്തു ള്ള വീട് എല്ലാം വാടകയ്ക്കു കൊടുത്തിരുന്നു. ഞാൻ പറഞ്ഞില്ലേ.'

'അമ്മാ, അവർ ഇപ്പോൾ എവിടെയാണ് താമസിക്കുന്നത്? അവരു ടെ മേൽവിലാസം അറിയാമോ? അത് അറിഞ്ഞാൽ വളരെ സൗകര്യമാ യി.'

'വീട് എനിക്ക് അറിയില്ല. പക്ഷേ അദ്ദേഹത്തിന്റെ ക്ലിനിക് അറിയാം. ഞാൻ നിങ്ങളെ അവിടെ കൊണ്ടു ചെന്നാക്കാം.'

പാർവ്വതിയമ്മയുടെ സങ്കടമാർന്ന മുഖവും സൂര്യയുടെ പരവശത യും എല്ലാം അവരിൽ സഹതാപം ഉണർത്തി. ഇത്രയും വിഷണ്ണതയോ ടെ തങ്ങളുടെ മുന്നിൽ നിൽക്കുന്നവരുടെ വേദന മനസ്സിലാക്കുവാൻ ആ മാതൃഹൃദയത്തിന്റെ ഇത്രയും വർഷത്തെ അനുഭവം മാത്രം മതി യായിരുന്നു. അവർ അവർക്കുള്ള ചായയും പലഹാരവും കൊടുക്കു വാൻ ഏല്പിച്ചു അപ്പോൾ തന്നെ ഫോൺ ചെയ്തു ഡോക്ടറുടെ ക്ലിനി ക്കിലേക്ക് ഒരു അപ്പോയ്ന്റ് മെന്റ് എടുത്തു. പിന്നെ ഡ്രൈവറെ വിളിച്ചു അങ്ങോട്ട് പോകാൻ തയ്യാറെടുത്തു. സൂര്യയ്ക്ക് അതൊരു ആശ്വാസ മായി. ദൂരദേശത്ത് വന്നാലും ഇത്രയും സഹായം കണ്ടെത്താനായതിൽ അവൾ സന്തോഷിച്ചു.

ക്ലിനിക്കിലേക്ക് പോകുവാൻ ഇറങ്ങുമ്പോൾ അവളുടെ മനസ്സ് ചഞ്ച ലപ്പെട്ടിരുന്നു. ഇനി അവിടെ പോയാൽ എന്തായിരിക്കും സംഭവിക്കുക. അവർ തങ്ങളെ തിരിച്ചറിയുമോ? കാറിൽ പോകുമ്പോഴും അവർ തിക ച്ചും ചിന്താകുലരും ആശങ്കചിത്തരുമായിരുന്നു. വീട്ടിൽ നിന്ന് ഇറങ്ങി പുറപ്പെടുമ്പോൾ പോലും അവൾ കൂടുതൽ ആലോച്ചിരുന്നില്ല പക്ഷേ ജീവിതം ഇപ്പോൾ അവളെ വല്ലാതെ പരീക്ഷിക്കുന്നുവെന്നു അവൾക്കു തോന്നി. അപ്പോഴേക്കും കാർ വലിയൊരു കെട്ടിടത്തിന്റെ ഉള്ളിലേക്ക് കടന്നു. പിന്നെ സരയുബായി ഇറങ്ങി മുൻപിലും അമ്മയും മകളും അ വർക്ക് പിറകിലായും നടന്നു. അതിവിശാലമായ ആ മതിൽക്കെട്ടിനു ള്ളിൽ തലയുയർത്തി നിൽക്കുന്ന ഡോക്ടർ ശിവരാമൻസ് ക്ലിനിക്ക് ക ണ്ടപ്പോൾ തന്നെ സൂര്യയ്ക്ക് ഡോക്ടറുടെ ഇപ്പോഴുള്ള സമൂഹത്തിലെ ഉന്നതമായ നിലയും അദ്ദേഹത്തിന്റെ പ്രശസ്തിയും മനസിലായി. ഉ ള്ളിലേക്ക് പോകുന്തോറും അവളുടെ ഹൃദയമിടിപ്പ് കൂടി വന്നു.

സരയുബായിയുടെ കൂടെ മുന്നിലെ കസേരയിൽ ഡോക്ടറുടെ മുറി ക്ക് പുറത്തു അവർ കാത്തിരുന്നു. ഏതാനും നിമിഷം കഴിഞ്ഞപ്പോൾ അവരെ അകത്തേക്ക് വിളിച്ചു. സരയുബായി അവരോട് ഉള്ളിലേക്ക് പോ കാൻ പറഞ്ഞു. ഒരു നിമിഷത്തെ അസ്വാളിപ്പിന് ശേഷം സൂര്യ അമ്മ

യെയും പിടിച്ചു ഉള്ളിലേക്ക് നടന്നു. വാതിൽ തുറന്നു അകത്തു കടന്ന പ്പോൾ അവിടെ ഗാംഭീര്യത്തോടെ ആ മുറിയിൽ രോഗിയെയും പ്രതീ ക്ഷിച്ചിരിക്കുന്ന ഡോക്ടർ ശിവരാമകൃഷ്ണനെയാണ് അവർ കണ്ടത്. കാ ലം അദ്ദേഹത്തിന്റെ മുഖത്ത് കുറച്ചു മാറ്റങ്ങൾ കൊണ്ടു വന്നത് ഒഴി ച്ചാൽ കാര്യമായ ഒരു മാറ്റവുമില്ല. അദ്ദേഹത്തെ നോക്കി പാർവ്വതിയമ്മ കൈകൂപ്പി. അവരെ ചോദ്യഭാവത്തിൽ നോക്കി നിന്ന ഡോക്ടർ പെട്ടെ ന്ന് സ്തബ്ധനായ പോലെ കാണപ്പെട്ടു. മുന്നിൽ നിൽക്കുന്ന പാർവ്വതി യമ്മയെ അദ്ദേഹം കാലങ്ങൾക്കിപ്പുറവും തിരിച്ചറിഞ്ഞു. അതിനെക്കാ ളും അവരുടെ തൊട്ടടുത്ത് നിൽക്കുന്ന സൂര്യ ബ്രഫിയെയും!

അദ്ദേഹത്തിന്റെ ജീവിതത്തിൽ വളരെ അടുത്തു നിൽക്കുന്ന രണ്ട് പേരാണ് ഇവർ എന്ന് നിസ്സംശയം പറയാം. അദ്ദേഹം ആദ്യത്തെ അമ്പ രപ്പിൽ നിന്നും ഉണർന്ന് ഇരുന്നിടത്തു നിന്ന് എണീറ്റു.

'എന്താ പാർവ്വതി ഇവിടെ? അതും ഇത്രയും വർഷങ്ങൾക്ക് ശേഷം! നാരായണനു സുഖമല്ലേ?'

ഓരോ വാക്കു പറയുമ്പോഴും അദ്ദേഹത്തിന്റെ കണ്ണുകൾ ബ്രഫിയി ലായിരുന്നു.

'ഞങ്ങൾക്ക് ഈ കത്ത് കിട്ടി അതുകൊണ്ടാണ് ഇപ്പോൾ ഇങ്ങോട്ട് വന്നത്.' സൂര്യയുടെ ഉറച്ച വാക്കുകൾ കേട്ടപ്പോൾ അദ്ദേഹം അവളെ കണ്ണിമ അടയ്ക്കാതെ നോക്കി. കുറച്ചു നേരം കഴിഞ്ഞപ്പോൾ അദ്ദേഹം കൈ നീട്ടി ആ എഴുത്ത് വാങ്ങി.

'ഇത് പണ്ടെപ്പോഴോ എഴുതിയതാണ് അന്ന് നിങ്ങളുടെ മറുപടിയും കണ്ടില്ല ഇന്നിപ്പോൾ വരാൻ പ്രതേകിച്ചു കാരണങ്ങൾ എന്തെങ്കിലു മുണ്ടോ?'

ഡോക്ടർ വീണ്ടും ചോദിച്ചു

'ഇല്ല, ഗായത്രി.. അവൾക്ക് സുഖം തന്നെയല്ലേ? ഈ എഴുത്ത് കിട്ടി യപ്പോൾ ഞങ്ങൾ അവളെ കാണുവാൻ വന്നതാണ്. അവൾ ഇപ്പോൾ...'

പാർവ്വതിയമ്മ അർദ്ധോക്തിയിൽ നിർത്തി. പിന്നെ പൂരിപ്പിച്ചത് സൂ ര്യയായിരുന്നു.

'ഇത്രയും കാലം കഴിഞ്ഞ് ഈ കത്ത് കിട്ടിയപ്പോൾ ഗായത്രിയെ ഒ ന്ന് കാണാൻ വേണ്ടി മാത്രമാണ് ഞങ്ങൾ ഇവിടെ വന്നത്. അവൾക്ക് ഇവിടെ സുഖം ആണെന്ന് അറിയാം. കണ്ടിട്ട് ഇന്ന് തന്നെ പറ്റുമെങ്കിൽ മടങ്ങാം.' അവളുടെ മുഖത്തെ നിശ്ചയദാർഢ്യം അദ്ദേഹത്തിനു വേറെ എന്തൊക്കയോ ഓർമ്മിപ്പിച്ചു.

ഡോക്ടർ അവരോട് ഇരിക്കാൻ പറഞ്ഞു. പിന്നെ തന്റെ ഫോൺ എ

ടുത്തു വീട്ടിലേക്ക് വിളിച്ചു. പാർവ്വതിയമ്മയും സൂര്യയും വന്നിട്ടുണ്ട് എ
ന്നറിഞ്ഞപ്പോൾ പത്മ ആദ്യം ഒന്ന് പതറി. പക്ഷേ പിന്നീട് അവരെ കൂട്ടി
കൊണ്ടു വരാൻ പറഞ്ഞു. അവരെ അങ്ങോട്ട് കൂട്ടികൊണ്ടു വന്നത് സ
രയുബായി തങ്കച്ചിയാണ് എന്ന് ബോധ്യപ്പെട്ടപ്പോൾ അദ്ദേഹം അവിടു
ന്ന് അവരെയും കൊണ്ടു വീട്ടിലേക്ക് പുറപ്പെടാൻ ഒരുങ്ങി. മുൻവശത്തി
രിക്കുന്ന സരയുബായിയോട് നന്ദി പറഞ്ഞു നീങ്ങുമ്പോൾ അവർ മന
സ്സ് കൊണ്ടു അവളെ അനുഗ്രഹിച്ചു. ആ അമ്മയും മകളും താണ്ടുന്ന
കനൽവീഥികൾ അവർ ഏതാണ്ട് മനസ്സിലാക്കിയിരുന്നു. അല്ലാതെ ഈ
അപരിചിതമായ നഗരത്തിലേക്ക് ഒരു വിലാസമെഴുതിയ കടലാസ് തു
ണ്ടുമായി ഈ സ്ത്രീകൾ വരില്ല എന്ന് മറ്റാരേക്കാളും നന്നായി മനസ്സി
ലാക്കാൻ അവർക്ക് കഴിയുമായിരുന്നു. പിന്നെ ആ പെൺകുട്ടിയുടെ മു
ഖം ! എവിടെയോ കണ്ടു മറന്ന ആ മുഖം അവർ ഓർമ്മയിൽ പരതി..

അദ്ദേഹം കാർ എടുത്തു വീട്ടിലേക്ക് യാത്രയാകുമ്പോൾ അദ്ദേഹ
ത്തിന്റെ കൂടെ സൂര്യയും അമ്മയും ഉണ്ടായിരുന്നു. യാത്രയിലുടനീളം
ആരും ഒന്നും പറഞ്ഞില്ല. എന്താണ് ചോദിക്കേണ്ടത് എന്ന് ആർക്കും ഒ
രു ഊഹവുമില്ലായിരുന്നു. എന്നാൽ ചോദിക്കാൻ ഇരുകൂട്ടർക്കും ഏറെ
ഉണ്ടായിരുന്നു. ആ വലിയ വീടിന്റെ പടി കടക്കുമ്പോൾ ഡോക്ടർ തന്റെ
മൗനം ഭഞ്ജിച്ചു.

'അവൾ ഈ സമയം വീട്ടിൽ ഇല്ല. കോളേജിൽ ആണ്. നാല് മണി
യാകുമ്പോഴേക്കും വരും.'

അതിന് ആരും ഉത്തരം പറഞ്ഞില്ല. കാറിൽ നിന്ന് ഇറങ്ങി ആ വീട്ടി
ലേക്ക് നടക്കുമ്പോൾ പാർവ്വതിയമ്മയുടെ മനസ്സിലേക്ക് ഒരായിരം വി
കാരങ്ങൾ ഒന്നിച്ച് തള്ളി കയറി. അപ്പോഴേക്കും പുറത്തേക്ക് വന്ന പത്മ
ത്തിന്റെയും അവരുടെയും കണ്ണുകൾ ഒരു നിമിഷം തമ്മിലിടഞ്ഞു. കു
റേയേറെ വർഷങ്ങളുടെ ഇടവേള അവരിൽ അപരിചിതത്വം നിറച്ചിരു
ന്നു. വീടിന് ഉള്ളിൽ കയറുമ്പോഴും അവിടെ ഇരിക്കുമ്പോഴും ആരുമൊ
ന്നും ഉരിയാടിയില്ല. മനസ്സിലെ നൂറായിരം ആശങ്കകൾ അവിടെ തന്നെ
മരിച്ചു പോകുമോ എന്ന് പാർവ്വതിയമ്മയ്ക്ക് തോന്നി. ആകെ ഒരു തരം
വിമ്മിഷ്ടം.

ഒരു അപരിചിതത്വത്തിന്റെ ആവരണം അവരെ ആകെ പൊതിഞ്ഞു
നിൽക്കുന്നതായി സൂര്യ ബ്രഫിക്ക് അനുഭവപ്പെട്ടു. ഒപ്പം അമ്മയുടെ വേ
ദന നിറഞ്ഞയിരിപ്പ് അവളിൽ പേരറിയാത്ത ഒരു വികാരത്തിനു ജന്മം
നൽകി. വന്നത് തെറ്റായോ എന്ന് അവൾക്ക് ആദ്യമായി സംശയം
തോന്നി.

ഈ യാത്ര ഒരു അനാവശ്യമായ ഉദ്യമമായി തീരുമോ?

ഇല്ല!

തന്റെ ചിന്തകളെ കുടഞ്ഞെറിഞ്ഞു അവൾ വീണ്ടും പൂർവ്വാവസ്ഥ യിലേക്ക് വന്നു. പത്മവും അമ്മയും ഇപ്പോൾ പഴയ കാര്യങ്ങൾ സംസാ രിക്കുന്നുണ്ട് അന്തരീക്ഷത്തിനു ഇപ്പോൾ അയവു വന്നിട്ടുണ്ട്.

'മോളു ചായ കുടിക്ക്' അവർ ഒരു കപ്പ് അവളുടെ കയ്യിൽ കൊടു ത്തു കൊണ്ടു പറഞ്ഞു.

'ഇവിടെ ഗായത്രിയ്ക്ക് കാപ്പിയാണ് ഇഷ്ടം. അവൾക്ക് നൃത്തവും പാ ട്ടും എല്ലാം വലിയ ഇഷ്ടമാണ്. ഇപ്പോൾ പഠനത്തിനു വേണ്ടി എല്ലാം കു റച്ചിരിക്കുകയാണ്.'

അവർ തുടർന്നു. എങ്ങനെ സംസാരിച്ചു തുടങ്ങണമെന്ന പ്രശ്നം മാറി തുടങ്ങിയപ്പോൾ അവരുടെ ഇടയിലുള്ള മഞ്ഞുരുകിത്തുടങ്ങി. പ ത്മവും പാർവ്വതിയും പഴയ കാര്യങ്ങൾ പറയാനും ഗായത്രിയുടെ കാ ര്യങ്ങൾ സംസാരിക്കാനും തുടങ്ങി. പക്ഷേ അപ്പോഴും സൂര്യ ബ്രഹ്മിയു ടെ മനസ്സ് ചഞ്ചലമായിരുന്നു. വൈകുന്നേരമായപ്പോൾ എല്ലാവരുടെയും കണ്ണുകൾ വീടിന്റെ മുന്നിലേക്കായിരുന്നു. ആ കാത്തിരിപ്പ് ഏറെ നേരം നീണ്ടു നിന്നില്ല. ഒരു വെളുത്ത സ്കൂട്ടിയിൽ അവൾ വന്നെത്തി. പത്മ യും ഡോക്ടറും അവളുടെ അടുത്തേക്ക് നടന്നു നീങ്ങി. വണ്ടി നിർത്തി മുന്നോട്ടു വരുമ്പോൾ അച്ഛനെ ആ സമയത്ത് കണ്ട അത്ഭുതമായിരു ന്നു അവളുടെ കണ്ണുകളിൽ.

'അച്ഛനെന്താ വീട്ടിൽ? ഇന്ന് ക്ലിനിക്ക് ഇല്ലേ?'

ഡോക്ടറോട് അത് ചോദിച്ചു കൊണ്ട് അവൾ ഉള്ളിലേക്ക് കയറി. അ പ്പോഴാണ് അവർക്ക് പിന്നിലായി നിൽക്കുന്ന രണ്ടു രൂപങ്ങളെ അവൾ കണ്ടത്. അവൾ ഒന്ന് കൂടി സൂക്ഷിച്ചു നോക്കിയപ്പോൾ ഒരു വൃദ്ധയും ഒരു പെൺകുട്ടിയും.

ആ പെൺകുട്ടി!

അവളുടെ മുഖം..

അവൾ തന്റെ പ്രതിരൂപമാണ്, അത് താൻ തന്നെയല്ലേ? അവളുടെ കാൽപാദങ്ങൾ ബ്രഹ്മിയുടെ നേർക്ക് അറിയാതെ ചലിച്ചു. അവളുടെ മുന്നിൽ ചെന്നു നിന്നപ്പോൾ ഗായത്രിയുടെ മുഖം വല്ലാതെ വിളറി. അ വൾക്ക് ശ്വാസമെടുക്കാൻ പ്രയാസം അനുഭവപ്പെട്ടു. അവളുടെ കയ്യിലു ള്ള ബാഗ് കയ്യിൽ നിന്ന് ഉതിർന്നു നിലത്ത് വീണു. പിന്നെ ഗായത്രി ഡോക്ടറുടെ മുഖത്തേക്ക് നോക്കി അവളുടെ മുഖത്തു എന്താണ് ഭാവ മെന്ന് മനസ്സിലാക്കാൻ അദ്ദേഹത്തിനും സാധിച്ചില്ല. സമയം ഒരുപക്ഷേ

140

ആ നിമിഷത്തിൽ ഉറഞ്ഞു പോയി എന്ന് തോന്നി.

'തങ്കം, ഇത് സൂര്യ'

പത്മം പറഞ്ഞു തുടങ്ങി. പക്ഷേ അവർ പകുതിയിൽ വെച്ച് നിർ ത്തി. സ്വന്തം അമ്മയെ എന്ത് പറഞ്ഞു പരിചയപെടുത്തും അവർ ആ കെ പരിക്ഷീണിതയായപോലെ തളർന്നു പോയി. പക്ഷേ ഗായത്രി അ തൊന്നും ശ്രദ്ധിക്കുന്നില്ലായിരുന്നു. അവളുടെ കണ്ണുകൾ സൂര്യ ബ്രഹ്മി യിൽ തന്നെ ഉടക്കി നിന്നു. ഗായത്രിയുടെ കണ്ണുകൾ വല്ലാത്ത വേദന യോടെ പിടഞ്ഞു. അവളുടെ മനോനില മനസ്സിലാക്കിയ ഡോക്ടർ അവ ളോട് ചോദിച്ചു,

'തങ്കം നീ ഓക്കേ ആണോ? ഇവർ നിന്നെ കാണാൻ പാലക്കാടു നി ന്ന് വന്നതാണ്. ഇത് സൂര്യ ബ്രഹ്മി, ഇത് അവളുടെ അമ്മ പാർവതി. ഇ ത് നിന്റെയും കൂടി'

അദ്ദേഹത്തിനും അത് പൂർത്തിയാക്കുവാൻ സാധിക്കാതെ നിർത്തി. സ്വന്തമെന്ന് കരുതി വളർത്തിയ മകളെ മറ്റൊരാളുടേതെന്നു പറയുവാൻ അദ്ദേഹത്തിനു സാധ്യമാവുന്നില്ലായിരുന്നു. പക്ഷേ ഇപ്പോൾ അവരുടെ വേദനയെയൊന്നും അവർക്ക് പ്രശ്നമല്ലായിരുന്നു. അവർ രണ്ട് പേരും അ വളെ മാത്രം ശ്രദ്ധിച്ചു നിൽക്കുകയായിരുന്നു. ഒരിക്കലും അകലരുത് എന്ന് ആഗ്രഹിച്ചും, ഒരിക്കലും വേദനിക്കരുത് എന്നും ചിന്തിച്ചോമനിച്ച് വളർത്തിയ മകളെ ഇന്ന് മറ്റൊരാളുടെ സ്വന്തമാണ് എന്ന് പറയുന്നത് അവർക്ക് വേദനയുണ്ടാക്കുന്ന കാര്യം തന്നെയാണ്. അപ്പോൾ അവൾ ക്ക് എത്രമാത്രം വേദനയുണ്ടാകുന്നുണ്ടാവുമെന്ന് അവർ ഊഹിച്ചു. പ ക്ഷേ അവരും നിസ്സാഹായരായിരുന്നു.

ഗായത്രി സൂര്യയെ മിഴിച്ചു നോക്കി. പിന്നെ ഒരു കൊടുങ്കാറ്റ് പോ ലെ ഉള്ളിലേക്ക് പോയി. ഒരു നിമിഷത്തേക്ക് എല്ലാവരും സ്തബ്ധരാ യി നിന്നു പോയി. അവളിൽ നിന്ന് ഇങ്ങനെയൊരു പെരുമാറ്റം ആരും പ്രതീക്ഷിച്ചില്ല. സൂര്യ ബ്രഹ്മി ആകെ പരവശയായി. ഇങ്ങനെയൊരു കൂടിക്കാഴ്ച്ചയ്ക്ക് വേണ്ടിയാണോ താൻ അമ്മയെയും കൂട്ടി ഈ ദൂരമ ത്രയും താണ്ടി വന്നത്. അവൾ നിരാശയോടെ അമ്മയെ നോക്കി. ഗായ ത്രി, തന്റെ ഛായാചിത്രം പോലെ കൂടെ ഉണ്ടായിരുന്നവൾ ഇപ്പോൾ ത ന്നെ കണ്ട് പിന്തിരിഞ്ഞു പോയിരിക്കുന്നു.

ഇനി എന്ത്..?

തനിക്ക് ഇതിൽ കൂടുതൽ എന്ത് കിട്ടാനാണ്..

പാർവ്വതിയമ്മയുടെ തേങ്ങൽ ഉയർന്നപ്പോൾ അവളുടെ ചിന്തകൾ മുറിഞ്ഞു.

'അമ്മാ...' അവൾ അവരെ ചേർത്ത് പിടിച്ചു..

'അമ്മ, കരയാതെ, നമുക്ക് പോകാം. അമ്മയ്ക്ക് ഞാൻ ഉണ്ട്.'

അവൾ അമ്മയെ ആശ്വസിപ്പിക്കുന്നത് കണ്ടപ്പോൾ പത്മത്തിനു വല്ലാത്ത വിഷമം തോന്നി. അവരും ഗായത്രിയുടെ ഭാഗത്തു നിന്ന് ഇങ്ങനെയൊരു നീക്കമുണ്ടാവും എന്ന് ചിന്തിച്ചിരുന്നില്ല.

ഡോക്ടറും ഭാര്യയും സൂര്യയെയും പാർവ്വതിയെയും ആശ്വസിപ്പിക്കുവാൻ ശ്രമിക്കുമ്പോൾ ബ്രഹ്മി ചിന്തിക്കുകയായിരുന്നു, ഈയൊരു പ്രതികരണം കാണുവാനാണോ അമ്മയെ കൂട്ടി താൻ ഇത്ര കഷ്ടപ്പെട്ടു വന്നത്. ഇത്രയേ ഞങ്ങൾ തമ്മിൽ ബന്ധമുള്ളൂ? ഒരു വാക്ക് എങ്കിലും അവൾക്ക് പറയാമായിരുന്നു താൻ ഇത്രയും പ്രതീക്ഷിച്ചില്ല..

പാവം അമ്മ..

ഇനി ഇവിടെ നിൽക്കുന്നതിൽ ഒരർത്ഥവുമില്ല. എത്രയും പെട്ടെന്ന് അമ്മയെയും കൊണ്ട് അവിടുന്ന് തിരിച്ചു പോകാൻ അവൾ ആഗ്രഹിച്ചു. മകളുടെ ആഗ്രഹം മനസ്സിലാക്കിയെന്ന മട്ടിൽ അവരും പെട്ടെന്ന് പറഞ്ഞു.

'സൂര്യ, ഇന്റ് താൻ നമ്മ പോകലാം... അപ്പാ അങ്കെ തനിയെ താനേ എനക്ക് ഇന്റ് താൻ പോക വേണും.'

അവർ ഒരു തരം നിർബന്ധബുദ്ധിയോടെ പറയുവാൻ തുടങ്ങി.

'പോകലാം അമ്മ ഇന്റ് താൻ പോകലാം.'

സൂര്യ ബ്രഹ്മി അമ്മയെ ആശ്വസിപ്പിച്ചു കൊണ്ടു പറഞ്ഞു.

ഗായത്രിയുടെ പെരുമാറ്റം കുറച്ച് അരോചകമായി തോന്നിയെങ്കിലും ഡോക്ടർക്കും ഭാര്യയ്ക്കും ആശ്വാസമാണ് തോന്നിയത്. ഗായത്രി തങ്ങളെ വിട്ട് പിരിയില്ല എന്നവർ ആശ്വസിച്ചു. പിന്നെ അവർ പാർവ്വതിയമ്മയെ സമാധാനിപ്പിക്കാൻ ശ്രമിച്ചു. അപ്പോഴും അവരുടെ മനസ്സ് ഗായത്രിയിലായിരുന്നു. അവരുടെ വറ്റിവരണ്ട ലോകത്ത് ജീവിതവസന്തവുമായി കയറി വന്ന മാലാഖ കുഞ്ഞായിരുന്നു അവൾ. വേറെയൊരു അർത്ഥത്തിൽ പറഞ്ഞാൽ അവൾ അവരുടെ ജീവിതം തന്നെയാണ്. അവളുടെ മേൽ അധികാരം ചെലുത്താൻ തക്കവണ്ണമുള്ള അവരുടെ വരവ് അവരിലും അരക്ഷിതാവസ്ഥ നിറച്ചിരുന്നു. പക്ഷേ അവരുടെ ആധി മുഴുവൻ നിരർത്ഥകമാണെന്ന് ഗായത്രിയുടെ പ്രതികരണം തെളിയിച്ചു. പക്ഷേ മറുവശം ബ്രഹ്മിയും പാർവതിയും, അവർക്കു അത് താങ്ങാൻ കഴിയാത്ത പ്രഹരമായിരുന്നു. അവർ വൈകുന്നേരം അവിടെ നിന്ന് ഇറങ്ങുമ്പോൾ ഒരു ചിത്രം പോലെ ആ പഴയ ഓർമ്മ സൂര്യയുടെ മുന്നിൽ തെളിഞ്ഞു. പടി ഇറങ്ങുമ്പോൾ സൂര്യ ബ്രഹ്മി മുറിയിൽ നിന്ന്

പുറത്തു ഇറങ്ങാതെ ഇരുന്ന ഗായത്രിയെ കാണാൻ പോയി. അവൾ ചെല്ലുമ്പോൾ മുറിയിൽ കിടക്കുകയായി ഗായത്രി. അവളെ ഒരു നിമി ഷം നോക്കി നിന്ന് സൂര്യ പറഞ്ഞു,

'ഞങ്ങൾ പോകുന്നു, നീ വിഷമത്തിൽ ആണെന്ന് കേട്ടപ്പോൾ നി ന്നെ കാണാതിരിക്കാനായില്ല. നിന്നെ സഹായിക്കാൻ ഞങ്ങൾക്ക് പറ്റി യില്ലെങ്കിലും നിന്നെ ആശ്വസിപ്പിക്കാൻ സാധിക്കും. വന്നത് തെറ്റായി എന്ന് ഇപ്പോഴും എനിക്ക് തോന്നുന്നില്ല. നിന്നെ ഒന്ന് കാണണം എന്ന് തോന്നിയിരുന്നു. അത് സാധിച്ചു. ഇനി ഞങ്ങൾ പോകുന്നു.'

സൂര്യ ഒരു നിമിഷം അവളുടെ മറുപടിക്കായി കാത്തു നിന്നു പക്ഷേ ഗായത്രി യാതൊന്നും പറഞ്ഞില്ല. ഇനി കാത്ത് നിന്നിട്ട് കാര്യമില്ലയെ ന്ന് തോന്നി സൂര്യ അവിടെ നിന്ന് തിരിക്കുമ്പോൾ തന്റെ കയ്യിലുണ്ടായി രുന്ന ആ പഴയ കത്ത് ഗായത്രിയുടെ കയ്യിൽ വെച്ച് കൊടുത്തു. അവ ളെ കാത്ത് പാർവതിയമ്മ വീടിനു മുന്നിൽ നിൽപ്പുണ്ടായിരുന്നു. അവി ടെ നിന്നു തിരിക്കുമ്പോൾ സൂര്യയുടെ മനസ്സ് ശൂന്യമായിരുന്നു. പാർവ തിയമ്മയും വല്ലാത്ത ഒരവസ്ഥയിലായിരുന്നു. ട്രെയിനിൽ അവളുടെ തോ ളിൽ തലവെച്ചു കിടക്കുകയായിരുന്നു പാർവതിയമ്മ. അവൾ പതുക്കെ അമ്മയെ തലോടി പിന്നെ പതിഞ്ഞ സ്വരത്തിൽ പറഞ്ഞു,

'അമ്മ കവലൈപെടാതെ, അവളുക്ക് കൊഞ്ചം നേരം കൊട്. അവ ളുടെ വാഴക്കൈയിലെ സത്തിയത്തെ ഏറ്റ് കൊള്ള അവകാസം കൊ ട്. കൊഞ്ചം പൊറുമായ ഇറുക്കണോ.'

പാർവ്വതിയമ്മ അവളുടെ പുഞ്ചിരിക്കുന്ന മുഖത്ത് നോക്കിയിരുന്നു.

തിരുവനന്തപുരം യാത്ര കഴിഞ്ഞ് വീട് എത്തിയിട്ട് ഒരാഴ്ചയായി. പോയി വന്നപ്പോൾ ഉണ്ടായിരുന്ന വിഷമം എല്ലാം പതുക്കെ മാഞ്ഞു തു ടങ്ങി. ഗായത്രിയുടെ പെരുമാറ്റം എല്ലാവരിലും ഈർഷ്യയുണ്ടാക്കിയെ ങ്കിലും പതുക്കെ അതിൽ നിന്ന് എല്ലാവരും കരകയറി. പതുക്കെ എല്ലാ വരും അതൊക്കെ മറന്നു തുടങ്ങി. അവർ സാധാരണ ജീവിതത്തിലേ ക്ക് വന്നു. എന്നാൽ ഒരു ദിവസം രാവിലെ പാർവ്വതിയമ്മ ഉമ്മറത്ത് കൊ ലമിടാൻ തുടങ്ങുമ്പോഴാണ് ഉമ്മറത്തു ഒരു വണ്ടി വന്നു നിന്നത്. പാർ വ്വതിയമ്മ എണീക്കുമ്പോൾ അതിൽ നിന്ന് ഒരു പെൺകുട്ടി ഇറങ്ങി വ രുന്നു.

ഇത് ഗായത്രിയല്ലേ?

പാർവ്വതിയമ്മ ഒരു നിമിഷം സ്തംഭിച്ചു നിന്നു, പിന്നെ അവർ ഉള്ളി ലേക്ക് നടക്കുവാൻ തുടങ്ങിയപ്പോൾ അവൾ വിളിച്ചു,

'അമ്മേ'

കൂടുതൽ വാക്കുകൾ അവളുടെ മുഖത്തു നിന്ന് ഉതിർന്നു വീഴുവാൻ തുടങ്ങുമ്പോഴേക്കും ഉള്ളിൽ നിന്ന് സൂര്യയും ബാക്കിയുള്ളവരും എത്തി. വാക്കുകൾക്ക് അതീതമായിരുന്നു അവിടെയുള്ളവരുടെ മാനസ്സികാവസ്ഥ. ഒരുപക്ഷേ ഇനിയൊരിക്കലും കാണില്ലെന്നു കരുതിയ മകളെ വീണ്ടും കണ്ടുമുട്ടിയതു പാർവ്വതിയമ്മയ്ക്ക് അവിശ്വസനീയമായിരുന്നു. ഗായത്രി പതുക്കെ പാർവ്വതിയുടെ അടുത്തേക്ക് ചെന്ന് ആ കയ്യിൽ പിടിച്ചു. അവൾ നിറഞ്ഞ കണ്ണുകളോടെ അവരെയും അടുത്ത് നിന്ന തന്റെ കൂടെപ്പിറപ്പുകളെയും നോക്കി. അവൾ സൂര്യയുടെ അടുത്ത് ചെന്ന് അവളെ കെട്ടിപിടിച്ചു കരയാൻ തുടങ്ങി. പതിയെ അതൊരു പൊട്ടികരച്ചിലായി മാറി. സൂര്യ അപ്പോഴും അവളെ ആശ്വസിപ്പിക്കുകയായിരുന്നു.

അവൾ ഗായത്രിയെ കെട്ടിപിടിച്ചു കൊണ്ടു പറഞ്ഞു,

'ഗായത്രി നീ ഇവിടേക്ക് വരുമെന്ന് എനിക്ക് അറിയാമായിരുന്നു. കാരണം നമ്മൾ രണ്ടല്ല ഒന്നാണ്. എനിക്ക് നിന്നെ കാണാൻ എത്രത്തോളം ആഗ്രഹം തോന്നിയോ അതെ പോലെ നിനക്കും ഉണ്ടാകുമെന്നു എനിക്ക് അറിയാമായിരുന്നു.'

ഒരേ അച്ചിൽ വാർത്തെടുത്ത സഹോരിമാരുടെ സംഗമം യഥാർത്ഥത്തിൽ അവരുടെ സ്വപ്നസാഫല്യമായിരുന്നു.

'ഞാൻ ഇങ്ങോട്ട് വരുന്നു എന്ന് പറഞ്ഞപ്പോൾ പത്മാമ്മയ്ക്ക് വലിയ സങ്കടമായിരുന്നു. പക്ഷേ അതൊന്നും കാര്യമാക്കാതെ എന്നെ ഇങ്ങോട്ടേക്കു അയക്കാൻ അച്ഛൻ തയ്യാറായി. ഞാൻ രണ്ടു ദിവസം ഇവിടെ നിന്നിട്ട് തിരിച്ചു പോകും.'

അതു പറയുമ്പോൾ അവളുടെ മുഖം താമര പോലെ ചുവന്നു, സങ്കടം കൊണ്ടു അവളുടെ നെഞ്ചകം പൊള്ളി. പാർവതിയമ്മ അവളുടെ തലയിൽ തലോടി പിന്നെ അത് ശരി വെക്കും പോലെ ചിരിച്ചു. അപ്പോൾ സൂര്യ പറഞ്ഞു,

'നീ അങ്ങോട്ട് തന്നെ പോകണം ഗായത്രി, അവരാണ് നിന്റെ അച്ഛനും അമ്മയും. നിന്നെ വളർത്തിയവർ. ഞങ്ങൾ ഇവിടെ ഉണ്ടാവും. ഒരിക്കലും അവരെ വേദനിപ്പിക്കരുത്.'

ഗായത്രി അപ്പോൾ സൂര്യ ബ്രഹ്മിയെ നോക്കുകയായിരുന്നു. എത്ര കരുണയോടെയാണ് അവൾ മറ്റുള്ളവരെ പറ്റി ചിന്തിക്കുന്നത്. അമ്മയുടെ ഉദരത്തിലെ പിറവി മുതൽ കൂട്ടായിരുന്നവൾ പക്ഷേ അവളിലെ ഊർജം അത് വ്യത്യസ്തമാണ്. ഇപ്പോൾ അത് തന്നിലേക്ക് പകരുന്നത് അവൾ അറിഞ്ഞു. വീട്ടിലെ സമയം തികച്ചും ഉല്ലാസപൂർവമായിരുന്നു. എ

ങ്കിലും ഗായത്രിയുടെ മനസ്സ് എങ്ങോ ആയിരുന്നു. അന്ന് വൈകുന്നേ രം പാർവതിയമ്മ തന്റെ പെൺമക്കളെയും കൊണ്ടു കീഴ്ക്കാവിലേക്ക് പോകുവാൻ ഒരുങ്ങി. എന്തോ ഓർത്തതു പോലെ ഗായത്രി പറഞ്ഞു. ചുവന്നപുടവ ഞാൻ കൊണ്ടു വന്നിട്ടുണ്ട്. രണ്ട് പേരും ചുവന്ന ചേല ചുറ്റി പോകുന്നത് കണ്ടപ്പോൾ നാരായണനയ്യർ തന്റെ നിറഞ്ഞ കണ്ണു കൾ തുടച്ചു.

അന്ന് വൈകുന്നേരം അഴകി ഇന്ദുഗോപന്റെ വീട്ടിലെത്തുമ്പോൾ പു തിയ വാർത്തയുമായിയാണ് വന്നത്. ചുവന്നമുളകിന്റെ ചമ്മന്തി കൂട്ടി ദോശ കഴിക്കുമ്പോൾ അടുത്തിരുന്നു അവർ അഗ്രഹാരത്തിലുണ്ടായ പുതിയ കഥ പറഞ്ഞു. ഇരട്ടകൾ ഉള്ള വീടിന്റെ കഥ !

പണ്ട് ദത്ത് നൽകിയവൾ വന്നകാര്യം പറഞ്ഞപ്പോൾ ഇന്ദുഗോപന് അതിശയം തോന്നി.

'അത് നമ്മുടെ സൂര്യയാണ് അവളാണ് ആ ഗായത്രിയെ ഇവിടേക്ക് കൊണ്ടു വന്നത്. നല്ല മനസ്സലിവുള്ള പെൺകുട്ടി !. അവളുടെ ഇരട്ടയ ല്ലേ ഗായത്രി. അവളെ സൂര്യ തിരിച്ചു കൊണ്ടു വന്നു. നാരായണയ്യർക്ക് ഒരുപാട് സന്തോഷമായി.'

'ആരാണ് അവരെ ദത്ത് എടുത്തത്? അപ്പോൾ ഇനി ഗായത്രി പോ ണില്ലേ?'

'അവൾ പോയി. ഗായത്രി ഇനി ഇടയ്ക്ക് ഇവിടെ വരും. ഇവരുടെ കൂടെയും താമസിക്കും. എന്നാൽ ഇത്രയും കാലം അങ്ങനെയായിരു ന്നില്ല. അവൾ ചെറിയ കുട്ടിയായിരിക്കുമ്പോൾ പോയതല്ലേ. അവൾ എല്ലാം മറന്നു.'

'പിന്നെ എങ്ങനെയാണ് അവൾ അറിഞ്ഞത് അഴകിയമ്മേ.' ഇന്ദു ഗോപൻ ചോദിച്ചു.

'ആ ഡോക്ടർ എഴുതിയ ഒരു എഴുത്ത് അവർക്ക് കിട്ടി എന്നാണ് പറ ഞ്ഞത്. അത് കിട്ടിയപ്പോൾ സൂര്യ അങ്ങോട്ട് പോകാൻ ഒരുങ്ങി കൂടെ പാർവ്വതിയമ്മയും പോയി. അങ്ങനെയാണ് ഗായത്രി ഇങ്ങോട്ട് വന്നത്. '

അതു കേട്ടപ്പോൾ ഇന്ദുഗോപൻ ഒന്ന് ഞെട്ടി. എഴുത്ത് കിട്ടിയെന്നു പറയുമ്പോൾ താനല്ലാതെ മറ്റാരും അവർക്ക് എഴുത്ത് കൊടുക്കാൻ സാ ധ്യതയില്ലല്ലോ എന്ന് അയാൾ ഞെട്ടലോടെ ഓർത്തു. ഒരു ദീർഘനി ശ്വാസം പോലെ മുകളിലേക്ക് ഒരു ചുമ വന്നു. അഴകി വേഗം അടുത്തേ ക്ക് ഓടി വന്ന് വെള്ളം കൊടുത്തു.

'എന്താ കണ്ണാ എന്തുപറ്റി ഇതാ വെള്ളം കുടിക്ക്.'
വെള്ളം കൊടുത്തു അവർ വീണ്ടും കഥ തുടർന്നു.

'ഇത്രയും നാൾ ആ ഗായത്രിക്ക് ഇവിടം അറിയില്ലായിരുന്നു. കുഞ്ഞുനാളിൽ ഇവിടുന്ന് പോയതല്ലേ? സൂര്യ പോയപ്പോഴാണ് അവൾക്ക് ഇങ്ങനെയൊരു കുടുംബമുള്ളത് പോലും അറിഞ്ഞത്. പാവം! രണ്ടു പേരും കാണാൻ ഒരുപോലെയാണ് ഇരിക്കുന്നത്.'

'സൂര്യയും ഗായത്രിയും   ല്ലേ അഴകിയമ്മേ.'

'അല്ല, സൂര്യബ്രഫിയും സൂര്യഗായത്രിയും! അവർ ശരിക്കും ദേവിമാർ തന്നെ. അതിൽ സൂര്യബ്രഫി   അവളാണ് യഥാർത്ഥത്തിൽ ധൈര്യമുള്ളവൾ.'

ആ പേര് ഇന്ദുഗോപന്റെ മനസ്സിൽ തറഞ്ഞു സൂര്യബ്രഫി!

'ആ ചുവന്ന പുടവയിൽ അവർ ദേവിമാർ തന്നെ. എന്തൊരു ചൈതന്യമായിരുന്നു. എന്നാലും ബ്രഫി അവളുടെ ബുദ്ധിയും ധൈര്യവും എല്ലാം   വളരെ വ്യത്യസ്തമാണ്...'

അവർക്ക് അവളെ പറ്റി പറഞ്ഞിട്ടും പറഞ്ഞിട്ടും തീരുന്നില്ല. ഇന്ദുഗോപൻ ഭക്ഷണം കഴിഞ്ഞു എഴുന്നേറ്റു. അയാൾ പുറത്ത് ചെന്ന് മുന്നിലെ വഴിയിലേക്ക് നോക്കി നിന്നു.

വെള്ളിയാഴ്ചകളിൽ വൈകുന്നേരമാകുമ്പോൾ ചുവന്ന പട്ടുടുത്തു കീഴ്കാവിലേക്ക് പോകുന്ന ഭക്തർ! അത് എപ്പോഴും ഇന്ദുഗോപനെ വല്ലാതെ ആകർഷിച്ചിട്ടുള്ള ഒരു കാഴ്ചയാണ്. പക്ഷേ പലതവണ അത് ചോദിക്കാൻ ഒരുങ്ങുമ്പോഴും അഴകിയമ്മ ഇന്ദുഗോപനോട് ഒന്നും പറയാതെ ഒഴിഞ്ഞു മാറി നടക്കുകയാണ് ഉണ്ടായത്. ഇന്ന് അവരുടെ വാക്കുകളിൽ തന്നെ അത് പുറത്തു വന്നു. ചുവന്ന പട്ടുടുത്ത ദേവിമാരെ പോലെയുള്ള പെൺകിടാക്കൾ   ഒരിക്കൽ അവിടെ കാണാൻ പോകണം. ആ ക്ഷേത്രം, അയാൾ മനസ്സിൽ ഓർത്തു. രാത്രി അഴകി യാത്ര പറഞ്ഞു പോകുമ്പോഴും അയാളുടെ മനസ്സ് അങ്ങ് ദൂരെയായിരുന്നു. ചുവന്ന പുടവ ചുറ്റിയ പെൺകൊടികൾ നടന്നടുക്കുന്ന ആ ക്ഷേത്രത്തിലായിരുന്നു അവന്റെ മനസ്സ്.

പിറ്റേന്ന് പോസ്റ്റ് ഓഫീസിലേക്ക് പോകാൻ ഒരുങ്ങുമ്പോൾ അഴകിയമ്മ എത്തി. പ്രാതലിനു ഉണക്കലെരി അരച്ച് കിട്ടുന്ന മാവ് കൊണ്ടു ഉണ്ടാക്കിയ നല്ല നേർമയേറിയ അപ്പവും ഇഷ്ടുവും ചട്ണിയും അവർ അവിടെ പ്ലേറ്റിൽ വിളമ്പി. പിന്നെ മൊന്തയിൽ നിന്ന് ചൂട് പാല് കൂടി ഒഴിച്ചു വെച്ചു. അത് കഴിക്കാൻ ഇരിക്കുമ്പോൾ അഴകിയമ്മയോട് ക്ഷേത്രത്തിലേക്ക് പോകാൻ പറ്റുമോന്നു ചോദിക്കണം എന്ന് ചിന്തിച്ചു. അല്ലെങ്കിലും അവർ അങ്ങോട്ട് പോകുന്നതിനെ പറ്റി പറയുമ്പോൾ വലിയ ശ്രദ്ധയൊന്നും കൊടുക്കാറില്ല. സത്യത്തിൽ അവർ ഒഴിഞ്ഞു മാറുക

യാണ്. അതിൽ എന്തോ വല്ലായ്മ ഇന്ദുഗോപന് തോന്നിയിരുന്നു. പി
ന്നെ ചോദിക്കാം എന്ന് കരുതി അവൻ ഭക്ഷണത്തിൽ മുഴുകി.

വീട്ടിൽ നിന്ന് ഇറങ്ങുമ്പോൾ ഒരു എഴുത്ത് കൂടി കൈയിലെടുത്തു.
ഇന്ന് ഇത് കൂടി കൊടുക്കാം എന്ന് മനസ്സിൽ കരുതി. ഇന്ദുഗോപൻ എ
ന്നത്തേയും പോലെ പോസ്റ്റ് ഓഫീസിലേക്ക് പോയി. വഴിയിൽ അന്ന്
അവന് കുറേ പരിചയക്കാർ ഉണ്ടായിരുന്നു. ഇപ്പോൾ അവിടെയുള്ളവർ
ക്കു അവനെ അറിയാം. അത് കുറച്ചൊക്കെ ഗുണവും ആവുന്നുണ്ട്. ദേ
വാർച്ചയിലെ ജീവിതം ഇപ്പോൾ അവന് ഇഷ്ടമായി തുടങ്ങി. ആ പ്രദേശ
വും അവിടുത്തെ ജനങ്ങളും അവന്റെ ജീവിതത്തിലെ ഒരു ഭാഗമായി
മാറിയിരുന്നു. തന്റെ സ്ഥിരം വഴിയിലൂടെ മുന്നോട്ടു പോകുമ്പോൾ എ
ല്ലാം തന്റെ മനസ്സിന് ഇണങ്ങിയെന്നൊരു തോന്നൽ അവനിൽ ഉണ്ടാ
യി. പോസ്റ്റ് ഓഫീസിൽ നിന്ന് എഴുത്തുകളുമായി പോകുമ്പോൾ അവ
സാനം അഗ്രഹാരത്തിൽ പോകണം എന്ന് കരുതിയാണ് അവൻ ഇറ
ങ്ങിയത്. ജോലി തീർത്തു അവൻ അവസാനത്തെ കത്തുമായി അഗ്ര
ഹാരത്തിലേക്ക് പുറപ്പെട്ടു. പോക്കറ്റിലുള്ള കത്തെടുത്തു നോക്കി. ക
ത്തിന്റെ മുകളിൽ മാഞ്ഞു തുടങ്ങിയ അക്ഷരങ്ങൾ അവൻ പതുക്കെ
വായിച്ചു തുടങ്ങി.

ഇന്ദ്രനാഥൻ

ഡോർ നമ്പർ : 9

ദേവനില അഗ്രഹാരം

ദേവാർച്ച, പാലക്കാട്.

ഒമ്പതാമത്തെ വീട് കണ്ടു പിടിക്കാൻ അത്ര വിഷമമൊന്നും ഉണ്ടാ
യിരുന്നില്ല. ആദ്യത്തെ നിരയിൽ ഒന്ന് പരതിയപ്പോൾ ഒമ്പതാമതായി ഒ
രുങ്ങി നിൽക്കുന്ന കിളിക്കൂട് പോലെയുള്ള ഒരു വാതിൽ കണ്ടു. ഭംഗി
യുള്ള രംഗോലിയും അരിമാവ് കൊണ്ടുള്ള കോലവും കൊണ്ടു മനോ
ഹരമായ മുൻവശവും കോലായിൽ വീണ്ടും ചിത്രപ്പണികളും ഭംഗിയു
ള്ള ഉരുളൻ കല്ലുകൾ നിരത്തി വെച്ചിരിക്കുന്നു. അതിന്റെ മുകളിൽ കുറ
ച്ചു പൂച്ചട്ടികളും വെച്ച് ആകെ കൂടി ഒരു മനോഹരമായ പൂങ്കാവനം ആ
യിരുന്നു. അവിടെ മുൻവശത്തെ വാതിൽ തുറന്നിട്ടിരിക്കുന്നു. പക്ഷേ
വെളിയിൽ ആരുമില്ലായിരുന്നു. ഇന്ദുഗോപൻ മുന്നിൽ ഘടിപ്പിച്ചിരിക്കു
ന്ന ചിത്രപ്പണികളുള്ള ഓട്ടുമണിയുടെ ചരടിൽ പിടിച്ചു അടിച്ചപ്പോൾ
അകത്തെവിടെയോ ഒരനക്കം കേട്ടു. ധാരാളം മണികൾ ഉള്ള പാദസര
ങ്ങളുടെ കിലുങ്ങുന്ന ശബ്ദം അവന്റെ കാതുകളിൽ പതിച്ചു. ഉള്ളിൽ
നിന്ന് പച്ച നിറത്തിലുള്ള പട്ടുസാരിയുടുത്ത് ധാരാളം ആഭരണങ്ങൾ

അണിഞ്ഞ ഒരു സ്ത്രീ വെളിയിലേക്ക് വന്നു. തലയിൽ വെച്ചിരിക്കുന്ന കുടമുല്ലപ്പൂവിന്റെ പരിമളം അവിടമാകെ പരന്നു. തീക്ഷ്ണമായ സൗന്ദ രൃവും പ്രോജ്ജ്വലിപ്പിക്കുന്ന പ്രഭയോടും കൂടിയ ആ സ്ത്രീയെ കണ്ട പ്പോൾ ഇന്ദുഗോപൻ സ്തബ്ധനായി. ഇത്രയും ദിവസങ്ങളായി അവൻ കണ്ട സ്ത്രീകളിൽ നിന്ന് അവർ തികച്ചും വൃത്യസ്തയായിരുന്നു. അ വരുടെ അലങ്കാരങ്ങളും ചമയങ്ങളും കൂടുതൽ കടുംനിറമുള്ളതും തിള ക്കമേറിയതുമായിരുന്നു. നീണ്ട കൺപീലികളും കരിമഷിയെഴുതിയ വ ലിയ കണ്ണുകളും ചുവന്ന അധരങ്ങളും പിന്നെ ചായം തേച്ച നഖങ്ങളും അവർക്കു ആജ്ഞാഭാവം സ്ഫുരിക്കുന്ന ഭാവം നൽകി! തന്റെ നേർക്ക് നീളുന്ന ആ കണ്ണുകളിലെ ചോദ്യഭാവം കണ്ടില്ലെന്ന് നടിച്ചുകൊണ്ട് ഇ ന്ദുഗോപൻ ആ കത്ത് അവരെ ഏല്പിച്ചു തിരിഞ്ഞു നടന്നു.

എന്തോ ഇത്തവണ കത്ത് കൊടുക്കുമ്പോൾ മാത്രം അവന് ഒരു വ ല്ലായ്മ തോന്നി. ഇത് കൊടുക്കേണ്ടിയിരുന്നില്ലെന്നു കൂടി ചിന്തിച്ചു പോ യി. എന്തോ ഒരു അകാരണമായ ഭയം അവനിൽ ജനിച്ചു. അവരിൽ എ ന്താണ് ഇത്രയും പ്രത്യേക തോന്നിപ്പിക്കുന്നത്. അവൻ ചിന്തിച്ചു, തിരി ഞ്ഞു നടക്കുമ്പോഴും അവന്റെ മനസ്സിൽ ആ മുഖം തെളിഞ്ഞു നിന്നു. വീട്ടിൽ ചെന്നു കയറുമ്പോഴേക്കും അഴകിയമ്മ എത്തിയിരുന്നു. ഉച്ചയ് ക്കുള്ള ഭക്ഷണം വിളമ്പുമ്പോൾ അവന് ആ സ്ത്രീയെ പറ്റി ചോദിക്ക ണമെന്നുണ്ടായിരുന്നു. പക്ഷേ ചോദിച്ചില്ല. ഭക്ഷണം കഴിക്കാൻ ഇരുന്ന പ്പോൾ അഴകി വീണ്ടും തന്റെ കഥകളുടെ ഭണ്ഡാരം തുറന്നു വെച്ചു. എന്നാൽ കരിമഷി എഴുതിയ ആ കണ്ണുകൾ അവനെ വേട്ടയാടി.

ഐന്ദ്രിക

ഉമ്മറത്തു മണികിലുക്കം കേട്ടാണ് അവൾ പുറത്തേക്ക് വന്നത്. പോ സ്റ്റ്മാനാണ്, അവളെ നോക്കി അതിശയഭാവത്തോടെ നിൽക്കുന്ന അയാ ളെ കണ്ടപ്പോൾ അവൾക്ക് ചിരി വന്നു. ഈ നോട്ടം എത്രയോ തവണ അവൾക്ക് നേരിടേണ്ടി വന്നിട്ടുണ്ട്, അതിൽ ഒരു പുതുമയും തോന്നിയി ല്ല. അയാൾ നീട്ടിയ കത്തു വാങ്ങി അവൾ ഉള്ളിലേക്ക് നടന്നു. കത്ത് കിട്ടിയപ്പോൾ അതിന്റെ പഴമ അവളിൽ അതിശയമുണർത്തി. അരികു കൾ പിഞ്ഞു തുടങ്ങിയ മങ്ങിയ അക്ഷരങ്ങൾ നിറഞ്ഞ കത്ത് !

ഇത് ഒരു കാലഹരണപ്പെട്ട കത്താണോ...

മുൻവശത്ത് ഇട്ടിരിക്കുന്ന ആട്ടുകട്ടിലിലിരുന്നു അവൾ ആ കത്ത് തുറന്നു.

പ്രിയ ഇന്ദ്രൻ വായിച്ചറിയാൻ,

ഇന്നലെ നിന്റെ എഴുത്ത് കിട്ടി. നീ പറയുന്നത് എനിക്ക് മനസ്സിലാ കും. ഈ ഘട്ടം എന്റെ ജീവിതത്തിലും സമാന്തരമായൊരു അവസ്ഥ സൃഷ്ടിച്ചിരുന്നു. അത് വളരെ വേദനാജനകമാണ് പക്ഷേ അത് നമ്മളെ ഉത്തേജിപ്പിക്കുവാനും നമ്മുടെ അസ്തിത്വം ഉറപ്പിക്കുവാനും സഹായ കമാകും. ഇനി അവിടെ നിന്നത് മതി. നീ എത്രയും വേഗം ഇങ്ങോട്ടേ ക്കു വരൂ. വരാനുള്ള വിലാസം ഞാൻ തരാം. മധ്യപ്രദേശിലേക്ക് വണ്ടി കയറൂ.

കണ്ഭ ജില്ല, അവിടെ ഓംകാര ക്ഷേത്രത്തിന്റെ അന്തേവാസികൾ താമസിക്കുന്ന ഒരു സത്രമുണ്ട് അതിൽ പതിനാലാമത്തെ ചോലി അ തിലാണ് എന്റെ താമസം എത്രയും വേഗം വരൂ.

ദേവി നിന്നെ രക്ഷിക്കട്ടെ.

സരസ്വതി നന്ദൻ മാതാ
കണ്ഭ ജില്ല
ഓംകാരേശ്വർ

എഴുത്തു വായിച്ചു ശേഷം അവർ ഒരു നിമിഷം വിവശതയോടെ

ഇരുന്നു. പിന്നെ ആ കത്തെടുത്ത് അതിലെ തീയതി മറിച്ച് നോക്കി. ഇത്രയും വർഷങ്ങൾക്ക് ശേഷമാണോ ഈ എഴുത്ത് ഇവിടെ കിട്ടുന്ന ത്. അവർ ആ കത്ത് തിരിച്ചും മറിച്ചും നോക്കി. തന്റെ ഭൂതകാലത്തിലെ ഓർമ്മകളോടൊപ്പം കുറച്ചു നേരം ഇരുന്നു. പക്ഷേ തന്റെ ചില ഓർമ്മ കൾക്കു അവഗണനയുടെയും പരിഹാസത്തിന്റെയും കാരമുള്ള് തറയ് ക്കുന്ന വേദനയാണ്. അവർ പതിയെ ഓർമ്മയുടെ കുത്തൊഴുക്കിൽ വീണു.

ഐന്ദ്രിക..

പത്തു വർഷം മുൻപ് അവർ ഐന്ദ്രികയായിരുന്നില്ല. ഇന്ദ്രനായിരു ന്നു ഇന്ദ്രനാഥൻ !

ശരീരം കൊണ്ട് പുരുഷനും മനസ്സ് കൊണ്ട് സ്ത്രീയുമായ ഇന്ദ്രനാ ഥൻ! ദേവനില ഗ്രാമത്തിലെ സാവിത്രി അമ്മാളിന്റെയും ദേവനാഥൻ അയ്യരുടെയും സീമന്തപുത്രനായിരുന്നു. അവനു താഴെ ഒരു ആൺകു ട്ടി കൂടിയുണ്ടായിരുന്നു, മേഘനാഥൻ. ഇന്ദ്രനാഥൻ എപ്പോഴും നാണം കുണുങ്ങിയും, അമ്മയുടെ സാരിത്തുമ്പിൽ എന്നും ഒളിച്ചു നിന്നൊരു പാവമായിരുന്നു. പക്ഷേ മേഘനാഥൻ തികച്ചും ഉത്സാഹിയുമായിരുന്നു. രണ്ടാളുടെയും നേരെ വിപരീത സ്വഭാവമായിരുന്നു. കുറച്ചു വളർന്ന പ്പോൾ രണ്ട് പേരുടെ സ്വഭാവവൈരുധ്യം തെളിഞ്ഞു വന്നു. ദേവനാഥ നയ്യർ ഇന്ദ്രന്റെ സ്വഭാവങ്ങൾ മാറ്റാനും അത് മേഘനാഥന്റെ സ്വഭാവവു മായി താരതമ്യം ചെയ്യുവാനും തുടങ്ങിയപ്പോൾ അത് വീട്ടിൽ എന്നും പ്രശ്നങ്ങൾ ഉണ്ടാക്കി.

ഒരു ദിവസം ദേവനാഥനയ്യർ വീട്ടിൽ കയറി വരുമ്പോൾ കണ്ടത് അ മ്മയുടെ വസ്ത്രങ്ങൾ അണിഞ്ഞു തലയിൽ മുല്ലപ്പൂ ചൂടി സ്വന്തം സൗ ന്ദര്യം ആസ്വദിക്കുന്ന ഇന്ദ്രനെയാണ്. തന്റെ മക്കളിൽ ഒരാൾ തികച്ചും മറ്റൊരു വ്യക്തിത്വം കൈവരിക്കുന്നത് കാണുവാൻ ശക്തിയില്ലാതെ അ ദ്ദേഹം വല്ലാതെ തകർന്നു. നിശ്ശബ്ദനായി കുറേ നേരം അദ്ദേഹം അവി ടെ നിന്നു. പിന്നെ സാവിത്രിയെ വിളിച്ചു അവർക്കും ഈ കാഴ്ച കാണി ച്ചു കൊടുത്തു. സാവിത്രിക്ക് ഇത് നേരത്തെ അറിയാമായിരുന്നു. അവ രുടെ മുഖഭാവത്ത് നിന്ന് അത് അദ്ദേഹത്തിനു വായിച്ചറിഞ്ഞു.

'ഇന്ദ്രാ നീ എന്ന സെയ്യറേൻ? അന്ത പുടവ കൾട്ടി വെയ്യ്. എത്തിനാ വാട്ടി സൊല്ലിയിരുക്കെ? പസങ്ക ഇതെല്ലാം സെയ്യകുടാത്.'

പുറകിൽ നിന്ന് അമ്മയുടെ സ്വരം കേട്ടപ്പോൾ അവൻ തിരിഞ്ഞു നോക്കി.

'അമ്മ എനക്ക് ഇത് നല്ലാ ഇല്ലെയാ? ഇന്ത സിവപ്പ് നിറം എനക്ക്

റൊമ്പ പുടിക്കും. ഇത് എനക്ക് നല്ല പൊരുത്തമാ ഇറുക്കാ ?

അതും പറഞ്ഞു തിരിഞ്ഞ അവൻ കണ്ടത് അമ്മയുടെ പുറകിൽ നിൽക്കുന്ന അച്ഛനെയാണ്.. ഞെട്ടലും വിറയലും അവന്റെ ഞരമ്പിലൂ ടെ കടന്നു പോയി. ദേഹം തളരുന്നു. തന്റെ രഹസ്യം ഇന്ന് ആദ്യമായി അച്ഛന്റെ മുന്നിൽ എത്തി എന്നവന് മനസ്സിലായി.

അച്ഛന്റെ ഒരായിരം സംശയങ്ങളും ചോദ്യശരങ്ങളും നിറഞ്ഞ കണ്ണു കൾ അവന്റെ നേരെ നീളുന്നുണ്ടായിരുന്നു. എന്തുത്തരം നൽകാൻ സാ ധിക്കും എന്ന് ഇന്ദ്രനാഥൻ സ്വയം ചോദിച്ചു, പിന്നെ സഹായത്തിനായി അമ്മയെ നോക്കി. അവനെ നോക്കി കണ്ണുനീരൊഴുക്കി നിൽക്കുന്ന അ മ്മയെ കണ്ടപ്പോൾ പിന്നെ അവന് ഒന്നും പറയാൻ തോന്നിയില്ല. ഏറ്റ വും വലിയ തെറ്റ് ചെയ്തപോലെ അവർക്ക് മുന്നിൽ നിൽക്കുമ്പോൾ ത ന്റെ അസ്തിത്വത്തിനു നേരെ ഉയരുന്ന ചോദ്യമാണ് അച്ഛന്റെ കണ്ണിൽ എന്നവന് മനസ്സിലായില്ല. അന്ന് കുറേ വഴക്ക് കേട്ടുവെങ്കിലും അച്ഛൻ മറ്റൊന്നും പറയാതെ ഇരുന്നത് അവനൊരു ആശ്വാസമായിരുന്നു. ദേവ നാഥനയ്യർക്ക് അന്നത്തെ ആ സംഭവത്തോടെ മനസ്സിലുള്ള സംശയ ത്തിനു പൊതു നിവാരണം കിട്ടി. കുഞ്ഞു നാളിലുണ്ടായിരുന്ന ഇന്ദ്ര ന്റെ സ്വഭാവത്തിലുള്ള സ്ത്രൈണ സ്വഭാവം അദ്ദേഹത്തെ കുറച്ചൊന്നു മല്ല വിഷമിപ്പിച്ചത്. വളരുമ്പോൾ ശരിയാകുമെന്നുള്ള ഒരു വിശ്വാസം അയാൾക്കുണ്ടായിരുന്നു. പക്ഷേ അതാണ് അന്ന് തകർന്ന് വീണത്.

പിന്നീട് ഇന്ദ്രനാഥൻ ആരും കാണാതെ പെൺവേഷം കെട്ടുന്നത് തുടർന്നു. സാവിത്രിയമ്മ എല്ലാം കാണുന്നുണ്ടായിരുന്നു. അവരുടെ മന സ്സിൽ പക്ഷേ മറ്റു പല ചിന്തകളായിരുന്നു. ഇന്ദ്രന്റെ വളർച്ചയുടെ ഓരോ ഘട്ടവും കണ്ട ആ അമ്മയ്ക്ക് അവനിൽ വളർന്നു വരുന്ന പെൺമന സ്സും അറിയാമായിരുന്നു. പക്ഷേ അതു അവനെയും അവന്റെ ചുറ്റുമു ള്ളവരെയും എങ്ങനെ ബാധിക്കുമെന്ന് അവർ ഭയപ്പെട്ടു. ആദ്യ പ്രഹരം വീട്ടിൽ നിന്ന് തന്നെയായിരുന്നു. പിന്നെ ദേവനിലയിലെ യഥാസ്ഥിതിക രുടെ ഇടയിൽ നിന്നുള്ള അഭിപ്രായങ്ങളും പരിഹാസങ്ങളും വേറെയും. മനസ്സിന് ഏറ്റ മുറിവിന്റെ വേദനയും പേറി ജീവിക്കുവാൻ വിധിക്കപ്പെട്ട പ്പോൾ അത് പ്രതിഫലിച്ചത് അവന്റെ ജീവിതത്തിലായിരുന്നു.

ഇന്ദ്രന്റെ വ്യത്യസ്തമായ രീതികളോട് ഏറ്റവും കൂടുതൽ എതിർപ്പ് കാണിച്ചിരുന്നത് മേഘനാഥനായിരുന്നു. ഒരു ദിവസം സ്കൂളിൽ കുട്ടി കൾ ഇന്ദ്രനെ നോക്കി അവന്റെ പെണ്ണുങ്ങളെ പോലെയുള്ള നടത്ത ത്തിനേയും പെരുമാറ്റത്തിനേയും കളിയാക്കിയത് മേഘനാഥനറിഞ്ഞു. അന്ന് സ്കൂളിൽ ആ കുട്ടികളോട് അവൻ വഴക്കിട്ടു. അതിന്റെ പ്രത്യാ

ഘാതം ഇന്ദ്രന് വീട്ടില് നേരിടേണ്ടി വന്നു. വീട്ടില് എത്തിയതും മേഘ നാഥന് അവന്റെ മനസ്സിലുള്ള ദേഷ്യത്തിന്റെ കെട്ടഴിച്ചു.

'നീ ഏതുക്ക് മട്രവര്കളില് ഇരുന്ത് വേര്പ്പെട്ട് ഇറുക്കാറായി. എല്ലാ പസങ്കളും സെയ്വതും, അവ നടപ്പത് മാതിരിയും ഉനക്ക് സെയ്താല് എന്ന?'

സ്കൂളില് ഉണ്ടായ കാര്യങ്ങള് എല്ലാം അവന് പറഞ്ഞപ്പോള് അമ്മ യ്ക്കും വിഷമമായി. അന്നത്തെ സംഭവത്തിന്റെ അലയൊലികള് മേഘ നാഥന്റെ മനസ്സിന്റെ താളം തെറ്റിച്ചു. അവന് ഇന്ദ്രന്റെ മുറിയില് കയറി ഉള്ളിലുള്ള സാധനങ്ങള് മുഴുവന് പുറത്തിടുവാന് തുടങ്ങി. അവന്റെ മുറിയില് കട്ടിലിനു താഴെയായി സൂക്ഷിച്ചു വെച്ചിരുന്നു കുഞ്ഞു പെട്ട കത്തില് പല നിറത്തിലുള്ള വളകളും അമ്മയുടെ കടും നിറത്തിലുള്ള സാരികളുടെ കഷണങ്ങളും അവിടമാകെ ചിന്നി ചിതറി,

'ഇതാണോ നിന്റെ നിധി? നീ നടക്കുന്നതും പെരുമാറുന്നതും എ ല്ലാം ഒരു പെണ്ണിനെ പോലെ, നിന്റെ ഇഷ്ടങ്ങളും അതുപോലെ ആയ ല്ലോ. ഇനി കുറച്ചു കഴിഞ്ഞാല് ഇതെല്ലാം ഇട്ട് നീ പെണ്ണായി നടക്കു മോ?'

അണപ്പൊട്ടിയൊഴുകുന്ന അപമാനവും ദേഷ്യവും മേഘനാഥനെ ഭ്രാ ന്തനാക്കി മാറ്റിയിരുന്നു. ഉരുകുന്ന മനസ്സിന്റെ നീറ്റല് കാരണം വീട് മു ഴുവന് ആ പൊട്ടിത്തെറിയുടെ കനല് ചൂടില് ഉരുകി. തന്റെ വിലപിടി പ്പുള്ള ഓരോ സാധനങ്ങളും മുറ്റത്ത് വീണു കിടക്കുന്നത് കണ്ടപ്പോള് ഇന്ദ്രന്റെ നെഞ്ചകം പൊള്ളി. അവനു പൊതു നിരത്തില് വെച്ച് താന് നഗ്നനാക്കപ്പെട്ടതായി തോന്നി. അലറി വിളിച്ചു തന്റെ ഇഷ്ടങ്ങളെ ത ന്നിലേക്ക് ചേര്ത്ത് പിടിച്ചു അവിടുന്ന് ഇറങ്ങി പോകണമെന്ന് ഇന്ദ്രന്റെ മനസ്സ് പറഞ്ഞെങ്കിലും പക്ഷേ നിന്നിടത്തു നിന്ന് അനങ്ങാന് അവനു കഴിഞ്ഞില്ല. അപ്പോഴേക്കും മേഘനാഥന് കൂട്ടിയിട്ട ആ നിറങ്ങള് നിറ ഞ്ഞ കൂമ്പാരത്തിനു തീ കൊളുത്തി കഴിഞ്ഞിരുന്നു.

'ഇതോടെ എല്ലാം നിര്ത്തിയേക്കണം.'

അവന് വലിയ ശബ്ദത്തില് അന്ത്യശാസനം നല്കി. അവിടെ നിന്ന സാവിത്രിയമ്മാള് ഒന്നും മിണ്ടാതെ ഇതെല്ലാം കാണുന്നുണ്ടായിരുന്നു. ഇരു പക്ഷത്തും ശരിയും തെറ്റുമുണ്ട്. ആരാണ് ശരി എന്നല്ല ആരെയാ ണ് താന് ആശ്വസിപ്പിക്കേണ്ടത് എന്നറിയാതെ അവര് കുഴങ്ങി. തന്റെ സര്വ്വസ്വമായ വസ്തുക്കള് കത്തി ചാരമായി പോകുന്നത് കണ്ടപ്പോള് വിങ്ങിപൊട്ടിയ ഇന്ദ്രന് അവിടുന്ന് ഇറങ്ങി നടന്നു. അന്ന് ആ യാത്ര അ വനെ എത്തിച്ചത് വേറെ ഒരു ലോകത്താണ്. അന്നൊരു വെള്ളിയാഴ്ച

യായിരുന്നു. വൈകുന്നേരം ദീപം കത്തിച്ചു സന്ധ്യനാമം ജപിച്ചു നിൽ
ക്കുന്ന മുത്തശ്ശിമാരുടെ ഇടയിൽ നിന്ന് ചുവന്ന തീ ജ്വാലയുള്ള നിറ
ത്തിൽ പുടവ ചുറ്റി മുന്നിലേക്ക് നീങ്ങുന്ന പെൺകൂട്ടം!

അവൻ അവരുടെ പുറകെ നടന്നു

ചെന്നെത്തിയത് കീഴ്ക്കാവിലെ നടയിൽ!

ചുറ്റും മതില് കെട്ടി അതിനുള്ളിൽ ഒരു കൊച്ചു ക്ഷേത്രം. അതിനു
ള്ളിലേക്ക് നടന്നു മറയുന്ന സ്ത്രീകൾ. അവൻ അവരുടെ പുറകെ അ
ങ്ങോട്ടേക്ക് കയറാൻ തുടങ്ങി. അപ്പോൾ അവന് മുന്നിൽ അല്പം പ്രാ
യം ചെന്നൊരു സ്ത്രീ വന്നു നിന്നു.

സരസ്വതി നന്ദൻ മാതാ..

കീഴക്കാവിലെ പൂജാരിണി !

ജന്മംകൊണ്ട് പുരുഷനും കർമം കൊണ്ട് സ്ത്രീയുമായ സരസ്വതി
നന്ദൻ മാതാ.

അവരുടെ ദൃഷ്ടി ഇന്ദ്രനു മേൽ പതിഞ്ഞപ്പോൾ തന്റെ ജന്മനിയോഗം
ആ സന്ധ്യാനേരത്തു നിറവേറ്റപ്പെടുകയാണെന്നു അവർക്ക് ബോധ്യമാ
യി. കുറേ കാലത്തിനു ശേഷം വീണ്ടും ഒരു ആൺജന്മം ക്ഷേത്രത്തി
ലേക്ക് നടന്നടുക്കുന്നു. സരസ്വതി മാതാ പെട്ടെന്ന് മുന്നോട്ടു വന്നു.

'നിൽക്ക് നീ എന്താ ഇവിടെ, കീഴ്ക്കാവിൽ പെൺകുട്ടികളെ വരാൻ
പാടുള്ളൂ എന്നറിയില്ലേ? '

പെട്ടെന്ന് മുന്നിൽ നിൽക്കുന്ന ചുവന്ന പട്ടുടുത്ത വ്യത്യസ്ത ഭാവ
ത്തോടെ നിൽക്കുന്ന ആ സ്ത്രീയോട് എന്ത് പറയണം എന്നറിയാതെ
ഇന്ദ്രൻ പരുങ്ങി. അവൻ ഒന്നും പറയാതെ നിന്ന് പരുങ്ങുന്നതു കണ്ടു
അവർ അവന്റെ അടുത്തേക്ക് വന്നു. അവന്റെ ചുവന്ന കണ്ണുകളും ക
ണ്ണുനീർ വറ്റിയ കവിളുകളും കണ്ടപ്പോൾ അവർ പിന്നെ ഒന്നും പറയാ
തെ അവന്റെ കയ്യിൽ പിടിച്ചു അവനെ ക്ഷേത്രത്തിന്റെ ഉള്ളിലേക്ക് നട
ത്തി. അന്ന് വർഷങ്ങൾക്ക് ശേഷം ഒരു ആൺകുട്ടി കീഴ്ക്കാവിൽ പ്രവേ
ശിച്ചു. അവിടെ ഉണ്ടായിരുന്ന സ്ത്രീകൾ എല്ലാവരും ആ കാഴ്ച കണ്ടു
ഞെട്ടി. അതിൽ മുതിർന്ന സ്ത്രീകൾ അപ്പോൾ വായിക്കുരവയിട്ടു. സര
സ്വതി നന്ദൻ മാതാ അവനെ ആനയിച്ച് ഒരു പീഠത്തിലിരുത്തി പിന്നെ
അന്നത്തെ പൂജകൾ തുടങ്ങി.

ചുറ്റുമതില് കൊണ്ട് മറക്കപ്പെട്ട ആ അമ്പലത്തിൽ ഇരുന്നു കൊണ്ട്
ഇന്ദ്രൻ തനിക്കു ചുറ്റുമുള്ള കാഴ്ചകൾ കണ്ടു. ആദ്യമായിട്ടാണ് അവൻ
കീഴ്ക്കാവിലേക്ക് പ്രവേശിക്കുന്നത്. ചെറിയൊരു ഓടിട്ട കാവ് അതിനു
ചുറ്റും ഓരോ മണ്ഡപങ്ങൾ ഉയർന്നിരിക്കുന്നു. ചെറിയ കല്ല് കൊണ്ട്

ഉണ്ടാക്കിയ ഓരോ ഇരിപ്പിടങ്ങളാണ്. ഓരോ ദേവിമാർക്കുള്ള ഇരിപ്പിടം! അവന്റെ കണ്ണുകൾ സജലങ്ങളായി. അപ്പോൾ ശ്രീകോവിലിനുള്ളിൽ നിന്ന് അവനെ സ്വീകരിച്ചു ഇരുത്തിയ സരസ്വതി മാതായുടെ അരുളപ്പാ ടുണ്ടായി.

'കീഴ്കാവിലെ അമ്മയെ തേടി വന്ന വത്സലനായ മകനേ... നീ ഇവി ടെ നിന്റെ ഇഷ്ടരൂപത്തിൽ ഇരിക്കൂ... അതാണ് നീ, നിന്റെ യാഥാർത്ഥ്യം. അത് നീ മാറ്റേണ്ട.'

അതും പറഞ്ഞു അവിടെ ഉണ്ടായിരുന്ന ചുവന്ന പട്ടെടുത്ത് അവർ അവന്റെ ദേഹത്ത് ഇട്ടു. അവനെ ചുവപ്പിനാൽ അഭിഷിക്തനാക്കി. ദേവ നിലയയിലെ കീഴ്ക്കാവിൽ പുതിയ മാതാ അവരോധിക്കപ്പെട്ടു.

ക്ഷേത്രത്തിൽ എത്തിയ പുരുഷനായ ഇന്ദ്രനാഥനോട് അവന്റെ സ് ത്രീത്വത്തോടെ മാത്രം അവിടേക്കു പ്രവേശിക്കുവാൻ ആവശ്യപ്പെടു മ്പോൾ അവിടെ കാലങ്ങളായി നടക്കുന്ന ആചാരങ്ങൾ വീണ്ടും ആവർ ത്തിക്കപ്പെടുകയായിരുന്നു. ഓരോ കാലത്തും ഓരോ ദേവിമാർ അവത രിച്ചു. ഇപ്പോൾ ഇന്ദ്രനാഥനും!

'നീ ഇനി ഇന്ദ്രനല്ല, ഐന്ദ്രികയാണ്. ഇന്ദ്രനു തുല്യമായവൾ!'

കയ്യിലെ ചുവന്ന കുങ്കുമം അവന്റെ നെറ്റിയിൽ തൊടുമ്പോൾ അവ നിലെ പുരുഷത്വത്തിന്റെ അവസാന കണികയും അപ്രത്യക്ഷമായി. ആ നാൾ വരെ അനുഭവിച്ച എല്ലാ വേദനയും അപമാനവും അവിടെ ത്യജി ച്ചു കൊണ്ടവൻ മുന്നോട്ടു നടന്നു.

സരസ്വതി നന്ദൻ മാതയെ അവൻ കാണുകയായിരുന്നു.

എന്തൊരു ധൈര്യം!

എന്തൊരു ശോഭ!

എന്തൊരു ആജ്ഞാശക്തി..!

അത് മാത്രമല്ല ഇവിടെ അവർ സാക്ഷാൽ ദേവിയാണ്. ഒരു സമൂഹ ത്തിന്റെ വിശ്വാസത്തിന്റെ മൂർത്തഭാവമായി ഇരിക്കുന്ന അവരെ കണ്ട പ്പോൾ ഇന്ദ്രന്റെ ആത്മവിശ്വാസം തെല്ലൊന്നു ഉയർന്നു. അവരിൽ അ വൻ തന്റെ അഭയം കണ്ടെത്തി. താൻ തേടി നടന്നത് സഫലമാകാൻ ഇവിടെ വരേണ്ടി വന്നു. അവൻ അവരിൽ തന്റെ ആശ്രയം കണ്ടെത്തി യപ്പോൾ അവന്റെ മനസ്സിൽ എന്നെന്നേക്കുമായി ഇന്ദ്രൻ മരിക്കുകയയാ യിരുന്നു. പകരം ഐന്ദ്രിക ജനിച്ചു..

ഇന്ദ്രനു തുല്യമായവൾ !

അവന്റെ ഉള്ളിലെ സ്ത്രൈണതയുടെ ജ്വാല മെല്ലെ തൊട്ടുണർത്തി അവനെ തന്റെ ഇഷ്ടവേഷവും ഇഷ്ടവ്യക്തിത്വവും നേടിയെടുക്കുവാൻ

ആദ്യമായി ഊർജ്ജം ലഭിച്ചു. അന്ന് പൂജ കഴിഞ്ഞ് തിരിച്ചു പോകു മ്പോൾ അവന്റെ മനസ്സിൽ പുതിയ ഒരു തീരുമാനമുണ്ടായി. അന്ന് മു തൽ അവൻ പതുക്കെ പൂർണ്ണമായി പെണ്ണാകുവാൻ ആരംഭിച്ചു.. ഇരു പ്പിലും നടപ്പിലും വേഷത്തിലും അവൻ മാറാൻ തുടങ്ങി. അത് വീട്ടിൽ പ്രശ്നങ്ങൾ കൂട്ടുന്നതിനു കാരണമായി. അവസാനം അവൻ വീട്ടിൽ നിന്ന് ഒറ്റപ്പെട്ട്, സരസ്വതി നന്ദൻ മാതയുടെ വീട്ടിൽ ആശ്രയം തേടി. അ വിടെ നിന്നും അവൻ മറ്റൊരു ജീവിതം ആരംഭിച്ചു...

ഐന്ദ്രികയുടെ..

പക്ഷേ പിന്നെയും പരീക്ഷണങ്ങൾ അവനെ കാത്തിരുന്നുണ്ടായിരു ന്നു. അവന്റെ വേഷപ്പകർച്ച വീട്ടുകാരെ അവനിൽ നിന്ന് പൂർണ്ണമായും അകറ്റി. ജീവിതത്തിൽ ഒറ്റപ്പെട്ട് പോയപോലെ അവൻ അവിടെ താമ സിച്ചു. കീഴ്ക്കാവിലെ വിളക്ക് വെക്കുന്നതിനു അവൻ നിത്യവും സര സ്വതി നന്ദൻ മാതായുടെ കൂടെ പോവുകയും അവിടുള്ള പൂജാവിധി കൾ പഠിച്ചെടുത്തു. ഒരുവിധം ജീവിതം കരയ്ക്ക് അടുക്കുമ്പോഴായിരു ന്നു, മറ്റൊരു പ്രധാനപ്പെട്ട കാര്യം ജീവിതത്തിൽ സംഭവിച്ചത്. സരസ്വ തി നന്ദൻ മാതാ തന്റെ ജന്മനിയോഗം പേറി ഓംകാരേശ്വരിലേക്ക് പോ കുവാൻ തയ്യാറെടുത്തു. അവർ ഐന്ദ്രികയ്ക്ക് കീഴ്ക്കാവിലെ പൂജാരി ണിയുടെ സ്ഥാനം കല്പിച്ചു നൽകി. ആ തീരുമാനത്തെ മറുത്ത് പറ യാനാർക്കും ധൈര്യമുണ്ടായില്ല. അങ്ങനെ ആ മാറ്റം പൂർണ്ണമായി. അ തിന്റെ അലയൊലികൾ കണ്ടത് വീട്ടിലാണ് മേഘനാഥൻ അവിടുന്ന് എന്നെന്നേക്കുമായി പോകുവാൻ നിർബന്ധം പിടിക്കുവാൻ തുടങ്ങി. ഇ ങ്ങനെയൊരു കൂടപ്പിറപ്പ് ഉണ്ടെന്നു പറയുവാൻ അവന് മടിയാണത്രേ. ഇനി അവിടെ നിന്നാൽ കാര്യങ്ങൾ കൂടുതൽ വഷളാകുമെന്ന് മേഘനാ ഥന്റെ അഭിപ്രായം തന്നെയായിരുന്നു അച്ഛനും. സാവിത്രിയമ്മ മാത്രം അതിനെ എതിർക്കുവാൻ ശ്രമിച്ചു. പക്ഷേ മേഘനാഥന്റെയും അച്ഛന്റെ യം ന്യായവാദങ്ങൾക്ക് മുന്നിൽ അവരുടെ കണ്ണീരിന് പ്രാധാന്യം ലഭി ച്ചില്ല. വീട്ടിലുണ്ടാകുന്ന എല്ലാ പൊട്ടിത്തെറികൾക്കും നിശ്ശബ്ദമായി സ ഹിക്കുന്ന ഇന്ദ്രനും അവിടുന്ന് എങ്ങോട്ടെങ്കിലും പോകാനാഗ്രഹിച്ചു. പക്ഷേ എങ്ങോട്ട് പോകാനാണ്.

സരസ്വതി നന്ദൻ മാതാ!

അവർക്ക് തന്റെ അവസ്ഥ കാണിച്ചു ഒരെഴുത്ത് എഴുതി. അവരുടെ മറുപടിയ്ക്കായി കാത്തിരുന്നു. ദിവസങ്ങൾ കടന്നു പോയെങ്കിലും പ ക്ഷേ മറുപടിയൊന്നും വന്നില്ല. ഇന്ന് ഇതാ ഇത്രയും വർഷങ്ങൾക്ക് ശേഷം കാലം തെറ്റി വന്ന വർഷം പോലെ ഈ മറുപടികത്ത് !

അന്ന് ഈ എഴുത്ത് കിട്ടിയിരുന്നുവെങ്കിൽ ഇന്ന് ദേവാർച്ചയിൽ ഐ ന്ദ്രിക ഉണ്ടാവില്ലായിരുന്നു. അവൾ വല്ലാതെ വിഷമിച്ചു. പിന്നെ ഒന്ന് ഇളകിയിരുന്നു.

ഈ എഴുത്ത്..!

ഇത്രയും വർഷങ്ങൾക്ക് ശേഷം..!

ഭാസ്കരേട്ടൻ!

അവൾ കണ്ണടച്ച് നിന്നു   പിന്നെ എഴുന്നേറ്റു തന്റെ ജോലിയിൽ വ്യാപൃതയായി.

വൈകുന്നേരം ചായകുടിച്ച് ഇന്ദുഗോപൻ മുറിയിൽ ഇരിക്കുമ്പോൾ അഴകിയമ്മ അന്നത്തെ തുണികൾ അലക്കാനായി പുറത്തേക്കിറങ്ങി. പടിയുടെ അടുത്ത് നിന്ന് പാദസരങ്ങളുടെ മണിക്കിലുക്കം കേട്ടു. ആ സ്വരം അടുത്ത് വരുന്നത് പോലെ തോന്നിയപ്പോൾ അവർ മുഖമുയർ ത്തി നോക്കി. അവരുടെ കണ്ണുകൾ മിഴിച്ചു പോയി.

പച്ച പട്ടുസാരി ചുറ്റി ആരോ അങ്ങോട്ട് വരുന്നത് അവർ കണ്ടു. ദേവാർ ച്ചയിൽ ഒരായിരം പാദസരങ്ങളുടെ കിലുക്കവും പേറികൊണ്ട് നടക്കു ന്ന ഒരാളെയുള്ളൂ എന്ന് അവർക്കറിയാം. വേഗം മുൻവശത്തേക്ക് വന്ന അവർ കണ്ടു. ചുവന്ന വട്ട പൊട്ടും അതിനു മുകളിൽ ചുവന്ന കുറിയും വരച്ച്

അവർ..

ഐന്ദ്രിക!

നടന്നു വരുന്നു. ഉമ്മറത്തു എത്തിയപ്പോൾ അവർ നിന്നു, പിന്നെ പതുക്കെ ചോദിച്ചു,

'ഇവിടെ ആരുമില്ലേ?'

അഴകിയമ്മ വീടിനു മുന്നിലെത്തി, അവർ ചിരിക്കാൻ ശ്രമിച്ചു.

'അഴകി, പോസ്റ്റ്മാൻ ഇല്ലേ ഇവിടെ? ഒന്ന് കാണണം.' ഐന്ദ്രിക ചോദിച്ചു.

'ഉണ്ട് ഐന്ദ്രികാമ്മ.. ഞാൻ ഇപ്പൊ വിളിക്കാം.'

അവർ നനഞ്ഞ കൈ സാരിയിൽ തുടച്ചു ഉള്ളിലേക്ക് നോക്കി വിളി ക്കുവാൻ തുനിയുമ്പോഴേക്കും ഇന്ദുഗോപൻ മുന്നിൽ എത്തിക്കഴിഞ്ഞി രുന്നു. മുന്നിൽ നിൽക്കുന്ന ഐന്ദ്രികയെ കണ്ടപ്പോൾ അവന് വല്ലാത്ത പരിഭ്രമമുണ്ടായി. അവർ എന്തിനാണ് വന്നിരിക്കുന്നത് അവൻ അവരേ യും അഴകിയേയും ചോദ്യഭാവത്തിൽ നോക്കി. ഐന്ദ്രികയുടെ മുന്നിൽ നിൽക്കുമ്പോഴും അവനിൽ പറഞ്ഞറിയിക്കാൻ പറ്റാത്ത ഒരു ഭാവമാ

യിരുന്നു.

ഒരു നിമിഷം കഴിഞ്ഞതും തന്റെ ചിലമ്പിച്ച സ്വരത്തിൽ ചിരിച്ചു കൊ
ണ്ട് ഐന്ദ്രിക ചോദിച്ചു.

'പുതിയ പോസ്റ്റ്മാൻ ആണല്ലേ?'

'അതെ..' അവൻ തലയാട്ടി.

'ഒന്ന് കാണണം എന്ന് തോന്നി. ഈ എഴുത്ത്..! ഇത് എപ്പോഴാണ്
കിട്ടിയത്? ഇത് ഞാൻ ചോദിക്കുന്നതിന്റെ കാര്യം അറിയാമല്ലോ? '

ഇന്ദുഗോപൻ വിയർത്തു. ഇന്ന് വരെ താൻ കൊടുത്ത എഴുത്തുമാ
യി ആരും തന്നെ തേടി വന്നിട്ടില്ല. പക്ഷേ ഇന്ന് ആദ്യമായി ഒരാൾ ത
ന്നെ തേടി വന്നിരിക്കുന്നു. തൊണ്ടയിലെ ഉമിനീർ വറ്റി. അവൻ വിവശ
തയോടെ ഐന്ദ്രികയെ നോക്കി.

എന്ത് ഉത്തരം പറയും?

അവൻ ഒരു ഉത്തരത്തിനായി പിടഞ്ഞു.

'ചില ഉത്തരങ്ങൾ ബുദ്ധിമുട്ട് നിറഞ്ഞവയാണ്. ചില ചോദ്യങ്ങൾക്ക്
ഉത്തരമുണ്ടാകില്ല. ചിലതിന്റെ ഉത്തരം നമ്മൾ സ്വയം കണ്ടെത്തണം.
ഇതിൽ ഏത് ഗണത്തിൽപ്പെടുത്തണം ഈ കത്തിനെ? എന്റെ ജീവിത
ത്തിലെ പ്രധാനപ്പെട്ട ഒരു ഘട്ടമാണ് ഈ എഴുത്ത് കിട്ടാതെയായപ്പോൾ
എനിക്ക് നഷ്ടമായത്. അതിനുള്ള കാരണം അറിയാനുള്ള അവകാശം
എനിക്ക് ഉണ്ടെന്ന് തോന്നി. അതുകൊണ്ടാണ് ചോദിച്ചത്. ഇന്ദുഗോപന്
പറയാൻ ബുദ്ധിമുട്ട് ഇല്ലെങ്കിൽ പറയാം.'

അവരുടെ വാക്കുകൾ കേട്ട് ഉത്തരം പറയാനാവാതെ ഇന്ദുഗോപൻ
സ്തംഭിച്ചു നിന്നു.

'അത്' അവൻ വിക്കുവാൻ തുടങ്ങി. അവന് ഉത്തരം പറയുവാൻ
വാക്കുകൾക്ക് പരതി.

'തിരക്കില്ല, എന്റെ ചോദ്യത്തിനു മറുപടി പതുക്കെ തന്നാൽ മതി. പ
ക്ഷേ ഈ എഴുത്ത് ഇത്രയും വൈകി കിട്ടാനുള്ള കാരണം എനിക്ക് അ
റിയണം.' അവർ പറഞ്ഞു.

'ഞാൻ...' അവൻ പിന്നെയും വിക്കി...

കത്തുകളുടെ ഉറവിടം എങ്ങനെ പറയും. അച്ഛന്റെ എല്ലാ കഥകളും
ഇവരോട് പറയാണോ അവൻ നൊമ്പരപ്പെട്ടു. ഇന്ദുഗോപന്റെ നിൽപ്പും
നിസ്സഹായാവസ്ഥയും കണ്ടപ്പോൾ അവർ പതുക്കെ പറഞ്ഞു.

'ഞാൻ ഇപ്പോൾ പോകുന്നു. നമ്മൾ വീണ്ടും കണ്ടുമുട്ടും എന്ന് എ
നിക്ക് ഉറപ്പാണ്. അധികം വൈകാതെ നീ എന്നെ തേടി വരും.' പുഞ്ചി
രിച്ചു കൊണ്ട് അവർ നടന്നകന്നു.

അവർ നടന്നു നീങ്ങിയപ്പോൾ അഴകിയമ്മ അടുത്ത് വന്നു ചോദിച്ചു 'എന്താണ് അവർ പറഞ്ഞത്? എന്ത് എഴുത്താണ് അവർക്ക് കൊടുത്തത്?'

'അഴകിയമ്മാ, അവർക്കുള്ള ഒരു എഴുത്ത്, അത് കുറച്ചു മുൻപ് വന്നതാണ്. ഞാൻ ഇപ്പോഴാ കൊടുത്തത്? അതിനാണ് അവർ എന്നെ തേടി വന്നത്.'

'അവർ കീഴ്ക്കാവിലെ ദേവിയാണ്. അരുൾപ്പാട് നടത്തുന്ന ദേവി, അവരോട് ഇടപെടുന്നത് കുറച്ചു സൂക്ഷിച്ചു മതി!'

അവർ നടന്ന് പോയ ദിക്കിലേക്ക് നോക്കി അവർ ഭയഭക്തിയോടെ കൈ കൂപ്പി.

അവർ ദേവിയാണ്
കീഴ്ക്കാവിലെ ദേവി!
ഐന്ദ്രിക എന്ന ദേവി!
താൻ എഴുത്ത് കൊടുത്തത് ആ മേൽവിലാസത്തിൽ താമസിക്കുന്ന ഇന്ദ്രനാഥനല്ലേ, പക്ഷേ ഐന്ദ്രിക എന്തിനാണ് തന്റെ അടുത്തേക്ക് വന്നത്?

'അഴകിയമ്മേ കത്ത് വന്നത് ഇന്ദ്രനാഥനായിരുന്നു. പക്ഷേ എന്നെ തേടി വന്നത് ഐന്ദ്രികയാണ്. ഇന്ദ്രനാഥന്റെ ആരാ ഈ ഐന്ദ്രിക?'

അഴകി അവിടെ ഇരുന്നു,

'കണ്ണാ ഇന്ദ്രനാഥൻ തന്നെയാണ് ഐന്ദ്രിക. അതൊരു വലിയ കഥ യാണ്.'

അവർ തന്റെ കഥയുടെ ഭാണ്ഡക്കെട്ട് അഴിച്ചു. അവർ ഇന്ദുഗോപന് ഇന്ദ്രനാഥന്റെ കഥ പറഞ്ഞു കൊടുത്തു.

അവൻ ഐന്ദ്രികയായ കഥ!
ആ കഥ ചെന്നെത്തുന്നത് കീഴ്ക്കാവിലായിരുന്നു!
ഭക്തിയുടെ മറ്റൊരു വസന്തം തീർക്കുന്ന കാവ്!

അഴകി കഥ പറഞ്ഞു കഴിഞ്ഞിട്ടും കീഴ്കാവ് ഇന്ദുഗോപന്റെ മന സ്സിൽ തങ്ങി നിന്നു. അവർ പറഞ്ഞത് ശരിയായിരുന്നു. ഒരിക്കൽ കൂടി പോകണം ഐന്ദ്രികയെന്ന ഇന്ദ്രനാഥനെ കാണാൻ! ഒരുപക്ഷേ തന്റെ ചോദ്യങ്ങൾക്ക് ഉത്തരം തരാൻ അവർക്ക് കഴിഞ്ഞേക്കും. അല്ലെങ്കിലും അവരുടെ ചോദ്യങ്ങൾക്ക് ഉത്തരം നൽകുവാൻ താനും ബാധ്യസ്ഥനാ ണ്. അവരെ കാണുവാൻ പോകണം അവൻ മനസ്സിൽ ഉറപ്പിച്ചു. അന്ന് മുഴുവൻ അഴകി ഐന്ദ്രികയുടെ വരവിൽ ആശങ്ക പ്രകടിപ്പിച്ചുകൊണ്ടി

രുന്നു. ഇന്ദുഗോപനോട് അവർ വീണ്ടും വീണ്ടും ചോദ്യങ്ങൾ ചോദിക്കു
കയും അതേ പറ്റി വെറുതെ പറഞ്ഞു കൊണ്ടിരുന്നു. ചോദ്യങ്ങളിൽ നി
ന്ന് അവർക്ക് മറ്റെന്തെക്കയോ അറിയാൻ ആഗ്രഹം ഉണ്ടെന്നു തോന്നി.
അന്ന് വൈകുന്നേരം ഇന്ദുഗോപൻ കീഴ്കാവിലേക്ക് പോകാൻ തീരുമാ
നിച്ചു. ഇനി ഒരിക്കൽ കൂടി ഐന്ദ്രിക അങ്ങോട്ട് വരുന്നത് ശരിയല്ല. അ
വൻ മനസ്സിൽ തീരുമാനിച്ചു.

കീഴ്ക്കാവ്

അന്ന് വെള്ളിയാഴ്ച്ചയായിരുന്നു. വൈകുന്നേരമായപ്പോൾ പെൺകു ട്ടികൾ ചുവന്ന പുടവ ചുറ്റി കീഴ്കാവിലേക്ക് പോകുന്നതു കണ്ടു. പുരു ഷന്മാർ ആരും പോകാത്ത കീഴ്ക്കാവ്!

അവിടേക്ക് ഇന്ദുഗോപൻ നടന്നു. ദൂരെ നിന്നെങ്കിലും ആ ക്ഷേത്രം കാണണം അവന്റെ മനസ്സിൽ അത് മാത്രമായിരുന്നു. പിന്നെ അവിടു ത്തെ ദേവി !

ഐന്ദ്രിക!

അവരെയും കാണണം.

സന്ധ്യയോടെ നടയടക്കുന്ന കീഴ്കാവിൽ പിന്നെ ആരും നിൽക്കില്ല എന്നാണ് അഴകിയമ്മ പറഞ്ഞത്. അപ്പോൾ ഐന്ദ്രികയെ കാണാം. അ വൻ മനസ്സിൽ ഉറപ്പിച്ചു.

ദേവാർച്ചയിൽ കാല് കുത്തിയപ്പോൾ മുതൽ മനസ്സിലുള്ള ഒരാഗ്രഹ മാണ് കീഴ്ക്കാവ് കാണണമെന്ന്. അഴകിയമ്മ ഒരിക്കലും അതിനെ പറ്റി പറഞ്ഞു തന്നിരുന്നില്ല. അവർ എപ്പോഴും തന്നെ ആ ക്ഷേത്രത്തിൽ നി ന്ന് തന്നെ അകറ്റി നിർത്താനാണ് ശ്രമിച്ചത്. പക്ഷേ ഐന്ദ്രിക വന്നപ്പോ ഴാണ് അവർ ആ ക്ഷേത്രത്തിന്റെ കഥയും ഐന്ദ്രികയുടെ കഥയും പറ ഞ്ഞു തന്നത്. ചിന്തകളിൽ മുഴുകി അവൻ നടന്നു തുടങ്ങി. പ്രധാന നി രത്ത് കഴിഞ്ഞു അവിടെ വലത് വശത്തു ഭാഗത്ത് തുടങ്ങുന്ന ചെമ്മണ്ണ് വിരിച്ച പാത. അവയ്ക്ക് ഇരുവശത്തും പടർന്നു നിൽക്കുന്ന മരങ്ങളും തെങ്ങുകളും ഇടതൂർന്ന് നിൽക്കുന്നു. ഇന്ദുഗോപൻ ആ നനഞ്ഞ മൺ പാതയിലേക്ക് ഇറങ്ങി നടന്നു. ദൂരെ നിന്ന് മണിമുഴക്കങ്ങൾ കേട്ട് തുട ങ്ങി. ഭസ്മത്തിന്റെ മണവും സാമ്പ്രാണിയുടെ മണവും ഇന്ദുഗോപന്റെ നാസികയിലേക്ക് കയറി. വായ്ക്കുരവകളും മധുരമായ സ്വരത്തിലുള്ള ദേവി മന്ത്രങ്ങളും അവന്റെ കർണ്ണങ്ങളിൽ വന്നു പതിച്ചു. വഴി ചെന്ന് അവസാനിക്കുന്നത് ഒരു ചെറിയ ക്ഷേത്രത്തിനു മുന്നിലാണ്.

മുന്നിൽ കീഴ്ക്കാവ്!

പുരുഷന്മാർക്ക് പ്രവേശനം നിഷിദ്ധമായ കീഴ്ക്കാവ്!

പുറത്ത് കാത്ത് നിൽക്കാം.

ഇന്ദുഗോപൻ വഴിയോരത്തെ അത്താണിയിൽ ഇരിക്കുവാൻ തുടങ്ങു
മ്പോഴാണ് കുറച്ചു മാറി കല്ല് കൊണ്ട് ഉണ്ടാക്കിയ ഒരു കെട്ട് അവന്റെ
ദൃഷ്ടിയിൽ പെട്ടത്. അത്താണിയുടെ മറ്റൊരു രൂപം, ഒരു അത്താണിയു
ടെ മേലെ മറ്റൊന്ന് വെച്ചപോലെയായിരുന്നു അതിന്റെ ഘടന, അതിൽ
ആർക്ക് വേണമെങ്കിലും മുകളിലേക്ക് കയറാം പടിപടിയായി കല്ല് കൂട്ടി
വെച്ച ഒരു നിർമ്മിതി. ഇന്ദുഗോപൻ പതുക്കെ അതിന് മുകളിൽ കയറി.
ഒട്ടും ആയാസമില്ലാതെ അതിന് മുകളിൽ എത്തിയപ്പോൾ മറ്റൊരു കാ
ഴ്ച അവനെ കാത്തിരിക്കുന്നുണ്ടായിരുന്നു. ആ പടവുകളിൽ ഇരുന്ന
പ്പോൾ അടുത്തുള്ള കീഴ്ക്കാവിലെ ഉള്ള ദൃശ്യങ്ങൾ ഇപ്പോൾ ഇന്ദുഗോ
പന് മുന്നിൽ അനാവൃതമായി.

ചെറിയ ഒരു ക്ഷേത്രം !

ചുറ്റുമതിലുള്ള ഒരു ചെറിയ ശ്രീലകം. ഓട് മേഞ്ഞ ചുറ്റമ്പലത്തിൽ
കല്ല് പാകിയ തിണ്ണയും മരംകൊണ്ടുള്ള തൂണുകളുമുണ്ടായിരുന്നു.

ക്ഷേത്രത്തിനുള്ളിൽ ശ്രീകോവിൽ ഇല്ല, പകരം അവിടെ കല്ലിൽ തീർ
ത്ത ഒരു മണ്ഡപം പോലെ ഒരു ഇരിപ്പിടമുണ്ടായിരുന്നു. അതിനടുത്ത്
അത് പോലെ കുറേ മണ്ഡപങ്ങൾ എല്ലാത്തിലും ഇരിപ്പിടങ്ങൾ ഉണ്ട്. മു
റ്റം മുഴുവൻ കരിങ്കല്ല് പതിച്ചിരിക്കുന്നു. മുറ്റത്തു ഒരു ഭാഗത്തായി ഉള്ള
ഒരു കിണറും, പവിഴമല്ലി മരവും പൂത്തു നിൽക്കുന്നു. അതിന് താഴെ
യായി ഒരു ചെറിയ തറയുമുണ്ടായിരുന്നു. അവിടെ ഭക്തകൾ ഊരിമാറ്റി
യ വളകൾ ഒരുപാട് ഉണ്ടായിരുന്നു. പല നിറങ്ങളിലുള്ള വളകൾ അവി
ടെ കൂമ്പാരമായി കൂട്ടിയിട്ടിരിക്കുന്നു. അവയുടെ മീതെ പവിഴമല്ലി പൂ
ക്കൾ ചിതറി കിടക്കുന്നുണ്ടായിരുന്നു.

അവിടേക്ക് വന്ന പെൺകുട്ടികൾ തങ്ങളുടെ കയ്യിലുള്ള പൂത്താലം
അവിടെ വെച്ച് വളരെ വിലാസവതികളായി ആ ഇരിപ്പിടങ്ങളിൽ ഇരു
ന്നു. കയ്യിലെ ചുവന്ന പൂക്കൾ തലയിൽ ചൂടിയും മറ്റുള്ളവരുമായി പ
ങ്കു വെച്ചും അവർ അവിടെ ഇരുന്നു സംസാരിക്കുന്നു. അതിന്റെ നടു
വിൽ ഉള്ള മണ്ഡപ്പത്തിൽ ഐന്ദ്രിക ഇരിക്കുന്നു ചുവന്ന പട്ടു പുടവ
ചാർത്തി തലയിൽ കുടമുല്ല ചാർത്തി ഇരിക്കുന്ന അവർക്ക് അപ്പോൾ മ
റ്റൊരു ഭാവമായിരുന്നു. അവിടെ വന്ന ഓരോ സ്ത്രീയും ദേവിമാരായി
രുന്നു. അവർ ഓരോരുത്തരും ശക്തിയുടെ പര്യായമായിരുന്നു. അവിടെ
ഓരോ സ്ത്രീകളും ഓരോ ദേവിയുടെ പരിവേഷമായി പൂജിക്കപ്പെടുന്ന
ത് കണ്ടു. ഓരോ സ്ത്രീയും സഹനപർവ്വം താണ്ടി പുതിയ മാനം കൈ
വരിച്ചവരുടെ പ്രതീകങ്ങളെ പോലെ തോന്നിച്ചു.

മണ്ഡപങ്ങളിൽ നിന്ന് ദേവി മന്ത്രങ്ങൾ ഉയരുന്നു. അവയ്ക്ക് കൂട്ടെ ന്ന പോലെ മണിനാദവും. സ്വയം ദേവിയാകുമ്പോൾ ഓരോ സ്ത്രീയും സ്വയം ശക്തരാവുന്ന കാഴ്ചയാണ് അവൻ കണ്ടത്. ദൈവവും മനുഷ്യ നും ഒന്നാകുന്ന അപൂർവ്വ നിമിഷം! ഓരോ സ്ത്രീയും തന്റെ ഉള്ളിലെ ദേവി ചൈതന്യം പ്രജ്വലിപ്പിച്ചു സ്വയം ശക്തിസ്വരൂപീണിയായി മാറു ന്ന കാഴ്ച അതീവ മനോഹരമായിരുന്നു. സ്ത്രീകൾ താലത്തിൽ നെ യ്ത് വിളക്കുകൾ കത്തിച്ചു വെച്ച് ആരതിക്കായി തയ്യാറെടുത്ത് തുടങ്ങി. ഓരോ പെൺകുട്ടിയും പരസ്പരംനോക്കി മുഖാമുഖം നിന്ന് ആരതിയു ഴിയുന്ന അപൂർവ്വ കാഴ്ച അവനിൽ ആശ്ചര്യം ജനിപ്പിച്ചു. സ്വയം ദേവി യാക്കുന്നത് മാത്രമല്ല മറ്റുള്ളവരെ ദേവിയായി അംഗീകരിച്ച് അവർ ആ രതി ഉഴിയുവാൻ തുടങ്ങിയപ്പോൾ അനേകം നെയ്ത്തിരികളാൽ ആ ക്ഷേ ത്രാങ്കണം പ്രജ്വലിതമായി. ഒരേ താളത്തിൽ ഒരേ മനസ്സോടെ അർപ്പി ക്കുന്ന ദൈവചൈതന്യം ആ നാളത്തിൽ ആവിർഭവിച്ചപോലെ ഒരു ചൈ തന്യം ആ അങ്കണത്തിൽ നിറഞ്ഞു കളിയാടി. കുറേ നേരം നീണ്ടു നി ന്ന ആ ചടങ്ങ് അവസാനിക്കുന്നത് വരെ ഇന്ദുഗോപൻ നിശ്ശബ്ദത സാ ന്നിധ്യമായി അവിടെ ചലിക്കാനാവാതെ നിന്നു. സന്ധ്യയുടെ തിരി താഴ് ന്നു, ദേവിമാർ ഉപചാരം ചൊല്ലി പിരിഞ്ഞു പോകുവാൻ ഒരുങ്ങി. താല ത്തിൽ പൂക്കളും ചുവന്ന കുങ്കുമവും പട്ടും എടുത്തു വയ്ക്കുമ്പോൾ ഓ രോ ദേവിമാരും തങ്ങൾ കരുതിയ കുപ്പിവളകൾ അവിടെ ഊരി തറ യിൽ ഇട്ടു. പിന്നെ ഓരോരുത്തരായി ഐന്ദ്രികയുടെ അടുത്തെത്തി കു ങ്കുമമെടുത്ത് അവരുടെ നെറുകിൽ ചാർത്തി ഭയഭക്തിയോടെ അവരെ തൊഴുത് നിന്നു. ഐന്ദ്രിക ഓരോ പെൺകുട്ടിയുടെ മൂർദ്ധാവിലും കൈ വെച്ചനുഗ്രഹിച്ചു ഒരു നുള്ള് കുങ്കുമവും പൂവും എടുത്തു നെറ്റിയിൽ ചാർത്തി അവരെ യാത്രയാക്കുവാൻ തുടങ്ങി. ഓരോ പെൺക്കുട്ടിയും അവിടുന്ന് യാത്രയായി. കുറച്ചു നേരം കഴിഞ്ഞപ്പോൾ അവിടെ കീഴ്കാ വിൽ അവർ മാത്രം ഒറ്റക്കായി. ഐന്ദ്രിക!

അവരുടെ കണ്ണുകൾ മുകളിലേക്ക് സഞ്ചരിച്ചു, ഇന്ദുഗോപന്റെ അടു ത്ത് ചെന്ന് അവരുടെ കണ്ണുകൾ വിശ്രമിച്ചു.

അവർ തിടുക്കത്തിൽ ഇറങ്ങി ആ അത്താണിയുടെ അടുത്തേക്ക് ന ടന്നു താഴെ നിന്നു അവർ വിളിച്ചു പറഞ്ഞു,

'താഴെ ഇറങ്ങു ഇന്ദുഗോപൻ. ഇന്ന് നീ ഇവിടെ വരുമെന്ന് എനിക്ക് അറിയാമായിരുന്നു. ഞാൻ കാത്തിരിക്കുകയായിരുന്നു.'

അവർ പുഞ്ചിരിയോടെ പറഞ്ഞു. തന്നെ ഐന്ദ്രിക കണ്ടുവെന്ന് മന സ്സിലാക്കിയ ഇന്ദുഗോപൻ അല്പം ജാള്യതതോടെ താഴേക്ക് ഇറങ്ങി.

അവനെ കാത്ത് അവർ താഴെ നിൽക്കുന്നുണ്ടായിരുന്നു.

'കീഴ്കാവിലേക്ക് വരുന്ന പുരുഷന്മാർ എല്ലാവരും ഈ മേലത്താ ണിയിൽ കയറി ഇരുന്നിട്ടുണ്ട്, ഈ കാവ് കാണാൻ. ഇവിടുന്ന് കീഴ്കാ വിലെ ദേവിദർശനം സാധ്യമാകും. ഈ അഗ്രഹാരത്തെ എല്ലാ ആണു ങ്ങളും ഒരിക്കലെങ്കിലും ഈ മേലത്താണിയിൽ കയറിയിട്ടുണ്ട്. നേരിട്ട് അല്ലെങ്കിലും ഈ കീഴ്കാവിലെ പൂജയിൽ ഭാഗമാവാൻ. നീയും ഇവി ടെ വന്നപ്പോൾ മുറ തെറ്റിച്ചില്ല.'

ഇന്ദുഗോപൻ ചിരിച്ചു കൊണ്ട് അവരുടെ അടുത്തേക്ക് നടന്നു.

'ഞാൻ വന്നപ്പോൾ ഈ അത്താണി കണ്ട് കയറിയതാണ്.' അവൻ പറഞ്ഞു.

'കീഴ്ക്കാവിൽ പുരുഷന്മാർക്ക് പ്രവേശനമില്ല. പക്ഷേ പുറത്തു നി ന്ന് ചടങ്ങുകൾ കാണാം. നീ എന്തിനാണ് എന്നെ കാണുവാൻ വന്നത്?

ആ എഴുത്തിന്റെ കാര്യം പറയുവാനാണോ?'

'ആ എഴുത്ത്... അത് അച്ഛന് കുറച്ചു ആരോഗ്യപ്രശ്നങ്ങളുണ്ടായി രുന്നല്ലോ. അതു കൊണ്ടാകാം അച്ഛൻ കൊടുക്കാതെ വെച്ച കുറച്ചു എ ഴുത്തുകളുണ്ടായിരുന്നു. ഞാൻ അത് വീണ്ടും അതിന്റെ ഉടമസ്ഥർക്ക് കൊടുത്തു അത്രേയുള്ളൂ. അതിന്റെ പരമാർത്ഥം എനിക്ക് ആരോടും പ റയാൻ സാധിക്കില്ല അതുകൊണ്ടാണ്... തെറ്റ് അച്ഛന്റെ ഭാഗത്താണ് എ ന്ന് കരുതാൻ പറ്റാത്ത അവസ്ഥയിലാണ്. ആ തെറ്റ് ഞാൻ കഴിയുന്ന രീതിയിൽ തിരുത്തുന്നു.' അവൻ ഇടറുന്ന സ്വരത്തിൽ പറഞ്ഞു. അ വൻ പറയുന്നത് കേട്ടപ്പോൾ അവർ ഒന്ന് മൂളി.

'എനിക്ക് ഭാസ്കരേട്ടന്റെ കാര്യങ്ങൾ അറിയാം.'

'ഐന്ദ്രികമ്മയ്ക്ക് എന്റെ അച്ഛനെ അറിയാമായിരുന്നോ?' അവൻ പെ ട്ടെന്ന് ചോദിച്ചു. ഐന്ദ്രിക അവനെ നോക്കി ചിരിച്ചു, പിന്നെ പറഞ്ഞു,

'അറിയാം, എനിക്ക് ഭാസ്കരേട്ടനെ നന്നായി അറിയാം...' അത് പ റയുമ്പോൾ വല്ലാത്ത ഭാവം അവരുടെ കണ്ണുകളിൽ നിറയുന്നതു അവൻ കണ്ടു.

ഐന്ദ്രിക എന്താണ് ഉദേശിച്ചത് ? അവരുടെ വാക്കുകൾ അവന്റെ കാതുകളിൽ മുഴങ്ങി.

ഐന്ദ്രികയ്ക്ക് എന്ത് അറിയാം?

അച്ഛനെക്കുറിച്ച് !

അച്ഛന്റെ അസുഖത്തെ കുറിച്ച്!

അവരുടെ മുഖത്തെ ഭാവം കണ്ടപ്പോൾ എന്തൊക്കയോ അവർക്ക് അറിയാമെന്ന് അവൻ മനസ്സിലായി. ചില സംശയങ്ങൾ അവന്റെ മന സ്സിൽ ഉടലെടുത്തു. തന്റെ ചോദ്യങ്ങൾക്കുള്ള ഉത്തരം ഇവിടുന്ന് കിട്ടും എന്ന് അവന് ഉറപ്പായി.

'അച്ഛനെ പരിചയമുണ്ടായിരുന്നോ?' അവനിൽ നിന്ന് മുഖവുര പോ ലെ വീണ്ടുമൊരു ചോദ്യമുതിർന്നു.

ഐന്ദ്രിക ഒന്ന് കണ്ണുയർത്തി നോക്കി.

പിന്നെ ചിരിച്ചു.

'ഇന്ദുഗോപാ എനിക്ക് മറ്റാരേക്കാളും ഭാസ്കരേട്ടനെ അറിയാം. അ ത് കൊണ്ടാണ് ഭാസ്കരേട്ടന്റെ മകൻ വന്നപ്പോൾ ഞാൻ കാത്തിരുന്ന ത്. നീ എന്നെ തേടി വരുമെന്നും അറിയാമായിരുന്നു. പക്ഷേ ആ എഴു ത്ത് തന്നപ്പോൾ ഭാസ്കരേട്ടന്റെ കാര്യത്തിൽ എനിക്ക് വീണ്ടും തെറ്റ് പറ്റി. അതറിയാനാണ് ഞാൻ അങ്ങോട്ട് വന്നത്.'

'എനിക്ക് അച്ഛന്റെ ഇവിടെയുള്ള ജീവിതം അറിയണം. ഐന്ദ്രികാ

164

മ്മയ്ക്ക് അറിയുന്നത് പറയാമോ?' അവൻ ഏറെ കാലത്തിന്റെ കാത്തി
രിപ്പിന് ശേഷം ഒരു ആശ്രയം കിട്ടിയ പോലെ അവരെ നോക്കി.

'ഇന്ദുഗോപന് എന്താ അറിയേണ്ടത്? അച്ഛന്റെ രോഗാവസ്ഥയാണോ
അതോ അച്ഛന്റെ വ്യക്തിത്വമോ? ഈ ഐന്ദ്രിക ഒരുപാട് രഹസ്യങ്ങളു
ടെ തക്കോലാണ്. പക്ഷേ അത് അറിയേണ്ടവരോട് മാത്രമേ പറയുക
യുള്ളൂ എന്ന് നിർബന്ധമാണ്. ' അവർ പറഞ്ഞു.

'അച്ഛന്റെ വ്യക്തിത്വമോ?'

ഇന്ദുഗോപൻ അവരെ ആശ്ചര്യത്തോടെ നോക്കി. ഇനിയും അച്ഛനെ
കുറിച്ച് താനറിയാത്ത കാര്യങ്ങൾ ഉണ്ടോ എന്നവൻ ചോദ്യഭാവത്തിൽ
അവരെ നോക്കി. ഐന്ദ്രികയുടെ മന്ദഹാസം കണ്ടപ്പോൾ അവന് തന്റെ
ചോദ്യം വ്യർത്ഥമാണ് എന്ന് മനസ്സിലായി. ഒരുപാട് അർത്ഥതലങ്ങളി
ലേക്ക് ഉയർന്നു പോകുന്ന ചോദ്യങ്ങളും ഉത്തരങ്ങളുമാണ് തന്റെ മുന്നി
ലേക്ക് ഇനി വരാനിരിക്കുന്നത് എന്ന് അവന് മനസ്സിലായി.

'ഇന്ദുഗോപന് ഈ ക്ഷേത്രത്തിന്റെ പ്രത്യേകത എന്താണെന്നു അറി
യാമോ? ഇവിടെ അർദ്ധനാരീശ്വര സങ്കല്പമാണ്. ശിവനും ശക്തിയും
ചേർന്നിരിക്കുന്ന പ്രകൃതിപുരുഷ ഏകത്വം എന്ന സങ്കല്പത്തിലുള്ള
സംയോജിത രൂപമാണ് ഇവിടെയുള്ളതു. ഇവിടെ മാത്രമാണ് ഞങ്ങളെ
പോലെയുള്ളവർക്ക് സ്ഥാനം. ദൈവീകതമായ ഒരു പരിവേഷം എന്നെ
ദേവിയാക്കുന്നു. നമുക്ക് ചുറ്റും എന്നെപോലെ ഉള്ളവർ ധാരാളമുണ്ട്.
അവരിൽ ചിലർ പ്രത്യക്ഷത്തിൽ വരുമ്പോൾ ചിലർ മൂടുപടത്തിൽ ഇരി
ക്കാൻ ആഗ്രഹിക്കുന്നു. പക്ഷേ അവരുടെ അസ്തിത്വം കെടാതെ അ
വർ ചേർത്ത് പിടിക്കുന്നു. അതിന് ഈ ക്ഷേത്രമെന്നും സാക്ഷിയാണ്.'

ഐന്ദ്രിക അത് പറഞ്ഞു നിർത്തുമ്പോൾ ഇന്ദുഗോപൻ മറ്റൊരു
ലോകം അറിയുകയായിരുന്നു.

'എനിക്ക് അതിനെ കുറിച്ച് അത്രയ്ക്ക് അറിയില്ല.. ഐന്ദ്രികാമ്മ.'
അവൻ പറഞ്ഞു.

'ഈ കീഴ്ക്കാവിലെ ക്ഷേത്രത്തിന്റെ കഥ അറിയാമോ ഇന്ദുഗോപന്?'
ഇല്ല എന്നർത്ഥത്തിൽ അവൻ തലയാട്ടി.

അവിടെ നിന്ന് നടന്ന് അവരും പുറകേ ഇന്ദുഗോപനും ക്ഷേത്രത്തി
ന്റെ അരികിലെത്തി. അവർ ഒരു നിമിഷം അതിന്റെ ഉള്ളിലേക്ക് നോക്കി
എന്നിട്ട് ഇന്ദുഗോപനോട് പറഞ്ഞു,

'പണ്ട് ഇവിടെ ഒരുപാട് മരങ്ങളായിരുന്നു എന്നാണ് കേട്ടത്. ഇങ്ങ
നെ ഒരു ക്ഷേത്രമുണ്ടായിരുന്നില്ല. ഇവിടെ മുഴുവൻ കാടും മലകളും മാ
ത്രമായിരുന്നു. തമിഴ്നാട്ടിൽ നിന്ന് ദേവനില അഗ്രഹാരത്തിലേക്ക് കുടി

യേറി പാർത്ത ഒരു കുടുംബത്തിൽ പെണ്ണിന്റെ മനസ്സുള്ള ഒരു ആൺ കുട്ടി ജനിച്ചു. അന്നത്തെ കാലത്ത് ഈയൊരു അവസ്ഥയാരും മനസ്സി ലാക്കില്ലല്ലോ. നാടിനും വീടിനും അവൻ ശാപമായി മാറി. വീട്ടുകാരുടെ യും നാട്ടുകാരുടെയും കനത്ത അവഗണന കാരണം ആഴത്തിൽ ഹൃദ യം മുറിവേറ്റപ്പോൾ അവളായി മാറുവാൻ അർദ്ധനാരീശ്വനെ പൂജിച്ചു എന്നാണ് കഥ. പാട്ടി പറഞ്ഞു കൊടുത്ത അർദ്ധനാരീശ്വരകഥ അവ നിൽ ആത്മവിശ്വാസം വളർത്തി. ദിവസങ്ങളോളം നീണ്ടു നിന്ന തപവും ജപവും അവനിൽ ആന്തരികമാറ്റമുണ്ടാക്കി. അവൻ പതുക്കെ അവളാ യി മാറി. അവളുടെ ഭാവിപ്രവചനത്തിനു ആരാധകർ ഒരുപാട് ഉണ്ടാ യി. കാട്ടിലെ പവിഴമല്ലിയുടെ താഴെയിരുന്ന് അവൾ നടത്തുന്ന ഭാവി പ്രവചനങ്ങൾ കേൾക്കാൻ അവളെ കളിയാക്കിയ ഗ്രാമീണർ തന്നെ എ ത്തി തുടങ്ങി. അവളെ ഇകഴ്ത്തി പറഞ്ഞ കൂട്ടരോട് അവൾക്ക് വല്ലാ ത്ത വെറുപ്പ് ഉണ്ടായിരുന്നു അവളുടെ ദീർഘകാല തപശക്തിയാൽ ദൈ വപ്രീതിയുണ്ടായി എന്നും അവളെ ഗ്രാമത്തിനുള്ളവർക്ക് അംഗീകരി ക്കേണ്ടി വന്നു എന്നാണ് കഥ. ആ മങ്ക ഇരുന്നയിടമാണ് ഈ കീഴ്കാ വിലെ ഇരിപ്പിടം. പിന്നെ ഓരോ തലമുറയിലും ഓരോ പെൺമനസ്സുള്ള ആൺകുഞ്ഞുങ്ങൾ ദേവനിളയിൽ ജനിച്ചു. അങ്ങനെ ഈ കീഴ്ക്കാവ് നിലനിന്നു വന്നു.'

'ഇതിൽ അർദ്ധനാരീശ്വരകഥ എന്താ ഐന്ദ്രികാമ്മേ?' ഇന്ദുഗോപൻ ചോദിച്ചു.

'അർദ്ധനാരീശ്വര സങ്കല്പം അവാച്യമായ പ്രണയസാഫല്യത്തിന്റെ ഈശ്വരഭാവമാണ്. ശ്രീപാർവതിയുടെ ആത്മരൂപമായ ദുർഗ്ഗാദേവിയെ മഹിഷാസുര വധത്തിനു ശേഷം കണ്ടപ്പോൾ പരമേശ്വരന് ദുർഗ്ഗയോട് അമിതമായ പ്രേമപാരവശ്യം തോന്നി. തന്റെ മനസ്സിൽ ഉണ്ടായിരുന്ന പ്രേമവും സന്തോഷവും തന്റെ പ്രിയതമയോട് അറിയിക്കാനായി അവി ടെ എത്തിയപ്പോൾ അവർ തമ്മിൽ ആലിംഗനബദ്ധരായി. പ്രേമ പൂർവ്വം തന്റെ ഭാര്യയെ തന്റെ മടിയിൽ ഇടത്തെ തുടയിലിരുത്തി. പ്രേമപൂർവ മായ ആ സംഗമത്തിൽ പാർവതി ദേവി ആ ശരീരത്തിൽ ലയിച്ചു ചേർ ന്നു. ആ ശരീരത്തിന്റെ വലത് ഭാഗം ശിവചിഹ്നങ്ങളായ ജട, സർപ്പം തു ടങ്ങിയവയും ഇടത് ഭാഗം പാർവതിയുടെ സ്ത്രീരൂപമായും കൂടിചേർ ന്നു. പാർവതി പരമേശ്വരന്മാരുടെ പ്രണയസാഫല്യത്തിന്റെ പരമാത്മ ഭാവമാണ് അർദ്ധനാരീശ്വര സങ്കല്പം. പ്രകൃതിപുരുഷ സംയോഗമാ ണ് ഇതെന്ന് വിശ്വസിക്കപ്പെന്നു. സ്ത്രീയ്ക്ക് പ്രാധാന്യം നൽകുന്ന ഈ സങ്കല്പമാണ് ഇവിടെയും ആരാധിക്കപ്പെടുന്നത്.'

'ഐന്ദ്രികാമ്മേ പക്ഷെ എന്റെ അച്ഛൻ ഈ ക്ഷേത്രവുമായി എങ്ങ നെയാണ് ബന്ധപ്പെടുന്നത് ?' അവൻ മടിച്ച് മടിച്ച് ചോദിച്ചു.

'ഇന്ദുഗോപന് എന്താണ് അറിയേണ്ടത് ? തുറന്നു പറഞ്ഞോളൂ.'

'അച്ഛന് ഇവിടെ ആയിരിക്കുമ്പോഴാണ് അസുഖം വരുന്നത്. പിന്നീട് അത് മാറിയുമില്ല. അവസാനം അച്ഛൻ പോകുമ്പോഴും എനിക്ക് അതി ന്റെ മൂലകാരണമറിയാനായില്ല. ഐന്ദ്രികാമ്മ എന്നെ സഹായിക്കണം, എനിക്ക് അറിയണം എന്താ എന്റെ അച്ഛന് പറ്റിയതെന്ന്.'

അവന്റെ ഹൃദയം തൊട്ടറിഞ്ഞു പുറത്തേക്ക് വന്ന വാക്കുകൾ കേട്ട് ഐന്ദ്രിക അവനെ നോക്കി.

'ഇന്ദുഗോപാ, ഇന്ന് അത് പറയാൻ ഈ സമയം പോരാ. നാളെ ഒഴി വാണെങ്കിൽ നീ രാവിലെ എന്റെ വീട്ടിലേക്ക് വരൂ. ഞാൻ എല്ലാം പറ യാം.' അവർ അത് പറഞ്ഞു തിരിഞ്ഞ് ധാരാളം മണികൾ ഉള്ള പാദസ രങ്ങൾ കിലുക്കി കൊണ്ട് അവർ ആ കാവിന്റെ ഉള്ളിലേക്ക് നടന്നു മറ ഞ്ഞു.

അവർ പോയ ഭാഗത്തേക്ക് നോക്കി കുറേ നേരമിരുന്നു. പിന്നെ തിര ഞ്ഞു നടക്കുമ്പോൾ അവന്റെ മനസ്സിൽ അകാരണമായ ആശങ്ക ഉടലെ ടുത്തിരുന്നു. അസ്തിത്വങ്ങൾക്ക് തണലേകുവാൻ ആരെങ്കിലുമൊക്കെ ചുറ്റുമുണ്ടാവും എന്ന തിരിച്ചറിവ് ഒരു പുതുമയുള്ള കാര്യമായിരുന്നു. അന്ന് അവന് നിദ്രാവിഹീനമായ രാത്രിയായിരുന്നു. അന്നത്തെ രാത്രി യ്ക്ക് നീളം കൂടതലാണ് എന്ന് അവന് തോന്നി. പ്രഭാതത്തിന്റെ ആദ്യ കിരണത്തിനോടൊപ്പം അവൻ എണീറ്റു. എല്ലാ ജോലികളും തീർത്തു അഴകി വരുന്നത് വരെ അവൻ മുൻവശത്ത് കാത്തിരുന്നു. അന്ന് അഴ കി വന്ന് കയറിയത് മുതൽ മുഖത്തു വല്ലാത്ത ഒരു വിമ്മിഷ്ടം ഉണ്ടായി രുന്നു. അവന് കാപ്പി കൊടുത്ത് പ്രഭാതഭക്ഷണം വിളമ്പി അടുത്ത് ത ന്നെ നിൽക്കുമ്പോഴും അവരുടെ മുഖം തെളിഞ്ഞിരുന്നില്ല. അഴകിയു ടെ മുഖം കണ്ടപ്പോൾ അവർക്കെന്തോ പറയാനുണ്ടെന്ന് അവന് മനസി ലായി.

'എന്താ അഴകിയമ്മേ?'

'ഇന്നലെ നീ കീഴ്ക്കാവിൽ പോയിരുന്നോ? എന്തിനാണ് നീ അവി ടെ പോയത് കണ്ണാ?'

'ഞാൻ, അച്ഛനെക്കുറിച്ചു ചില കാര്യങ്ങൾ അറിയാൻ ഐന്ദ്രികമ്മാ യെ കാണാൻ പോയതാണ്.'

'എന്നിട്ട് നിനക്ക് ഉത്തരം കിട്ടിയോ ?'

അവരുടെ ചോദ്യം അവന്റെ മനസ്സിൽ ഒരു ഞെട്ടലുണ്ടാക്കി.

'അഴകിയമ്മേ...' അവൻ അവരെ വിളിച്ചു.

'അല്ല കണ്ണാ, നീ എന്തിനാണ് അവിടെ പോയത്. നിനക്ക് ഉത്തരം കിട്ടിയോ? നിനക്ക് എന്ത് വേണമെങ്കിലും ചെയ്യാം, പക്ഷെ കീഴ്കാവിൽ മാത്രം നീ പോകരുത്. അത് നമുക്ക് വേണ്ട കണ്ണാ.'

അവർ പിന്നെ ഒന്നും പറഞ്ഞില്ല. തന്റെ ജോലിയിൽ വ്യാപൃതയായി. അവർ വെളിയിൽ പോയപ്പോൾ അവൻ അവർ പറഞ്ഞതിനെപ്പറ്റി ചിന്തിച്ചു. പിന്നെ അവൻ ഭക്ഷണം കഴിച്ചു. അന്ന് അഴകി പണി കഴിഞ്ഞ് പോകുന്നത് വരെ നിശ്ശബ്ദയായിരുന്നു. അവരുടെ ഇടയിൽ ഒരു തരം നിശ്ശബ്ദത ഉടലെടുത്തു. പറയാനേറെ ഉള്ളത് കൊണ്ട് നിശ്ശബ്ദതയെ കൂട്ട് പിടിച്ച് അഴകി അവിടുന്ന് യാത്രയായി. പക്ഷേ ഇന്ദുഗോപൻ അപ്പോഴും അന്ന് ഐന്ദ്രികയെ കാണാൻ പോകാനുള്ള തയ്യാറെടുപ്പിലായിരുന്നു. എന്തായിരിക്കും ഐന്ദ്രികക്കു പറയാനുള്ളത്. അവർക്ക് അച്ഛന്റെ കാര്യങ്ങൾ എന്തെല്ലാം അറിയാം. അതറിയാൻ അവൻ അതീവ ഉത്സുകനും ആശങ്കചിത്തനും ആയിരുന്നു.

രാവിലെ തന്റെ ഒരുക്കങ്ങൾ കഴിഞ്ഞ് വീട്ടിൽ നിന്ന് പുറത്തിറങ്ങുമ്പോൾ ഐന്ദ്രിക പറയുന്ന കാര്യങ്ങൾ മാത്രമായിരുന്നു അവന്റെ മനസ്സിൽ. അകാരണമായൊരു ഭയം അവന്റെ മനസ്സിൽ ഉയർന്നു വന്നു. മിക്കതും അവനിലെ അറിവിന്റെയും ബോധത്തിന്റെയും അങ്ങേയറ്റത്തേക്കാണ് നയിക്കുന്നത് എന്നൊരു ഉൾവിളി ആയിരുന്നു. നടന്ന് നടന്ന് ഐന്ദ്രികയുടെ വീടിന് മുന്നിൽ എത്തിയത് അവനറിഞ്ഞില്ല. മുന്നിൽ കയറി മണിയടിക്കാൻ തുടങ്ങുമ്പോൾ തന്നെ ഉള്ളിൽ നിന്ന് ആ സ്വരം വന്നു...

'ഇന്ദുഗോപൻ ഉള്ളിലേക്ക് വരൂ.'

അവൻ ചെരുപ്പഴിച്ചു ഉള്ളിലേക്ക് നടന്നു. അഗ്രഹാരത്തിലെ ഏതൊരു വീട് പോലെയും കോലമിട്ടു അലങ്കരിച്ച വീട്ടിൽ കയറുമ്പോൾ ഉള്ളിലെ ദേവി ചൈതന്യം നിറഞ്ഞ അലങ്കാരങ്ങൾ അവനിൽ ഭ്രമം സൃഷ്ടിച്ചു. കടും നിറങ്ങളുടെ വർണ്ണച്ചാർത്ത് ചുമരുകളിലും ചുമരിൽ തൂക്കി യിട്ടിരിക്കുന്ന ചിത്രങ്ങളിലും യഥേഷ്ടം നിറഞ്ഞു നിന്നിരുന്നു. മുറിയി ലെ കസേരകൾക്ക് പകരം നിലത്ത് കട്ടിയുള്ള ഇരിപ്പിടം വൃത്താകൃതി യിൽ ഒരുക്കി നടുവിൽ ചുവന്ന പരവതാനി വിരിച്ചിരിക്കുന്നു. പരവതാ നിയുടെ നടുവിൽ അതിമനോഹരമായ ഒരു സ്ത്രീ ശില്പം പൂർണ്ണത യോടെ സൃഷ്ടിക്കപ്പെട്ടിട്ടുള്ളതു ശ്രദ്ധയിൽ പെട്ടു. ഒരടിയോളം പൊക്ക മുള്ള ആ സ്ത്രീരൂപത്തിന്റെ ചുറ്റും സജ്ജമാക്കിയ ഇരിപ്പിടത്തിൽ ഇരി ക്കുമ്പോൾ അവന്റെ കൺമുന്നിൽ ആ ശില്പസൗന്ദര്യം നിറഞ്ഞു നി

ന്നു. അതിൽ നിന്ന് കണ്ണെടുക്കാനാകാതെ അവൻ അവിടെ ഇരുന്നു. അതിന് എതിർവശത്ത് കാലം കാത്തു വെച്ച ഉത്തരവുമായി ഐന്ദ്രിക യും !

അപ്പോൾ അവരുടെ മനസ്സിൽ മറ്റൊരു രംഗം തെളിഞ്ഞു വരികയാ യിരുന്നു. വർഷങ്ങൾക്ക് മുൻപ് ഇതുപോലെ ഒരു എഴുത്തുമായി തന്നെ തേടി വന്ന ഭാസ്കരൻ എന്ന സുമുഖനായ പോസ്റ്റ്മാന്റെ!

പിന്നെ പതിയെ തന്റെ കൂട്ടുകാരിയായി തനിക്ക് കൂട്ടിരുന്നയാൾ ഒടു വിൽ എല്ലാം തകർന്ന് കൈയിൽ നിന്ന് വീണുടഞ്ഞ പൂങ്കുല കണക്കേ മറഞ്ഞയാൾ! എന്നെന്നേക്കുമായി ഒരു കിനാവ് പോലെ അകന്ന് പോ യ ഒരു മഞ്ഞുകണം പോലെ ആ ഓർമ്മകൾ അവൾക്കു മീതെ പറന്ന് നീങ്ങി.

ഒരു വെൺശലഭം പോലെ.

മഴ മേഘം പോലെ അവ അവൾക്ക് ചുറ്റുമായി പറന്നു. അതിൽ നി ന്ന് മഴത്തുള്ളികൾ അവരുടെ മേൽ വർഷിച്ചു തുടങ്ങി. അതിൽ ഓരോ തുള്ളിക്കും ഒരോ ഗന്ധമായിരുന്നു.

ഓർമ്മകളുടെ ഗന്ധം.. !

അത് അവൾ പതുക്കെ ഇന്ദുഗോപനുമായി പങ്കുവെച്ചു.

'ദേവനില കരകവിഞ്ഞു ഒഴുകുമ്പോഴാണ് പെണ്മനസുള്ള എന്നെ പോലെയുള്ളവർ ഒത്തുചേരുന്ന കൂത്താണ്ടവർ കോവിലിൽ ആഘോ ഷം നടക്കുന്നത്. പതിനെട്ടു ദിവസം നീണ്ടു നിൽക്കുന്ന ആഘോഷമാ ണ് അത്. ഓരോ ഹിജഡയും ജീവിതത്തിൽ ഒരിക്കലെങ്കിലും പോകാൻ ആഗ്രഹിക്കുന്ന ഉത്സവം.!'

'ഈ ക്ഷേത്രം എവിടെയാണ്?'

അവരുടെ കഥയിൽ മുഴുകിയിരുന്ന് ഇന്ദുഗോപൻ ചോദിച്ചു.

'തമിഴ്നാട്ടിലെ വില്ലുപുരത്തുള്ള കുവാഗം കൂത്താണ്ടവർ ക്ഷേത്രം. അവിടെ നടക്കുന്ന മംഗല്യ ആഘോഷങ്ങൾക്ക് എല്ലാ ഹിജഡകളും പോ കാറുണ്ട്. വധുവായി തങ്ങളുടെ വിവാഹമെന്ന സ്വപ്നം സാക്ഷാത്കരി ക്കുവാൻ എല്ലാ ഹിജഡകളും ആ സമയത്ത് അങ്ങോട്ടേക്ക് യാത്രയാ കും. കുറച്ചു വർഷം മുൻപ് ഞാനും കൂത്താണ്ടവർ ക്ഷേത്രത്തിൽ പോ യിരുന്നു. ആ ആഘോഷത്തിൽ ഞാൻ ഒറ്റയ്ക്കായിരുന്നില്ല. അന്ന് എ നിക്ക് ഒരു കൂട്ടുണ്ടായിരുന്നു...'

ഐന്ദ്രിക തന്റെ ഓർമ്മകളിൽ മുഴുകി ആ യാത്ര പറഞ്ഞു തുട ങ്ങി.. ഓർമ്മകൾക്ക് മികവേകി ഓരോ ചിത്രങ്ങളും തെളിഞ്ഞു വന്നു. അവരുടെ മനസ്സിൽ. നിന്നും അത് വാക്കുകളായി പുറത്തു വന്നു.

അറവാണി

'സത്യം എവിടെയാണോ, അവിടെ വിജയം ഉണ്ടാവും. ശ്രീകൃഷ്ണൻ എവിടെയുണ്ടോ അവിടെ വിജയം സുനിശ്ചിതമാണ്. ഞാൻ നിന്റെ കഠിന സാധനയിൽ പൂർണ്ണ സംപ്രീതയായി, അതിനാൽ നീ ഇഷ്ടവരം ചോദിക്കൂ.'

ദേവിയുടെ മുന്നിൽ ഭയഭക്തിയോടെ നിന്ന അർജുനന്റെ നാവിൻതുമ്പിൽ ഒരു ആവശ്യമേ വന്നുള്ളൂ.

'കുരുക്ഷേത്രയുദ്ധ വിജയം ആശംസിച്ച് എന്നെ അനുഗ്രഹിക്കു അമ്മേ.'

അർജുനന്റെ ആവശ്യം കേട്ട് പുഞ്ചിരിച്ചു കൊണ്ട് ദേവി മൊഴിഞ്ഞു.

'തഥാസ്തു, യുദ്ധ വിജയത്തിനായി എല്ലാ ഗുണങ്ങളും ഒത്തിണങ്ങിയ പരിപൂർണ്ണനായ ഒരു പുരുഷനെ യുദ്ധമുഖത്ത് ബലി നൽകു. വിജയം സുനിശ്ചിതം.' ഈ വാക്കുകൾ അരുൾ ചെയ്തു ദേവി മറഞ്ഞു.

ദേവിയുടെ അനുഗ്രഹം നേടി തിരികെ എത്തിയ അർജുനനെ ഏവരും സന്തോഷത്തോടെ വരവേറ്റു. ദേവിയുടെ അരുളപ്പാട് അവരുമായി അർജ്ജുനൻ പങ്കു വെച്ചു. സന്തോഷം നിറഞ്ഞ അന്തരീക്ഷം പെട്ടെന്ന് വീണ്ടും മ്ലാനമായി.

ആരെ ബലി കൊടുക്കും? പാണ്ഡവശിബിരത്തിൽ ആരാണ് എല്ലാ ഗുണങ്ങളും തികഞ്ഞ പരിപൂർണ്ണനായ പുരുഷൻ? മുന്നിൽ എല്ലാം ഗുണങ്ങളും ഒത്തിണങ്ങിയത് സാക്ഷാത് ശ്രീകൃഷ്ണൻ തന്നെയാണ്. മറ്റൊരു വ്യക്തിയെ ചൂണ്ടി കാണിക്കാനാവാതെ അവർ തളർന്നിരുന്നു. ശ്രീകൃഷ്ണനില്ലാതെ യുദ്ധം ജയിക്കുന്നത് ആലോചിക്കുവാൻ തന്നെയാവാതെ അവർ തളർന്നിരുന്നു. അത് കണ്ട് കൃഷ്ണൻ പാണ്ഡവരെ വിളിച്ച് പറഞ്ഞു,

'പാണ്ഡവ ശിബിരത്തിൽ എല്ലാം ഗുണങ്ങളും തികഞ്ഞ ബലിക്കു യോഗ്യരായ മൂന്ന് പേരുണ്ട്. ഒന്ന് ഞാൻ, പിന്നെ രണ്ടാമത് അർജ്ജുനൻ. ഞാനോ അർജുനനോ ഇല്ലാതെ യുദ്ധം ജയിക്കുക അസാധ്യമാണ്. പിന്നെ മൂന്നാമനെ നമുക്ക് പരിഗണിക്കാം. മൂന്നാമത്തെയാൾ അർജ്ജുനപുത്രനായ ഇരവാനാണ്.'

കൃഷ്ണവചനങ്ങൾ അഗ്നിപാതം പോലെ അവരുടെ കർണ്ണങ്ങളിൽ ചെന്ന് പതിച്ചു. അർജ്ജുനന്റെ കണ്ണിൽ നിന്ന് കണ്ണുനീർ പ്രവഹിച്ചു.

'വേറെ ഉപയങ്ങളൊന്നുമില്ലേ കാർവർണ്ണാ...'

അർജ്ജുനൻ വിഹലതയോടെ ചോദിച്ചു. ഒരു പിതാവിന്റെ എല്ലാ വേദനയും അർജ്ജുനന്റെ മുഖത്ത് ദർശിക്കാനാവുമായിരുന്നു. ഇരവാ ന്റെ ജനനകഥ കൃഷ്ണന്റെ വാക്കുകളിലൂടെ അവിടെ മുഴങ്ങി,

'കാലങ്ങൾക്ക് മുൻപ് സഹോദരർ പാഞ്ചാലിയുമായുള്ള പ്രതിജ്ഞ ലംഘിച്ചതു കാരണം അർജുനന്ന് പന്ത്രണ്ട് വർഷത്തെ നിർബന്ധ തീർ ത്ഥാടനം വിധിച്ചത് ഓർമ്മയില്ലേ? അന്ന് ആ യാത്രയിൽ ഭാഗീരഥി നദി യുടെ ഉൾഭാഗത്ത് താമസമാക്കിയ നാഗവംശത്തിന്റെ രാജാവായ കൗര വ്യന്റെ പുത്രിയായ ഉലുപിയെ കണ്ടു മോഹിച്ച അർജ്ജുനൻ അവളുമാ യി വിവാഹബന്ധത്തിൽ ഏർപ്പെട്ടു ആ ബന്ധത്തിൽ ജനിച്ച പുത്രനാ ണ് ഇരവാൻ. ഇരവാൻ അർജ്ജുനനെ പോലെ മുപ്പത്താറ് ലക്ഷണങ്ങൾ ഉള്ളവനും അത്യധികം ഗുണഗണങ്ങളുള്ളവനുമാണ്. ഉലുപി അവനെ സകലകലകളിലും വൈദഗ്ധ്യം നൽകി സർവ്വജ്ഞാനങ്ങളും പകർന്നു നൽകിയാണ് വളർത്തിയത്.'

അതുകൊണ്ട് യുവാവായ ഇരവാനെ ബലി കൊടുക്കുവാനായി തിര ഞ്ഞെടുത്തപ്പോൾ അർജ്ജുനന്റെ പിതൃഹൃദയം പിടഞ്ഞു. എന്നാൽ കൃ ഷ്ണന്റെ ദീർഘവീക്ഷണത്തോടെയുള്ള ആ വാക്കുകൾ മുള്ള് പോലെ അർജ്ജുനന്റെ ഹൃദയം ഭേദിച്ചു. പക്ഷേ എല്ലാം വിധി പോലെ നടന്നു. ശ്രീകൃഷ്ണൻ തന്നെ ഇരവാനെ സമീപിച്ചു ഈ കാര്യം അവതരിപ്പി ച്ചു. ഇരവാന്റെ രംഗപ്രവേശം അതീവ പ്രൗഢിയോടെയായിരുന്നു. ത ന്റെ പിതാവിന്റെയും പിതൃസഹോദരന്മാരുടെയും വിജയത്തിനായി സ്വ ന്തം ജീവൻ വെടിയാൻ ധീരനും ധർമ്മചാരിയുമായ ഇരവാന് യാതൊ രു മടിയുമുണ്ടായില്ല. പക്ഷേ അതിനു മുൻപ് ഇരവാൻ ഒരു ആഗ്രഹം അവരുടെ മുന്നിൽ അവതരിപ്പിച്ചു.

'അല്ലയോ ഭഗവാനെ, ബലിയ്ക്കായി ഞാൻ തയ്യാറാണ്. എല്ലാം തി കഞ്ഞ ഒരു പൂർണ്ണ പുരുഷനെന്ന നിലയിൽ ബ്രഹ്മചാരിയായി മരിക്കാൻ കഴിയില്ല. ലൗകീക സുഖങ്ങൾ എല്ലാമറിഞ്ഞിട്ട് മരിക്കാം. മാത്രമല്ല എ ന്റെ വേർപാടിൽ മാതാവല്ലാതെ മനംനൊന്ത് കരയാൻ പത്നി ഒപ്പമു ണ്ടാവണമെന്ന് ഞാൻ ആഗ്രഹിക്കുന്നു.'

ഇരവാന്റെ വിചിത്രമായ ആ ആവശ്യം അത്ര എളുപ്പത്തിൽ സാധ്യ മാക്കാവുന്ന കാര്യമല്ലായിരുന്നു. ഒരു രാത്രി മാത്രം സുമംഗലിയായി ഇ രിക്കുക, പുലരുമ്പോൾ വൈധവ്യം സ്വീകരിക്കാൻ ഏത് പെൺകൊടി

യാണ് തയ്യാറാവുക! ഇങ്ങനെ ഒരു നിർഭാഗ്യത്തിലേക്ക് തങ്ങളുടെ ഓമ നപ്പുത്രിയെ തള്ളിവിടാൻ ഏത് മാതാപിതാക്കളാണ് തയ്യാറാവുക! പ ക്ഷേ തികച്ചും അസാധ്യമായ ആ ആഗ്രഹം സാധിച്ചു കൊടുത്തേ മതി യാവു. അന്ന് പാണ്ഡവദൂതർ ഈ ഉദ്യമം സഫലമാക്കാൻ രാജ്യം മുഴു വൻ അലഞ്ഞു നടന്നു പക്ഷേ നിരാശയായിരുന്നു ഫലം. ഒടുവിൽ ഇര വാന്റെ വാക്കുകൾ സഫലമാക്കുവാൻ ശ്രീകൃഷ്ണൻ തന്നെ മുന്നിട്ടിറ ങ്ങി. ഒരിക്കൽ മഹേശ്വരനെ പോലും മോഹിപ്പിച്ച മായാമോഹിനിരൂപ ത്തിൽ പ്രത്യക്ഷപ്പെട്ട് ഭഗവാൻ സ്വയം ഇരവാന്റെ പത്നിയാവാൻ ആ ഗ്രഹമറിയിച്ചു. വസ്തുതകൾ സത്യമായിതന്നെ അറിയുമായിരുന്നുവെ ങ്കിലും ഇരവാൻ മോഹിനിയെ ഭാര്യയായി സ്വീകരിച്ചു. ഒരേയൊരു രാ ത്രി മാത്രം ഒന്നിച്ചു കഴിഞ്ഞ് പുലർച്ചെ തന്നെ ഇരവാൻ ബലിവസ്തു വാകാൻ സന്നദ്ധനായി. ബലിയ്ക്ക് വേണ്ടി പോകുവാൻ തുനിഞ്ഞ ഇര വാനെ പിരിയുന്നതിൽ അങ്ങേയറ്റം മനം നൊന്ത് അലമുറയിട്ട് മോഹി നി കരഞ്ഞു. തന്റെ മരണത്തിൽ വേദനിച്ച് കരയുന്ന മോഹിനിയെ ക ണ്ട് ഇരവാന്റെ ആത്മാവ് കൃതാർത്ഥനായി. വേദിയിൽ ഹൃദയം പൊടി യുന്ന പോലെ അലമുറയിട്ട് കരയുന്ന മോഹിനിയെ കണ്ടപ്പോൾ ഐ ന്ദ്രികയുടെ കണ്ണിൽ നിന്ന് കണ്ണുനീർ വന്നു. അറവാനെന്ന ദേവന്റെ ഒ രു ദിവസത്തെ ഭാര്യ എന്ന പദവിയും ജീവിതകാലത്തു മുഴുവൻ വിധ വയായവാനും തയ്യാറായി അണിഞ്ഞൊരുങ്ങി കൂവാഗത്തേക്ക് വരുന്ന അ റവാണികളുടെ കഥ പറഞ്ഞു അവർ വേദി ഒഴിഞ്ഞു.

തങ്ങളുടെ ജീവിതം അരങ്ങിൽ പറഞ്ഞപ്പോൾ അവിടെ കൂടിയിരു ന്നവരുടെ കണ്ണുകളിൽ കണ്ണുനീർ വന്നു. തങ്ങളുടെ ജീവിതം പറഞ്ഞ നർത്തകരോട് അവാച്യമായ സ്നേഹവായ്പ്പോടെയും അനുതാപത്തോ ടെയും ചുറ്റുമുള്ള അറവാണികൾ അവിടുന്ന് വിടകൊള്ളുവാൻ തുട ങ്ങി. തേങ്ങലുകൾ നിന്നപ്പോൾ വീണ്ടും വേദി സജ്ജമായി ഇത്തവണ അത് സുമംഗലികളുടെ മനോവ്യാപാരത്തിന്റെ ഗാഥയാണ് ഏറ്റ് പാടിയ ത്. ഒരോ സുമംഗലിയും അറവാന്റെ പ്രിയപത്നിയായി ഭർതൃ സാമീപ്യ ത്തിൽ കഴിയുന്ന നിമിഷങ്ങളെ പ്രതികീർത്തിച്ച് അവർ പാടുമ്പോൾ കൂടെ പാടുകയും ആടുകയും ചെയ്യുന്ന ഒരായിരം മനസ്സുകൾ അവിടെ ഉണർന്നു. ഐന്ദ്രിക പതുക്കെ അവിടുന്ന് നടന്നു.

ഇന്ന് മംഗല്യത്തിന്റെ രാവാണ്. അറവാണികൾക്ക് ഇന്ന് രാത്രി എ ങ്ങനെ വേണമെങ്കിലും ചിലവഴിക്കാം. ഇന്ന് മനസ്സിന് ഇഷ്ടപെട്ട പുരുഷ നെ സ്വീകരിക്കാം. ചില അറവാണികൾ തങ്ങളുടെ പ്രിയപ്പെട്ട മംഗല്യ രാവ് നിറമുള്ളതാക്കാൻ ഉശിരുള്ള ആണുങ്ങളെ തിരഞ്ഞു പിന്നാമ്പുറ

ങ്ങളിലേക്ക് ഊളിയിടുമ്പോൾ ക്ഷേത്രമുറ്റത്ത് ഭക്തി നിർഭരമായ ചട
ങ്ങും ഉല്ലാസവും നിറഞ്ഞു നിൽക്കുന്നുണ്ടായിരുന്നു. ഐന്ദ്രിക അവിടു
ന്നു ഇറങ്ങി നടക്കുമ്പോൾ പുറകിൽ നിന്ന് ഒരു വിളി കെട്ടു.

'ഐന്ദ്രികാ...'

ഐന്ദ്രിക തിരിഞ്ഞു നോക്കി. ആരേയും കണ്ടില്ല. പക്ഷേ ആ സ്വരം
വളരെ വ്യക്തമായി കേട്ടതാണ്. അവൾ അവിടെ ചുറ്റും നോക്കി. കുറച്ച
കലെ ഒരാൾ നിൽക്കുന്നു. മുഖം വ്യക്തമല്ല. എന്നാലും അവൾ അവിടേ
ക്ക് നടന്നു. അടുത്തെത്തുമ്പോൾ അവിടെ നിൽക്കുന്നയാളെ കണ്ട് അവൾ
അതിശയം കൂറി.

'ഭാസ്കരേട്ടൻ'

വെളുത്ത മുണ്ടും ഷർട്ടും ധരിച്ച് അവിടെ നില്ക്കുന്നുണ്ടായിന്നു.

'എന്താ ഭാസ്കരേട്ടൻ ഇവിടെ? എല്ലാ വർഷവും ഇങ്ങോട്ട് വരാറു
ണ്ടോ?'

'ഞാൻ ആദ്യമായിട്ടാണ് വരുന്നത്. ഇവിടെ വന്നപ്പോൾ ഒരു സ്വപ്
നം പൂവണിഞ്ഞത് പോലെ തോന്നി.'

'ഭാസ്കരേട്ടൻ എന്താ പറയുന്നത്...'

'ഐന്ദ്രിക, ഒരുപക്ഷേ ഇപ്പോൾ എന്നെ മനസ്സിലാക്കാൻ ലോകത്ത്
നിനക്ക് മാത്രമേ കഴിയൂ...'

'ഭാസ്കരേട്ടൻ വരൂ...'

അവൾ അയാളെയും കൂട്ടി മുന്നിൽ നടന്നു. ആ തിരക്കിലൂടെ നട
ക്കുമ്പോൾ ഐന്ദ്രികയുടെ മനസ്സിൽ ഒരായിരം ചോദ്യങ്ങൾ ഉണ്ടായിരു
ന്നു. പക്ഷേ എല്ലാ ചോദ്യങ്ങൾക്കും ഉത്തരം വേണ്ടായിരുന്നു. ചോദ്യ
ങ്ങൾ ചോദിക്കാതെ തന്നെ ഉത്തരങ്ങൾ സ്വയം അനാവൃതമാകുവാൻ
തുടങ്ങുകയായി. നിശീഥിനിയുടെ മറവിൽ തങ്ങളുടെ സത്തയെ ഉണർ
ത്തി തങ്ങളുടെ മാത്രം ലോകം തീർക്കുന്ന തിരക്കിൽ മുഴുകി നിൽക്കു
ന്ന ഐതീഹ്യത്തിന്റെയും വിശ്വാസത്തിന്റെയും പിൻബലത്തിൽ നട
ക്കുന്ന ആഘോഷരാവും പിന്നിടുന്ന ആളുകളെയും നോക്കി അവർ അ
വിടെ നിന്നു നടന്നു തുടങ്ങി. അവർ നടന്ന് ഐന്ദ്രികയുടെ മുറിയിൽ
എത്തി. മുറി തുറന്ന് അകത്തേക്ക് കയറുമ്പോൾ ഭാസ്കരൻ തല താഴ
ത്തി നിൽക്കുന്നത് കണ്ട് ഐന്ദ്രികയ്ക്ക് ചോദിക്കാതിരിക്കാനായില്ല.

'എന്താ, ഭാസ്കരേട്ടാ   അവിടെ തന്നെ നിൽക്കുന്നത്? അകത്തേക്ക്
വരൂ. ഭാസ്കരേട്ടനെ അലട്ടുന്ന പ്രശ്നം എന്താണെങ്കിലും എന്നോട് പ
റയൂ.'

അവൾ ഉള്ളിൽ പായയിൽ ഇരുന്ന് അയാളെയും അവിടെ ഇരിക്കാ

നായി ക്ഷണിച്ചു. അവിടെ ഇരുന്ന് കൊണ്ട് അയാൾ പതുക്കെ പറഞ്ഞു.
'ഞാൻ, ഇവിടെ...' അയാൾ വിക്കി വിക്കി തുടങ്ങി...

അയാളെ തടഞ്ഞു കൊണ്ട് അവൾ പറഞ്ഞു, 'ഭാസ്കരേട്ടാ ഒരുപാ
ട് ഒന്നും പറയേണ്ട, ഇവിടെ വരുന്ന ഓരോരുത്തർക്കും ഓരോ കഥയു
ണ്ടാകും അല്ലെങ്കിൽ ജീവിതം തന്നെ മാറ്റി മറിക്കാൻ പറ്റുന്ന രീതിയി
ലുള്ള ആത്മസംഘർഷങ്ങൾ ഉള്ളവരുടെ ഒരു ഒത്തുകൂടലാണല്ലോ ഇ
ത്. ഇവിടെ വരുന്നവർക്ക് എല്ലാം പങ്കു വെക്കാം ഇന്ന് എല്ലാം കേൾ
ക്കാം.'

അവളെ കുറച്ചു നേരം നോക്കി ഇരുന്ന ശേഷം അയാൾ പറഞ്ഞു
തുടങ്ങി,

'നീ എനിക്ക് ഒരു വഴികാട്ടിയാണ്, ഒരുപക്ഷേ എനിക്ക് നേടിയെടു
ക്കാൻ കഴിയാതെ പോയത് നേടിയെടുത്ത പരിപൂർണ്ണയായ ദേവിയാ
ണ് നീ എനിക്ക് മുന്നിൽ! ഒരു പരാജിതനായ ഒരു മനുഷ്യനാണ് ഞാൻ.
എന്റെ അന്ത:സത്ത, എന്നിലെ ഞാൻ ഇതെല്ലാം ഒളിച്ചു വെച്ചു ജീവി
ക്കേണ്ടി വന്ന ഒരാളുടെ വേദന ഒരിക്കലും പറഞ്ഞാൽ തീരില്ല പക്ഷേ
ഐന്ദ്രികയ്ക്ക് അത് മനസ്സിലാവും. അതു കൊണ്ടാണ് ഞാൻ രണ്ടും
കല്പിച്ച് നിന്നെ കാണാൻ ഇവിടേക്ക് വരാൻ തയ്യാറായത്. എനിക്ക് അ
റിയാം എന്റെ കഥ ഇവിടെ ഉള്ളവരിൽ നിന്ന് വിഭിന്നമല്ല എങ്കിലും
ഞാൻ ഇവിടെ ഉള്ള ആരെപോലെയും അതിൽ വിജയിച്ചിട്ടില്ല. ഞാൻ
പൂർണ്ണമായും പരാജിതനാണ്.'

അയാളുടെ മനസ്സിലുള്ള വ്യഥ ഒന്നിന് പുറകെ ഒന്നായി പുറത്തേ
ക്ക് വന്നു. അത് കേട്ടിരുന്ന ഐന്ദ്രിക താൻ അത് കേൾക്കുകയാണോ
അതോ അയാളോടൊത്ത് ഒന്ന് കൂടി ജീവിക്കുകയാണോ എന്ന് തോ
ന്നിപ്പോയി. അവൾ അയാളുടെ അടുത്തേക്ക് നീങ്ങി ഇരുന്നു അനുകമ്പ
യോടെ അയാളെ നോക്കി. ഒരു പുരുഷശരീരത്തിൽ പിടയുന്ന സ്ത്രീ
ഹൃദയത്തിന്റെ വിങ്ങൽ അവൾക്ക് കേൾക്കാൻ കഴിയുന്നുണ്ടായിരുന്നു.
കേഴുന്ന ഹൃദയത്തിനു ഒരുപോലെ ആശ്വാസവും ആത്മവിശ്വാസവും
നേടി തരുന്ന കൂടിക്കാഴ്ചയായിരുന്നു അവരുടേത്. രാവ് ചോക്കുന്നതി
നനുസരിച്ചു അവരുടെ സംസാരം കൂടി, അയാൾ അവളോട് അയാൾ
തന്റെ ഉള്ള് തുറന്ന് സംസാരിക്കുവാൻ ആരംഭിച്ചു. തന്റെ വ്യഥകളും
ആകുലതകളും അയാൾ നിസ്സങ്കോചം പങ്കു വെച്ചു. അവൾ നല്ലൊരു
കേൾവിക്കാരിയായിരുന്നു. ബാല്യകാലത്ത് തന്റെ ജീവിതത്തിലെ അ
നിശ്ചിതാവസ്ഥയും കൗമാരകാലത്ത് തനിക്ക് ലഭിച്ച തിരിച്ചറിവും അ
തിനെ പ്രാബല്യത്തിൽ കൊണ്ട് വരാൻ സാധിക്കാതെ ഇരുന്ന ആ കാ

ലഘട്ടവും. ഒടുവിൽ തന്റെ സത്തയെ മറച്ചു കൊണ്ട് ഒരു പെൺകുട്ടി യെ തന്റെ ജീവിതത്തിലേക്ക് കൂട്ടി കൊണ്ട് വരേണ്ടി വന്ന ആ വഴിതിരി വും അയാൾ ഒന്നൊന്നായി പറഞ്ഞു കൊണ്ടിരുന്നു. ആത്മരോദനം പോ ലെ ഓരോന്ന് അയാൾ പറഞ്ഞപ്പോൾ അത് കേട്ടിരിക്കുന്ന ഐന്ദ്രികക്ക് തന്റെ തന്നെ കഥ മറ്റൊരാൾ ആവർത്തിക്കുന്നതായി അനുഭവപ്പെട്ടു. ഒ രേ കാര്യങ്ങൾ സമാനമായ രീതിയിൽ പലസ്ഥലങ്ങളിലും നടക്കുന്നു ള്ളത് അറിയാമായിരുന്നു. ആര് ആരെ സമാധാനിപ്പിക്കും? തന്റെ ജീവി തവും ഇതിൽ നിന്ന് വിഭിന്നമായിരുന്നില്ലല്ലോ?

വേഗതയേറിയ ജീവിതത്തിൽ ഗതിമാറ്റത്തിനായി വന്നു ഭവിക്കുന്ന ഒരോ മാറ്റവും കാലം ഹൃദയത്തിലാണ് അടയാളപ്പെടുത്തുന്നത്. ചിലർ അതിന്റെ ഒരു നോവ് ജീവിതകാലം മുഴുവൻ ചുമന്ന് നടക്കുകയാണെ ന്ന് അവൾ വേദനയോടെ ഓർത്തു. പിന്നെ അതീവ സ്നേഹത്തോടെ ഭാസ്കരേട്ടനെ നോക്കി.

'ഭാസ്കരേട്ടാ നമുക്ക് ഇതൊന്നു മാറ്റാൻ പറ്റുമോന്ന് നോക്കിയാലോ. ചില ജന്മങ്ങൾ ഇങ്ങനെയാണ്, പക്ഷേ നമുക്കും ഒന്ന് ജീവിക്കണ്ടേ? വ രൂ...'

അവൾ അയാളെ മുറിലുള്ള കണ്ണാടിയുടെ മുന്നിൽ ഇരുത്തി. പി ന്നെ അയാളുടെ വസ്ത്രം മാറ്റുവാൻ തുടങ്ങി. ഒന്നമ്പരന്നുവെങ്കിലും അയാൾ അവൾക്ക് വഴങ്ങി. തന്റെ ബാഗിൽ നിന്ന് അവൾ പച്ച പട്ടുപുട വ എടുത്ത് അയാളുടെ നേർക്ക് നീട്ടി. പച്ച നിറത്തിലുള്ള പുടവ അയാ ളുടെ ദേഹത്ത് ചുറ്റി തുടങ്ങി. അവൾ അയാളെ ഒരുക്കുവാൻ തുടങ്ങി. അയാളിലെ സ്ത്രീത്വത്തിലേക്കുള്ള ആദ്യപടി പൂർത്തിയാക്കി. അയാ ളിലെ അടങ്ങാത്ത ആഗ്രഹത്തിനു ഒരു പൂർണതനേടി കൊടുക്കുവാൻ പറ്റിയ ചാരിതാർത്ഥ്യത്തിൽ ഐന്ദ്രിക അയാളെ നോക്കി.

എന്തൊരു തേജസ് !

പുരുഷവേഷത്തിനേക്കാളും അയാൾക്ക് ചേരുന്നത് സ്ത്രീ വേഷം തന്നെ. അവൾ അയാളെ നോക്കി പുഞ്ചിരിച്ചു, പിന്നെ അവൾ എപ്പോ ഴും കൂടെ കൊണ്ട് നടക്കുന്ന ആമാടപ്പെട്ടിയിൽ നിന്ന് ചില ആഭരണങ്ങ ളെടുത്തു. കഴുത്തിൽ പാലയ്ക്കാമാലയും കൈകളിൽ പച്ചകല്ല് വെച്ച വളകളും, പിന്നെ കാതിൽ ഒട്ടുന്ന ജിമുക്കിയും ഇട്ടുകൊടുത്തു.

സത്യം !

അയാൾക്ക് ചേരുന്ന രൂപം ഇതാണ്, അവൾ മനസ്സിൽ പറഞ്ഞു. കാ ലുകളിൽ പാദസരം അണിയിച്ചു, മുഖത്തു ചമയം ചാർത്തി, അധരങ്ങ ളിൽ ചുവപ്പും, കണ്ണുകളിൽ കണ്മഷിയും എഴുതി. പിന്നെ ആ മുടിയിൽ

ഐന്ദ്രിക വെയ്പ്പ് മുടി വെച്ച് കെട്ടി തുടങ്ങി. മുടി പിന്നി അതിൽ പൂവ്
വെച്ചു. അവസാനം ആ മൂക്കിൽ തിളങ്ങുന്ന മൂക്കുത്തി എടുത്തു വെച്ചു
കൊടുത്തു.

അത്യന്തം സുന്ദരി!

ഐന്ദ്രിക അയാളെ ആ മുറിയിലെ നീലകണ്ണാടിയുടെ മുന്നിൽ കൊ
ണ്ട് ചെന്നാക്കി. അവർ ആ കണ്ണാടിയിലേക്ക് നോക്കി. അയാൾ അതിശ
യിച്ചു പോയി. ഇത് താൻ ആണോ? വീണ്ടും വീണ്ടും ആ കണ്ണാടിയിൽ
നോക്കിയപ്പോൾ ഭാസ്കരൻ തന്റെ രൂപാന്തരം കണ്ട് അറിയാതെ വി
ങ്ങിപ്പൊട്ടി. ഇപ്പോഴാണ് തന്റെ മനസ്സും ശരീരവും ഒന്നായത്.

ഇതാണ് താൻ!

അയാൾ പതുക്കെ പുഞ്ചിരിച്ചു. ഒരുപക്ഷേ ഒരിക്കലും ഇങ്ങനെ ത ന്നെ കാണാൻ സാധിക്കുമെന്ന് കരുതിയതല്ല. അയാൾ നന്ദിയോടെ അ വളെ നോക്കി പുഞ്ചിരിച്ചു. ആ നിമിഷം ഐന്ദ്രികയും മനസ്സിൽ അതി യായി സന്തോഷിച്ചു. ആ സന്തോഷം കണ്ടപ്പോൾ ഭാസ്കരൻ പറഞ്ഞു,

'ഞാൻ നിന്നെ തേടി ഇവിടേക്ക് വരുമ്പോൾ എനിക്ക് അറിയില്ലായി രുന്നു അത് എന്നെ തന്നെ കണ്ടെത്തലായിരിക്കുമെന്ന്. നിനക്ക് മാത്ര മേ ഒരുപക്ഷേ എന്നെ മനസ്സിലാവുകയുള്ളു എന്ന് എനിക്ക് തോന്നിയി രുന്നു. എന്റെ മനസ്സും ശരീരവും ഒന്നായിരുന്നില്ല. പുരുഷനായി ജനിച്ച് പെണ്ണിന്റെ മനസ്സുമായി ജീവിക്കേണ്ടി വരുന്ന ഓരോരുത്തരുടെയും അ വസ്ഥ എത്ര ഭീകരമാണ് എന്ന് നിനക്കറിയാമല്ലോ. എന്റെ സത്തയിലേ ക്ക് ഒരു മടങ്ങി പോക്ക് ഇങ്ങനെയെ പറ്റൂ. പക്ഷേ എനിക്ക് അതിനുള്ള ധൈര്യമുണ്ടായിരുന്നില്ല.'

ഐന്ദ്രികക്ക് അതൊരു നവ്യാനുഭവമായിരുന്നില്ല. തന്റെ സത്തയി ലേക്ക് പരകായ പ്രവേശം ചെയ്യുമ്പോൾ ഇത് പോലെ ഒരു അനുഭവമു ണ്ടായത് അവൾ ഓർത്തു. ചിലരെങ്കിലും തങ്ങൾക്ക് ചുറ്റും അത് പോ ലെയുണ്ടെന്ന തിരിച്ചറിവ്, അത് ഒരു ആശ്വാസമാണ്. ഐന്ദ്രിക ഭാസ് കരന്റെ കൈ പിടിച്ചു, പിന്നെ അയാളെ ചേർത്ത് പിടിച്ചു കൊണ്ട് പറ ഞ്ഞു,

'മോഹിനി!'

അന്ന് രാത്രി ആ മുറിയിലിരുന്ന് അവർ തങ്ങളുടെ ജീവിതകഥ പര സ്പരം പങ്കു വെച്ചു. ഐന്ദ്രികയും അവളുടെ കഥ പറഞ്ഞു തുടങ്ങി അനുയോജ്യമല്ലാത്ത ശരീരത്തിൽ ഒതുക്കിവെക്കപ്പെട്ട ഒരു ലൈംഗിക തയുമായി ജനിച്ചു, കുടുംബത്തിന്റെയും സമുദായത്തിന്റെയും നാടിന്റെ യും അവഗണനകളും ക്രൂരമായ പരിഹാസങ്ങളുമേറ്റ് വേദനിക്കുന്ന ജ ന്മമായിരുന്നു. പക്ഷേ ഐന്ദ്രികയുടെ മനസ്സിൽ എപ്പോഴും ഒരു സ്ത്രീ ഉണ്ടായിരുന്നു. പരിഹാസ്യത്തിന്റെയും അവഗണനയുടെയും മുറിപ്പാടു കൾ അവൾ മോഹിനിയെ പറഞ്ഞു കേൾപ്പിച്ചു. അന്ന് ആ ആഘോഷ ത്തിൽ ഏറ്റവും മനസ്സ് നിറഞ്ഞു സന്തോഷിച്ചതു അവർ രണ്ടുപേരും ആയിക്കും.

രാവ് കനത്തു... !

ആഘോഷങ്ങളും.... !

ഇരുളിന്റെ മറവിൽ ഇഷ്ടപുരുഷനെ അറവാനായി സങ്കൽപ്പിച്ചു അറ വാണികൾ ഓരോരുത്തരും വികാരത്തിന്റെ കൊടുമുടി കയറുമ്പോഴും അവളിലെ പൂർണ്ണത കൈവരിക്കാനാവാതെ അവരുടെ മനം തേങ്ങും.

ഐന്ദ്രിക മോഹിനിയുടെ കൈപിടിച്ചു അവിടുന്ന് പുറത്തേക്കു ഇറങ്ങി നടന്നു. മോഹിനി അപ്പോൾ തന്റെ യഥാർത്ഥ സത്തയിൽ നിന്ന് ലോകം കാണുകയായിരുന്നു. തന്നിൽ പൂത്തു നിന്ന സൗന്ദര്യത്തോടെ അവൾ മറ്റുള്ളവരുടെ മുന്നിൽ നിന്നു.

ആശകളും മോഹങ്ങളും നിറഞ്ഞ രാവ് പെയ്തിറങ്ങുവാൻ തുടങ്ങി ആ ദിവസം ഏറ്റവും കൂടുതൽ സന്തോഷിച്ചത് ഒരുപക്ഷേ മോഹിനി യായിരിക്കും എന്നതിൽ ഐന്ദ്രികയ്ക്ക് സംശയമില്ലായിരുന്നു. ചുറ്റും പ്രപഞ്ചശക്തികളെ പോലെ അല്ലെങ്കിൽ അപ്സരസ്സുകളെ പോലെയു ള്ള വധുവേഷധാരികൾ നിറഞ്ഞു നിന്നു. നാട്ടിൽ നിന്ന് മാത്രമല്ല പുറ ത്തു നിന്നു വിദേശികളും ആ മംഗല്യത്തിന്റെ ഭാഗമാവാൻ അവിടെ എ ത്തിയിരുന്നു, ദൂരദേശത്തു നിന്ന് അറവാന്റെ വധുവാകാൻ എത്തിയ സുന്ദരിമാർ! സമൂഹത്തിൽ ഉയർന്ന തസ്തികയിലും, സ്ഥാനത്തും ഇ രിക്കുന്ന അവർ ഈ മാംഗല്യത്തിനായി വന്നിരിക്കുന്നു.

നേരം പുലർന്നു..

ആദ്യത്തെ സൂര്യരശ്മികൾ ഭൂമിയിൽ പതിക്കുമ്പോഴേക്കും അത്ര യും നേരം ആഘോഷം നിറഞ്ഞു നിന്ന ചുറ്റുപാട് പെട്ടെന്ന് ശോകമുഖ രിതമായി തീർന്നു. അറവാന്റെ മരണ വാർത്തയറിഞ്ഞു അറവാണി കൾ ക്ഷേത്രാങ്കണത്തിൽ പ്രത്യേകമായി സജ്ജീകരിച്ച സ്ഥലത്തെത്തി താലി അറുത്ത് മാറ്റി കൈകളിലെ കുപ്പിവളകൾ ഉടക്കുവാൻ ആരംഭി ച്ചു. വൈധവ്യത്തിന്റെ പ്രതീകമായി നെറ്റിയിലെ കുങ്കുമക്കുറി മായ്ച്ചു കളഞ്ഞു അവർ കൂട്ടത്തോടെ നെഞ്ചത്തടിച്ചു പൊട്ടിക്കരയുവാൻ തുട ങ്ങി. അറവാണികളുടെ കരച്ചിലിനും അവരുടെ ജീവിതവുമായി വല്ലാ ത്ത ബന്ധമുണ്ട്. അവർക്ക് അറിയാം മഹിമയോടെ കഴുത്തിൽ താലി സ്വീകരിക്കാൻ ഈയൊരു ദിവസമേ സാധിക്കൂ എന്ന്. ആരൊക്കെ തട ഞ്ഞാലും ഈ വിധി വരുമെന്നും അവർക്ക് അറിയാം.

ചടങ്ങുകൾ ഒന്നൊന്നായി തുടങ്ങി, അവർ കുളിച്ച് ദേഹശുദ്ധി വരു ത്തുവാനായി ക്ഷേത്രകടവിലേക്ക് പോയി. ഐന്ദ്രികയും അവരോടൊ പ്പം നടന്നു. അവൾ ചുറ്റും നോക്കി ആ തിരക്കിൽ എവിടെയും മോഹി നിയെ കാണുവാനില്ല.

അവൾ എവിടെ?

അവളെ അന്വേഷിക്കാൻ ഇപ്പോൾ സാധ്യമല്ല, കോവിലിൽ ചടങ്ങു കൾ തുടങ്ങി. ക്ഷേത്രക്കുളത്തിൽ നിന്ന് കയറുമ്പോൾ ഓരോരുത്തരും സുമംഗലി ചിഹ്നങ്ങളെല്ലാം ക്ഷേത്രകുളത്തിൽ ഉപേക്ഷിച്ചു അവർ വൈ ധവ്യത്തിന്റെ വെളുത്ത ആവരണമണിഞ്ഞു മുന്നോട്ടു പോയി. ദേഹ

ത്ത് ചുറ്റിയ വെള്ള ചേലയും അതിനു മെമ്പൊടി ചേർത്ത പോലെയു ള്ള മാറത്തലച്ചുള്ള കരച്ചിലും അവിടം മറ്റൊരു ലോകമാക്കി തീർത്തു. അവിടുന്ന് വ്യസനതയോടെ ഇറങ്ങിപ്പോകുന്ന ഓരോ അറവാണികളും അടുത്ത വർഷം വീണ്ടും മംഗല്യവതിയാവാൻ വരുമെന്ന് ഉറച്ച തീരുമാ നത്തോടെ അവിടുന്ന് യാത്രയാകുന്നു. അത്തവണ തിരികെ പോരു മ്പോൾ തന്നെ നാട്ടിൽ കാത്തിരിക്കുന്ന മറ്റൊരു അധ്യായത്തിനു ഐ ന്ദ്രിക തയ്യാറായിരുന്നു.

മോഹിനി..

ഭാസ്കരേട്ടന്റെ 'അവളി'ലേക്കുള്ള പ്രയാണം അത്ര എളുപ്പമല്ല, അ ത് ഇനി എത്രത്തോളം ഫലപ്രദമാകുമെന്നും അവൾക്ക് ഉറപ്പില്ലായിരു ന്നു. പക്ഷേ ജീവിതം എപ്പോഴും അപ്രതീക്ഷിതമായ സംഭവങ്ങളുടെ ഘോഷയാത്രയാണല്ലോ. ഈ ഏടും അത് പോലെ സംഭവബഹുലമാ യതാവുമെന്ന് അവൾക്ക് അറിയാമായിരുന്നു. തിരിച്ചു പോരുമ്പോൾ മോ ഹിനി അണിഞ്ഞ വസ്ത്രങ്ങളും ആഭരണങ്ങളും ഒരു ബാഗിലാക്കി അ വൾ കൈയിൽ കരുതി. പോകുമ്പോൾ അയാൾ അതൊക്കെ അവിടെ ഉപേക്ഷിച്ചു പോയിരുന്നു. തന്റെ പ്രിയപ്പെട്ട വസ്തുകൾ ഉപേക്ഷിച്ചു പോകേണ്ടി വന്ന അയാളുടെ വ്യഥ അവൾക്ക് നന്നായി അറിയാം. അത് ഉണ്ടായിക്കൂടാ, അവൾ അയാൾക്ക് വേണ്ടി ആ സമ്മാനം ഭദ്രമായി കരുതി.

ഐന്ദ്രിക ഇത് പറഞ്ഞു നിർത്തുമ്പോൾ അവളെ കണ്ണിമെയ്ക്കാ തെ ഇന്ദുഗോപൻ നോക്കിയിരിക്കുകയായിരുന്നു. താൻ കണ്ടതാണോ അതോ കേൾക്കുന്നതാണോ സത്യമെന്നറിയാതെ അവൻ അമ്പരപ്പിന്റെ യും അവിശ്വസനീയതയുടേയും ഉതംഗശ്രേണിയിലായിരുന്നു. ഐന്ദ്രി കയുടെ കഥനം കഴിഞ്ഞപ്പോൾ കുറച്ചു നേരം അവിടെ മൗനം താളം കെട്ടി നിന്നു.

'ഇന്ദുഗോപൻ, ചോദ്യങ്ങളുടെ ഉത്തരം ഇപ്പോൾ കിട്ടിയെന്ന് കരു തുന്നു.' ഐന്ദ്രികയുടെ ചോദ്യം കേട്ട് അവൻ വിവശതയോടെ അവരെ നോക്കി.

'അറവാണി? അങ്ങനെയാണോ നിങ്ങൾ അറിയപ്പെടുന്നത്?'

'ആദ്യകാലങ്ങളിൽ അങ്ങനെയായിരുന്നു. ഇപ്പോൾ തിരുനങ്കൈ അ റവാന്റെ പത്നി എന്നർത്ഥമുള്ള വാക്കാണ് ഉപയോഗിക്കുന്നത്.'

'അപ്പോൾ ഐന്ദ്രികാമ്മ പിന്നെ മോഹിനിയെ കണ്ടോ?' അവൻ വേ പഥുവോടെ ചോദിച്ചു.

'കണ്ടു ഇന്ദുഗോപാ ഈ നാട്ടിൽ വെച്ച് ഞാൻ മോഹിനിയെ ക

ണ്ടു. നിന്നോട് സംസാരിക്കുന്നത് പോലെ ഈ മുറിയിൽ ഇരുന്നു ഞ ങ്ങൾ സംസാരിച്ചിട്ടുണ്ട്. ഈ ശില്പം കാണുന്നില്ലേ അത് മോഹിനി ക്കായുള്ള എന്റെ സമ്മാനമാണ്. ഈ ശില്പത്തിന്റെ സൗന്ദര്യത്തിൽ മോഹിനിയുടെ മെയ്യും മികവുമുണ്ട്. അവളാണ് ഈ ശില്പം.'

ഒരു ഞെട്ടലോടെ ആദ്യമായിട്ടെന്നവണ്ണം ഇന്ദുഗോപൻ ആ ശില്പ ത്തിലേക്ക് നോക്കി. അതിന്റെ മുഖത്തിനു ആരുമായോ വല്ലാത്ത സാദൃ ശ്യമുണ്ടായിരുന്നു. എവിടെയോ കണ്ടു മറന്ന, പരിചിതമായ ഛായ. ഇ പ്പോൾ മനസ്സിലാകുന്നു ആരുടെ ഛായയാണെന്ന്! മനസ്സിൽ ഒരുതരം വിങ്ങൽ നിറഞ്ഞു. അമ്മയോട് ഇതെങ്ങനെ പറയും! അവിടെ അവൻ തളർന്നിരുന്നു.

ഒരു തരം അസഹിഷ്ണുത അവനിൽ നിറഞ്ഞു. അവർ പറയാതെ പറഞ്ഞു വന്ന രഹസ്യം അവനു മുന്നിൽ അനാവൃതമായി. ഞെട്ടലാ ണോ വിഷമമാണോ അതോ തനിക്ക് ആ സത്യം സ്വീകരിക്കാനുള്ള ത ന്റേടമുണ്ടോ എന്നും അവന് സങ്കോചമുണ്ടായി. പിന്നെയൊന്നും ഐ ന്ദ്രികയോട് ചോദിക്കുവാനുള്ള ധൈര്യം അവന് ഉണ്ടായിരുന്നില്ല. ആ ശില്പത്തിലേക്ക് മുഖമുയർത്തി ഒന്ന് നോക്കാൻ പോലുമാകാതെ വി ങ്ങുന്ന ഹൃദയത്തോടെ അവൻ അവിടുന്ന് ഇറങ്ങി നടന്നു. വീട് എത്തി യത് പോലും അവനറിഞ്ഞില്ല. ഹൃദയഭാരത്തോടെ കട്ടിലിൽ കയറി കി ടന്നു. എത്രനേരം കിടന്നുവെന്നറിയില്ല അന്ന് വൈകുന്നേരം അഴകി വ രുമ്പോഴും അവൻ എണീറ്റിട്ടുണ്ടായിരുന്നില്ല. അസമയത്ത് കിടക്കുന്ന അവനെ കണ്ടപ്പോൾ അഴകി ചോദിച്ചു,

'എന്താ കണ്ണാ നീ കിടക്കുന്നത് ? അസുഖം വല്ലതുമുണ്ടോ?'

ചോദ്യത്തിനു ഒപ്പം തന്നെ അവർ അവന് കടുപ്പത്തിൽ ഒരു ഫിൽ റ്റർ കോഫി എടുത്തു വെച്ചു കഴിഞ്ഞിരുന്നു. കാളിമ നിറഞ്ഞ മനസ്സിന് ആശ്വാസം തരുവാൻ ആർക്കും സാധിക്കില്ല എന്നവൻ വേദനയോടെ മനസ്സിലാക്കി. അവന്റെ മനസ്സ് വളരെ പ്രക്ഷുബ്ധമായിരുന്നു. ഈ ഭാ രം എവിടെ പോയി ഇറക്കി വയ്ക്കും. അവൻ കരയിൽ പിടിച്ചിട്ട മത്സ്യ ത്തെ പോലെ ശ്വാസത്തിനായി പിടഞ്ഞു. കിടന്നവിടുന്ന് എഴുന്നേൽ ക്കാനാവാതെ അവൻ തളർന്നിരുന്നു. അഴകി കാപ്പിയുടെ ഗ്ലാസ് എടു ക്കാൻ വന്നപ്പോൾ ചോദിച്ചു,

'കണ്ണാ നീ ഐന്ദ്രികയെ കാണാൻ പോയോ? അവൾ നിന്നോട് സംസാരിച്ചോ? ഞാൻ പറഞ്ഞതല്ലേ പോകരുതെന്ന്. നിന്റെ സംശയ ങ്ങൾക്ക് ഉത്തരം അവിടെ പോയാൽ കിട്ടും. പക്ഷേ നീ അവിടെ പോക ണ്ടായിരുന്നു കണ്ണാ...'

183

പിന്നെ അവിടുന്ന് അവർ നിശ്ശബ്ദയായി പിൻവാങ്ങി. എപ്പോഴും ഐ
ന്ദ്രികയെ കാണാൻ പോകുമ്പോൾ അതൃപ്തി പ്രകടിപ്പിക്കുന്ന അഴകി
യുടെ മനസ്സിൽ എന്തായിരുന്നു എന്നവൻ ആദ്യമായി മനസ്സിലാക്കി. എ
ല്ലാം അറിയുന്നയാൾ വീട്ടിൽ തന്നെയുണ്ടായിരുന്നു എന്നയറിവ് വല്ലാ
തെ നോവുണർത്തി. അന്ന് ആ വീട്ടിൽ സംസാരം കുറവായിരുന്നു. അ
ഴകിക്കും അവനോടു കാര്യമായൊന്നും പറയാനില്ലായിരുന്നു. രണ്ട് യു
ഗങ്ങൾക്ക് അപ്പുറമിരിക്കുന്ന രണ്ടാളുകളുടെ മനോസഞ്ചാരം പോലെ
യായിരുന്നു ആ നിമിഷങ്ങൾ. അത്താഴത്തിനു പിഞ്ഞാണത്തിലെ നെ
യ്യിട്ട പൊടിയരി കഞ്ഞിയും ചമ്മന്തിയും ചുട്ട പപ്പടവും, കോവയ്ക്ക ഉ
പ്പേരിയും വിളമ്പിയിട്ട് അഴകി മാറി നിന്നു. അന്ന് വൈകുന്നേരം അ

ത്താഴം കഴിക്കാൻ വന്നിരുന്നെങ്കിലും സാധാരണയിൽ നിന്ന് വ്യത്യസ്തമായി ഭക്ഷണം കഴിക്കാനാവാതെ അവൻ അവിടുന്ന് എഴുന്നേറ്റു പോയി. കുറച്ചു നേരം കഴിഞ്ഞ് അഴകി അവിടെ വൃത്തിയാക്കി പോകുമ്പോൾ ഒരു പഴയ ബാഗ് മുന്നിൽ വെച്ചു.

'ഇതാ ഇത് നിന്റെ അച്ഛന്റെയാണ്. ഇത് ഇനി ഇവിടെ വേണ്ടാ ഇത് നീയും കൈയ്യിൽ വെയ്ക്കരുത്. ഇത് ഉപേക്ഷിക്കുന്നതാണ് നല്ലത്. ഞാൻ പറയാതെ നിനക്ക് അറിയാമല്ലോ. അത് പോലെ ചെയ്യൂ.'

അവർ പിന്നെ അവിടെ നിന്നില്ല. അവർ ഇരുട്ടിലേക്ക് ഇറങ്ങി നടന്നു പോകുന്നത് അവൻ നോക്കി നിന്നു. ഉള്ളിലേക്ക് നടക്കുമ്പോൾ അവന്റെ മനസ്സിൽ പെരുമ്പറ കൊട്ടി, ആ ബാഗിൽ എന്താണെന്ന് അവനൊരു നിശ്ചയമുണ്ടായിരുന്നു. പക്ഷേ അതിനെ അഭിമുഖീകരിക്കാനാവാതെ അവൻ വിറങ്ങലിച്ചു നിന്നു. വിറയർന്ന കൈകൾ കൊണ്ട് ആ ബാഗ് അവൻ തുറന്നു. അതിനുള്ളിൽ കുറേ നിറമുള്ള ചേലകളും അതിന് പറ്റിയ ആടയാഭരണങ്ങളും അതിൽ നിറഞ്ഞിരുന്നു. അവന്റെ തൊണ്ടയിൽ നിന്ന് കരച്ചിലിന്റെ ചീള് പുറത്തേക്ക് തെറിച്ചു വീണു. അതൊന്നും അടക്കി വെക്കാതെ, നിർലോഭം പുറത്തേക്ക് ഒഴുക്കി വിട്ടു. അവൻ ഉറക്കെ ഉറക്കെ കരഞ്ഞു. മനസ്സിന്റെ വ്യഥ ആർത്തലച്ചു പെയ്യുന്ന പേമാരി പെയ്തു തുടങ്ങി

പുറത്ത് രാവ് കനത്തു തുടങ്ങിയിരുന്നു...

അകത്തു നോവ് കിനിഞ്ഞു

അവിടെ നിന്നും ഇറങ്ങി നടന്നു തുടങ്ങിയ അഴകിയുടെ കണ്ണുകൾ നിറഞ്ഞു കവിയുകയായിരുന്നു. ഏറെ കാലമായി മനസ്സിൽ കൊണ്ട് നടക്കുന്ന ഒരു വലിയ രഹസ്യം ഇറക്കി വെച്ച ഒരു ചാരിതാർത്ഥ്യം അവർക്കുണ്ടായിരുന്നു. നിശബ്ദതയോടെയാണ് ഭാസ്കരേട്ടനെ ആരാധിച്ചത്. അദ്ദേഹത്തിന്റെ എല്ലാ കാര്യങ്ങൾക്കും കൂടെ ഉണ്ടായിരുന്നു. പിന്നെ പെട്ടെന്ന് ഒരു നാൾ അദ്ദേഹത്തെ കാണാതായത്, കുറച്ചു ദിവസം കഴിഞ്ഞ് തിരിച്ചു വന്നപ്പോൾ ആളാകെ മാറി കഴിഞ്ഞിരുന്നു. ഭക്ഷണം ശരിയായി കഴിക്കുന്നില്ല, ഉറക്കവുമില്ല, എപ്പോഴും എന്തോ ആലോചന മാത്രമായിരുന്നു. അദ്ദേഹത്തെ ഒന്ന് പൂർണ്ണമായും ഉൾക്കൊള്ളുവൻ ആർക്കും സാധിച്ചിട്ടില്ലെന്നു തോന്നി. അദ്ദേഹം അത്രയും തകർന്ന നിലയിലായിരുന്നു. പതിവ് പോലെ ഒരു വൈകുന്നേരം അവിടെ അഴകി എത്തുമ്പോൾ ഉമ്മറവാതിൽ ചാരിയിട്ടേയുണ്ടായിരുന്നുള്ളൂ. അവർ വാതിൽ തുറന്നു ഉള്ളിലേക്ക് കടന്നു ഭക്ഷണം മേശ പുറത്തു വെച്ച് പിന്നെയും തന്റെ ശബ്ദം കേട്ടിട്ടും ആരും പുറത്തേക്ക് വരാതെയായപ്പോൾ അവർ കിടപ്പുമുറിയുടെ വാതിൽക്കൽ ചെന്ന് വിളിച്ചു. യാതൊരു ശബ്ദ

വും ഉണ്ടായില്ല. അവിടെ മുറിയിൽ കണ്ട കാഴ്ച അവരുടെ സപ്തനാടി കളും തളർത്തി. പട്ടുചേലയുടുത്തു മുറിയിലെ നീലകണ്ണാടിയിൽ നോ ക്കി നിൽക്കുന്ന ഭാസ്കരനെ.

എന്തൊരു മാറ്റം!

ആ രൂപത്തിന് ഒരു കുറവുമില്ലായിരുന്നു. അവർ കുറച്ചു നേരം ആ കാഴ്ച നോക്കി നിന്നു, പിന്നെ പതിയെ പിൻവാങ്ങി. കുറച്ചു നേരം കഴി ഞ്ഞപ്പോൾ ഉള്ളിൽ നിന്ന് തേങ്ങി തേങ്ങി കരയുന്ന ശബ്ദം അവരുടെ ചെവിയിൽ വന്ന് പതിച്ചു. കുറച്ചു കഴിഞ്ഞപ്പോൾ ആ സ്വരം നേർത്ത് വ ന്നു. അവർ ഒരു പിടച്ചിലോടെ ഭാസ്കരന്റെ അസ്തിത്വത്തിന്റെ ആ സ ത്യം അന്ന് മനസ്സിലാക്കി. അവർ അന്ന് മുതൽ അയാളുടെ കാവൽക്കാ രിയായി മാറി. ഇത്രയുംകാലം അവർ അത് കാത്ത് സൂക്ഷിച്ചു. ഇന്ന് ഇത്രയും കാലത്തിനു ശേഷം അവർ അത് മകന് കൈമാറി ഹൃദയഭാ രം കുറച്ചു. ഇനി ആ രഹസ്യം കത്തു സൂക്ഷിക്കേണ്ട ബാധ്യത തനി ക്കില്ല.

എല്ലാം അവസാനിച്ചു.

ഇനി ഇന്ദുഗോപൻ

എല്ലാം അവൻ നോക്കിക്കോളും

പിറ്റേന്ന് രാവിലെ പതിവ് പോലെ ഇന്ദുഗോപൻ എഴുന്നേറ്റ് പ്രഭാത കൃത്യങ്ങൾ ചെയ്തു കൊണ്ടിരിക്കുമ്പോൾ അഴകി എത്തി, മേശപ്പുറ ത്ത് പ്രാതലും പാലും വെച്ച് അവർ വീട് വൃത്തിയാക്കുവാനും മുറ്റമടി ക്കുവാനും പോയി. പുറത്ത് മുറ്റമടിച്ചു കരിയിലകൾ കൂട്ടിയിട്ട് കത്തി ക്കാൻ തുടങ്ങുമ്പോൾ അവിടേയ്ക്ക് ഇന്ദുഗോപൻ വന്നു.

'അഴകിയമ്മാ   ഇവിടെ കുറച്ചു ആവശ്യമില്ലാത്ത സാധനങ്ങൾ ഉ ണ്ട്. അതു ഈ തീയിൽ ഇടട്ടെ?'

'ആ കണ്ണേ, നീ കൊണ്ട് വാ. ഞാൻ കുറച്ചു കൂടി തീ കത്തിക്കട്ടെ.'

അവർ ആ തീയിലേക്ക് കുറച്ചു കൂടി ഇലയും ചുള്ളികളും പെറുക്കി യിട്ടു. അപ്പോഴേക്കും ഇന്ദുഗോപൻ ഉള്ളിൽ നിന്ന് ആ ബാഗ് കൊണ്ട് വ ന്ന് ആ തുണികൾ മുഴുവൻ ആ തീയിലേക്ക് എടുത്തിട്ടു. ആ അഗ്നി യെ പുണർന്ന് എല്ലാ നിറങ്ങളും ഒരേ നിറമായി തീരുന്നതും നോക്കി അവൻ നിന്നു. പിന്നെ അവൻ വീണ്ടും അകത്തു പോയി ഒരു കെട്ട് എ ഴുത്തുകൾ കൊണ്ട് വന്ന് ആ അഗ്നിക്ക് സമർപ്പിച്ചു.

ഈ അദ്ധ്യായം ഇവിടെ തീരട്ടെ!

ഇനി ആരും ഇതറിയേണ്ട..

അമ്മ പോലും...

ഇത് എന്നിൽ അവസാനിക്കട്ടെ..

അവൻ ഉള്ളിലേക്ക് നടന്നു. അഴകിയമ്മ പുഞ്ചിരിയോടെ ആ തീയി ലേക്ക് കുറച്ചു കൂടി ഇലകളും ചുള്ളികളും എടുത്തു ഇട്ടു. ആ തീകു ണ്ഡം ഒന്ന് കൂടി ആളികത്തി.

വെള്ളിയാഴ്ച

വൈകുന്നേരം എന്നത്തേയും പോലെ സന്ധ്യ നേരത്ത് ഉടയാടക ളും കയ്യിൽ ചുവന്ന പൂക്കളുള്ള താലവുമേന്തി ദേവിമാർ കീഴ്ക്കാവിലേ ക്ക് പോകുന്നത് നോക്കി അഗ്രഹാരത്തിലുള്ളവർ നിന്നു. ദൂരെ നിന്ന് ഇ ന്ദുഗോപനും കൗതുകത്തോടെ അവരെ കാണുന്നുണ്ടായിരുന്നു. തിരി ഞ്ഞു നോക്കുമ്പോൾ അവനുള്ള ഫിൽറ്റർ കാപ്പിയുമായി അവനെ നോ ക്കി അഴകി വാതിൽക്കൽ നിൽപ്പുണ്ടായിരുന്നു. ഇന്ന് ആ ദേവിമാരെ കാണുമ്പോൾ അവർക്ക് ഭയമുണ്ടായിരുന്നില്ല. അവർ പുഞ്ചിരിയോടെ ആ പെൺകൊടിമാരെ നോക്കി നിന്നു, കൂടെ ഇന്ദുഗോപനും.